பவாவின் நேர்காணல்கள்

தொகுப்பு:

பேரா. **சு.பிரேம் குமார்**

பரிதி
பதிப்பகம்

பவாவின் நேர்காணல்கள்

தொகுப்பாசிரியர்:
பேரா. சு.பிரேம் குமார்

முதல் பதிப்பு : டிசம்பர் 2024

வெளியீடு : பரிதி பதிப்பகம்
56சி/128, பாரத கோயில் அருகில், ஜோலார்பேட்டை,
திருப்பத்தூர் மாவட்டம் - 635 851
மின்னஞ்சல் : Parithijpt@gmail.com
கைப்பேசி : 72006 93200

அச்சாக்கம் : AKL Printers, சென்னை
ஒளி அச்சு : தங்கம் கிராஃபிக்ஸ்
பக்கங்கள் : 176
விலை: ரூ.200

Bavaavin Nerkaanalgal

Compiled by Prof.S.Premkumar

First Edition : December 2024

Parithi Pathippagam
Published by Parithi Pathippagam
56C/128, Near Bharatha Kovil, Jolarpettai,
Tirupattur District-635851 Cell: 72006 93200
Email: Parithijpt@gmail.com

Printed at AKL Printers, Chennai
Layout: Thangam Graphics, Chennai

Pages : 176
Price : Rs. 200
ISBN : 978-81-983878-1-3

குறுகிய நாட்களிலேயே...
என்னை முழுவதுமாக
உள்வாங்கிக்கொண்ட
லண்டன் சங்கர்,
லிங்கேஷ்,
வீரராகவன்,
சரவணன்,
நிவேதிதா
ஆகிய ஐந்து நண்பர்களுக்கு...

பவா செல்லதுரை

தமிழ் இலக்கிய உலகில் தனது தனித்துவமான கதை சொல்லும் பாணியால் வாசகர்களை கவர்ந்திழுக்கும் பவா செல்லதுரை, எழுத்தாளர், பதிப்பாசிரியர், கதைசொல்லி, நடிகர் மற்றும் விவசாயி என பன்முகத் திறமைகளை வெளிப்படுத்தும் ஒரு தமிழ் இலக்கிய உலகின் ஒளிமிகு நட்சத்திரமாகத் திகழ்கிறார்.

தமிழ் இலக்கியத்தையும், உலக இலக்கியத்தையும் இணைக்கும் பாலமாக விளங்கும் பவா செல்லதுரை, ஜப்பான், அமெரிக்கா, மலேசியா, சிங்கப்பூர், இலங்கை, கனடா போன்ற பல நாடுகளுக்குப் பயணம் செய்து, தமிழின் பழம் பெரும் பாரம்பரியத்தை இன்றைய தலைமுறையினருக்கும் உலக மக்களுக்கும் தனது தனித்துவமான கதை சொல்லும் பாணியில் அறிமுகப்படுத்தினார்.

பவா செல்லதுரையின் கதைகள், சிக்கலான கருத்துகளை எளிமையாகவும், சுவாரசியமாகவும் மக்களிடம் கொண்டு செல்லும் திறன் கொண்டவை. அவரது கதைகளில் மனிதநேயம், சமூக அக்கறை, கலாச்சார விழுமியங்கள் ஆகியவை பெருமளவில் வெளிப்படும். இவை தமிழ் இலக்கியத்தைப் பொறுத்தவரை புதுமையான சிந்தனைகளை உருவாக்கி, மக்களின் வாழ்க்கைப் பார்வையை மாற்றுகின்றன.
அவரது படைப்புகள்

சொல் வழிப்பயணம், பிடி, மீன், மேய்ப்பர்கள், இலக்கில்லா பயணங்கள், பங்குக்கறியும் பின்னிரவுகளும், டொமினிக் எல்லா நாளும் கார்த்திகை, நட்சத்திரங்களில் ஒளிந்து கொள்ளும் கருவறை ,நிலம் சிறகசைத்த காலம், பஷிரின் அறை அத்தனை எளிதில் திறக்கக்கூடியதல்ல,நீர், கோழி, ஆகிய நூல்கள் குறிப்பிடத்தக்கவை. இவரது படைப்புகள்

தமிழில் மட்டும் இன்றி ஆங்கிலத்திலும், மலையாளத்திலும் மொழிபெயர்க்கப்பட்டுள்ளன.

From 19 DM Saron, Ruins of the Night., Dominick, A Journey through words, Landscapes, Shared Meat and Late Nights, Chamber of Basheer, ஆகிய நூல்கள் உலக வாசகர்களுக்காக வெளிவந்து பெரும் வரவேற்பைப் பெற்றுள்ளன.

எழுத்தாளராக மட்டுமல்லாமல், பவா செல்லதுரை சிறந்த நடிகராகவும் திகழ்கிறார், ஜெய்பீம், பரம்பொருள், ஜோக்கர், பேரன்பு, சைக்கோ, ஜிகர்தண்டா, ஜப்பான், ரெஜினா, பாராசூட் போன்ற பல திரைப்படங்களில் நடித்துள்ளார்.

தொகுப்புரை

கலையும் இலக்கியமும் இன்றைய ஊடக மனிதர்களிடம் விலகிப் போய்க் கொண்டிருக்கின்ற சூழலில் மண்ணையும் மனித உறவுகளையும் பிணைக்கும் நிலமாக எழுத்தாளன் மிளிர்கிறான் அதற்கு உதரணமாக விளங்குபவர் பவா செல்லதுரை. அவரின் வார்த்தையிலிருந்து கூற வேண்டுமானால் ''ஆட்டக்களத்தை விட்டகன்று வெகுதூரம் விலகி வந்து வெற்று மைதானத்தை வெறித்துப் பார்க்கும் ஆட்டக்காரனுக்கு மட்டுமே பழைய நினைவுகள் அலைமாதிரி மேலெழுந்து வந்து அவனை அலைக்கழிக்கும். நான் என் காலடியில் ஸ்பரிசத்திலிருக்கும் பந்துடனேயே என் மைதானம் புதைத்து வைத்துள்ள நினைவுகளை மீட்டெடுக்கிறேன்.''

தன் மைதானம் புதைத்து வைத்துள்ள சில நினைவுகளை மீட்டெடுப்பதே பவாவின் நேர்காணல்கள் என்ற இத்தொகுப்பு.

நான் திருவண்ணாமலையில் பிறந்து வளர்ந்தவன். என்னுடைய சிறுவயதிலிருந்து ஏதே ஒரு வகையில் கலை இலக்கியம் சார்ந்த செயல்பாடுகளில் பங்கெடுப்பவனாகவே இருந்துள்ளேன். சரியாகச் சொல்ல வேண்டுமானால் 1994 பத்தாம் வகுப்பு படிக்கும் மாணவன் திருவண்ணாமலை சன்னதித் தெருவில் கலை இரவு என்ற வடிவத்தை என்னுடைய அண்ணன்களோடு சென்று விடிய விடிய பார்க்கும் வாய்ப்பு. தொடர்ச்சியாக காந்தி சிலை சந்திப்பில் கலை இலக்கிய இரவு என நான் கண்ட அல்லது என்னுடைய தாத்தாக்கள், மாமாக்கள் எங்கள் பகுதியில் இசைத்த பறை மேடையில் ஒலித்தது. நான் படித்திட்ட அல்லது கேள்விப்பட்ட இலக்கிய ஆளுமைகள் எங்கள் ஊர் மேடைகளில் வலம் வந்தது என்னைத் தமிழ்

இலக்கியம் பயிலும் மாணவனாக திருவண்ணாமலை கலைஞர் கருணாநிதி அரசு கல்லூரிக்கு நகர்த்தியது. முனைவர் பட்டம் பெற்று பதினேழு ஆண்டுகளாக கல்லூரியில் பேராசிரியராக பணிபுரிந்து வருவதற்கும் இக்கலைகளின் மீதும் இலக்கியத்தின் மீதும் தாக்கத்தை ஏற்படுத்தியவர்கள் எழுத்தளார் பவா செல்லதுரையின் உரைகளும், கருப்பு கருணா அவர்களின் வீச்சுகளும் கவிஞர் பெ. அன்புவின் அரவணைப்பும் திருவண்ணாமலையின் பல்வேறு தமிழ் அமைப்புகளில் நான் பங்கெடுத்து வந்தாலும் தமிழ்நாடு முற்போக்கு எழுத்தாளர் கலைஞர்கள் சங்கமும், தமிழ்நாடு கலை இலக்கியப் பெரு மன்றமும் என்னைத் தொடர்ச்சியாக கலை இலக்கியம் சார்ந்து இயங்க வைப்பவை. கல்லூரி பணியில் மாணவர்களுக்கான பாடத்திட்டத்தில் அவ்வட்டாரத்தைச் சேர்ந்த நவீன எழுத்தாளர்களை கொண்டுவந்து சேர்த்த பெருமை எழுத்தாளர் பவா செல்லதுரையைச் சேரும்.

கல்லூரி அளவில் பாடத்திட்டமானது பல ஆண்டுகளாக 50 ஆண்டுகளுக்கு முன்பாக எழுதப்பட்ட இலக்கியங்களையே மாணவர்கள் பயில வேண்டிய சூழல் நிலவி வந்தது. பல்கலைக்கழகப் பாடத்திட்ட குழு உறுப்பினராக எழுத்தாளர் பவா செல்லதுரை இயங்கியவுடன் அந்நிலையானது கட்டுடைக்கப்பட்டு குறிப்பாக வடதமிழகத்தின் மொழியையும், இலக்கியத்தையும் அவ்வட்டராத்தைச் சேர்ந்த திருவள்ளுவர் பல்கலைக்கழகத்தைச் சேர்ந்த மாணவர்களுக்கு அறிமுகப்படுத்தும் வகையில் வடதமிழகத்தின் எழுத்தாளர்கள் மாணவர்களுக்கு அறிமுகமானர்கள்.

பொதுவாக எழுத்தாளர்களின் நேர்காணல்களை மாணவர்களுக்கு கற்பிக்கும் போது கேள்வி பதில் முறையில் அமைப்பது வழக்கம். பல ஆண்டுகளாக கல்லூரியில் பாடத்தைக் கற்பிக்கும் ஆசிரியனாகவும் விடைத்தாளை மதிப்பீடு செய்யும் தேர்வராகவும் செயல்படுவதால் இந்த இடத்தில் ஒரு போதனையை நான் உணர்கிறேன். எழுத்தாளருக்கும் நேர்காணல் செய்பவருக்கும் எப்போதும் ஒரு புனிதத் தன்மையோடேயான உரையாடல் இருக்கும். ஆனால் சமூகம் எதர்த்தம் என்பது அப்படி இல்லை. ஒரு மனிதன் எல்லா உன்னதங்களோடும் இழிவுகளோடும்

கலந்தே இயங்க முடியும் என்பதை வெளிப்படையாகப் பேசியவர்கள் ஜெயகாந்தனுக்குப் பிறகு பவாசெல்லதுரை.

அந்த வகையில் கல்லூரிகளில் தமிழ் இலக்கியத்தில் பயிலும் மாணவர்களுக்கு இலக்கியம் என்பது ஏதோ ஒரு காலகட்டத்தின் செய்தியைச் சொல்லக்கூடியது அல்ல. இலக்கியம் எழுத்தாளனின் பெருமையை மட்டும் பேசுவதல்ல. அது மண்ணையும் மனித உறவுகளையும் பின்னிப் பிணைக்கும் சொல்லோர் உழவாக இருக்க வேண்டுமென்று இயங்கி வரும் கதை சொல்லி, எழுத்தாளர், திரைக் கலைஞர் எனப் பன்முக ஆளுமையுடைய எழுத்தாளர் பவா செல்லதுரை அவர்களின் பல்வேறு தளங்களில் வெளிவந்த நேர்காணல்களை தமிழ் கூறும் நல்லுலகிற்கு ஒரு தொகுப்பாக்கித் தர வேண்டும் என்ற விழைவினால் இத்தொகுப்பு உருவாக்கப்பட்டுள்ளது. இத்தொகுப்பினை உருவாக்குவதில் என்னை இடம் பெறச் செய்த எழுத்தாளர் பவாவின் பேரன்பிற்கும் நூலினை சிறந்த முறையில் வடிவமைத்து வெளியிட்டுள்ள பரிதி பதிப்பகத்தின் தோழர் பரிதிக்கும் நன்றி.

முனைவர் சு. பிரேம் குமார்
திருவண்ணாமலை
8825980095

பவாவிடமிருந்து...

எழுத்திலும், காணொலியிலுமாக என் பல நேர்காணல்கள் கடந்த சில வருடங்களில் இணையத்தில் கிடைப்பதாக நண்பர்கள் சொல்வார்கள். அவைகளை கவனப்படுத்துவதோ, ஆவணப்படுத்துவதோ இதுவரை என் இயல்பில்லை.

பல நண்பர்கள் பல தருணங்களில் இதை முன்னெடுப்பார்கள், அப்புறம் காணாமல் போவார்கள். கரையில் நின்று வேடிக்கைப் பார்ப்பதோடு சரி.

இவையெல்லாம் ஆவணப்படுத்த வேண்டும் என பிரேம்குமார் மாதிரியான நண்பர்கள் ஆர்வப்படும்போது நான் சம்மதிக்காமல் வேறென்ன செய்ய முடியும்?

காலம் எதுவும் செய்ய முடியாதவனாய் என்னை மாற்றி வீட்டில் முடக்கிப்போடும் ஒரு நாளில் நானும் இதையெல்லாம் செய்திருக்கிறேன் எனத் திரும்பி பார்த்துக் கொள்ளவாவது இப்படிச் சில பதிவுகள் தேவைதான் என நினைக்கிறேன்.

இந்த நேர்காணல்களில் சில முரண்பாடுகள் இருக்கலாம். மாற்றி, மாற்றிக் கூடப் பேசி இருக்கலாம். அவை எல்லாக் கலைஞர்களுக்கும் நிகழும். எனக்கும் கூட!

பல கேள்விகள், பதில்கள் ஒரே மாதிரியாக இருக்கலாம். உதாரணத்திற்கு, நீங்கள் எப்போது கதை சொல்லத் தொடங்கினீர்கள்? என்ற கேள்விக்கு ஒவ்வொரு நேர்காணல்களிலும் நான் வெவ்வேறு பதில்களைச் சொல்ல முடியாதில்லையா?

ஆனால் இன்று நிதானமாக இவையனைத்தையும் வாசித்துப் பார்க்கையில் உண்மையின் பக்கம் நின்றே என் கலை வாழ்வை, சொந்த வாழ்வை வாழ்ந்திருக்கிறேன். அது போதும்.

எளிய அன்புடன்..

பவா செல்லத்துரை

உள்ளடக்கம்

1. ஒரு எழுத்தாளனாக அடைந்ததைவிட
   பத்துமடங்கு வாசகர்களை
   ஒரு கதைசொல்லியாக அடைந்திருக்கிறேன்... 13
   படைப்பு தகவு இதழுக்காக –
   ஜானு இந்து.

2. திட்டமெல்லாம் கலைக்கு எதிரானது 28
   இந்து தமிழ் திசைக்காக –
   மண்குதிரை.

3. என் வாழ்வில் பிக்பாஸ் என்பது
   ஒரு அனுபவம் மட்டுமே.. 33
   indiaglitz தமிழ்ச் சேனலுக்காக –
   உதய்

4. எழுத்தைவிடவும் குரலுக்கு பெரிய வலிமை
   இருக்கிறது 44
   இந்தியன் எக்ஸ்பிரஸ்-க்காக
   பாலாஜி எல்லப்பன்

5. எப்போதும் மேன்மையும்
   கீழ்மையுமானவர்கள் மனிதர்கள் 58
   சூரியன் பண்பலைக்காக –
   ரா சதீஷ்.

7. நான் தினம் தினம் நிலத்தோடு
   மல்லுக்கட்டுபவன் 64
   பசுமை விகடனுக்காக –
   J.சரவணன்

7. நான் ஒரு எழுத்துச் சோம்பேறி 70
   SOCIAL TALKIES-காக
   சித்ரா லட்சுமணன்

8. எங்கள் நில விளைச்சலிலிருந்து எடுத்து
   இங்கேயே ஊன்றப்பட்டவன் நான். 89
   குமுதம் WOW TAMIZHAA-சேனலக்காக
   தளவாய் சுந்தரம்

9. கலைஞர்களின் வாழ்க்கை இப்படித்தான் 105
   சினிஉலகம் சேனலுக்காக –
   சூர்யா

10. இப்படியொரு இலங்கைக்கு
    நான் வராமலேயே இருந்திருக்கலாம் 114
    இலங்கை வசந்தம் தொலைக்காட்சிக்காக
    இர்ஃபான்

11. எழுத்தாளர் இச்சமூகத்திற்கு
    இன்னும் கொடுக்க வேண்டியிருக்கிறது! 128
    உயிர் எழுத்து மாத இதழுக்காக –
    லண்டன் சங்கர்

12. இழப்பிலிருந்தே படைப்பு
    பீறிட்டுக் கிளம்புகிறது! 149
    இலங்கை வீரகேசரி நாளிதழுக்காக
    மா.உஷாநந்தினி

13. கருணையும் அறமும் சொல்லியோ
    எழுதியோ தீராது! 164
    குமுதம் வார இதழுக்காக –
    மானா பாஸ்கரன்

14. நான் ஏன்
    கதை சொல்லியானேன்? 169
    தாய் இணைய இதழுக்காக
    மணா

ஒரு எழுத்தாளனாக அடைந்ததைவிட பத்துமடங்கு வாசகர்களை ஒரு கதைசொல்லியாக அடைந்திருக்கிறேன்...

படைப்பு தகவு இதழுக்காக
ஜானு இந்து

ஒரு எழுத்தாளர் கதைசொல்லியாக மாறிய தருணம் பற்றிச் எசால்லுங்களேன்?

அடிப்படையில் நான் இப்போதும் எழுத்தாளன்தான். இயல்பாக நான் படித்த, ரசித்த கதைகளை அவ்வப்போது நண்பர்களோடு பகிர்ந்துகொள்வது, நான் பேசும் கூட்டங்களில் என்னையறியாமலேயே கதைகளைச் சொல்வது வழக்கமாயிருந்தது. நண்பர்கள் அனைவருமே நீங்கள் கதை சொல்லும் விதம் தனித்துவமாக இருக்கிறது என்று சொல்வார்கள். குறிப்பாக ஜே.பி. என்னும் எனது நண்பர் ஒருநாள், “எப்பொழுது உன்னோடு பேசினாலும் நான்கைந்து கதைகளாவது சொல்கிறாய், நாம ஏன் ஒரு தனி நிகழ்ச்சி வைத்து ஒவ்வொரு கதையாகச் சொல்லக்கூடாது! எனக் கேட்டார். அப்படி ஆரம்பமானதுதான் இந்தக் கதை சொல்லும் நிகழ்வு.

உண்மையில் மிகவும் சந்தோசமாக உணர்கிறேன். ஏனெனில் ஒரு எழுத்தாளனாக அடைந்ததைவிட, பத்துமடங்கு வாசகர்களை ஒரு கதைசொல்லியாக அடைந்திருக்கிறேன். எனது புத்தகங்களை மட்டுமல்லாது நான் கதை சொல்லும்போது குறிப்பிடுகின்ற அனைத்து எழுத்தாளர்களின் கதைகளையும் எனது வாசகர்கள் தேடித்தேடி வாசிக்கிறார்கள் என்பதை ஒரு வெற்றியாகவே பார்க்கிறேன். இன்றைய இலக்கியச் சூழலில் இதை ஆரோக்கியமான ஒன்றாகவும் கருதுகிறேன்.

உங்களுடைய முதல் கதை சொல்லிய நிகழ்வு ஞாபகம் இருக்கிறதா? எங்கு எப்போது நடந்தது?

நல்லா ஞாபகம் இருக்கு. ரமணாஷ்ரமம் அருகில் Qua-vadis என்ற இடத்தில்தான் எனது முதல் கதை சொல்லல் நடந்தது. எழுத்தாளர் ஷோபா சக்தியின் "விலங்கு பண்ணை" என்கிற எனக்கு மிகவும் பிடித்தமான கதையைத்தான் அன்று சொன்னேன். ஐம்பது வாசகர்கள் கலந்துகொண்ட ஒரு மகிழ்வான நிகழ்வு அது. இந்த வாசகர்கள் எண்ணிக்கை சிறிதுசிறிதாகக் கூடி ஐந்நூறு வாசகர்கள் வரையும்கூட போயிருக்கிறது. வெளியூர்களில் இருந்து 100 முகல் 200 வாசகர்கள் வரை தொடர்ச்சியாக வர ஆரம்பித்தார்கள். அதன் பிறகு இது ஒரு இயக்கமாக மாற ஆரம்பித்தது. மகிழ்ச்சியளிப்பதாகவும் இருந்தது. வாசகர்கள் வெறும் கதை கேட்பவர்களாக மட்டுமே இருக்கிறார்களா அல்லது அதைத் தாண்டியும் எதையேனும் செய்கிறார்களா என்பதை அறிந்துகொள்ளும் ஆர்வத்தில் நாங்கள் பரிசோதனை முயற்சியாகச் சிலவற்றைச் செய்ய ஆரம்பித்தோம்.

உதாரணமாக, பிரபஞ்சன் அவர்களின் கதைகளைச் சொல்லும் கூட்டங்களில் அவருடைய படைப்புகளைப் பார்வைக்கு வைப்பது போன்ற முயற்சிகள். பத்தாயிரம் முதல் இருபதாயிரம் வரை புத்தகங்கள் விற்றன. இதையும் ஒரு வெற்றியாகத்தான் பார்க்க முடிந்தது.

உங்களுக்கு எப்போது எழுத்தின் மேல் ஆர்வம் ஏற்பட்டது?

ரொம்பச் சிறிய வயதிலேயே, அதாவது பள்ளிப் பருவத்திலிருந்தே நான் வாசிக்க ஆரம்பித்து விட்டேன். காரணம் என்னுடைய அப்பா. என் அம்மா பெரிதாகப்

படிக்காதவர். அப்பா ஆசிரியராக இருந்தவர். அதோடு சுதந்திரப் போராட்டங்களில் பங்கேற்றவர். அவர் அவரது அனுபவங்களைப் பற்றி நிறையப் பகிர்ந்து கொள்வார். அது மிகப் பிடித்தமானதாகவும் ஆர்வத்தை ஏற்படுத்துவதாகவும் இருந்தது. அதிலிருந்து தொடங்கியதுதான் எனது வாசிப்புப் பழக்கம். தேடித்தேடி நிறைய வாசிக்க ஆரம்பித்தேன். எனது பத்தாம் வகுப்பு ஆண்டு விடுமுறையில் ஒரு நாவல் எழுத ஆரம்பித்து ஒரு மாதத்தில் அதனை எழுதி முடித்து அது புத்தகமாகவும் வந்துவிட்டிருந்தது. திருவண்ணாமலையில் "தீபஜோதி" என்று ஒரு பதிப்பகம் இருந்தது. கால் சட்டை போட்டிருந்த அந்த வயதில் நானே அவர்களைக் தேடிச்சென்று எனது புத்தகம் பற்றிச் சொல்லி அதனைப் பிரசுரிக்க வேண்டும் எனக் கேட்டேன். அவர் சிரித்தார். சின்னப் பையன் என்ன எழுதியிருப்பான் என்பதாக இருந்தது அந்தச் சிரிப்பு. அதன் பிறகு தினமும் பள்ளி முடிந்தவுடன் தொடர்ந்து அந்தப் பதிப்பகத்திற்குச் செல்ல ஆரம்பித்தேன். அடுத்த ஒரு மாதத்தில் எனது முதல் நாவல் புத்தகமாக "தீபஜோதி' பதிப்பகத்தின் மூலமாக வெளிவந்தது. எல்லாச் செலவுகளையும் ஏற்று எனது நாவலை வெளியிட்டததோடு குமுதம், கல்கி, ஆனந்த விகடன் போன்ற பத்திரிக்கைகளில் விளம்பரமும் செய்தார்.

அந்த முதல் கதை, அதன் மூலம் கிடைத்த அனுபவங்கள் பற்றிச் சொல்லுங்கள்...

"உறவுகள் பேசுகின்றன" என்பதே அந்த முதல் கதை. குடும்பங்களுக்குள் ஏற்படக்கூடிய சிக்கல்களைப் பற்றிப் பேசக்கூடியதாக அந்தக் கதை எழுதப்பட்டிருந்தாலும் அதை ஒரு நாவல் என எனது சுயவிவரத்தில் (Profile) சேர்த்துக் கொள்ள மாட்டேன். ஆனால் அது ஒரு முக்கியமான துவக்கம். ஏனெனில் பத்தாவதே படிக்கும் ஒரு சிறிய பையன் நாவல் எழுதுகிறான் என்பது திருவண்ணாமலை போன்ற கிராமமும் அல்லாத நகரமும் அல்லாத ஊரில் மிகுந்த கவனம் பெறக்கூடிய ஒன்றாக இருந்தது. ஏறக்குறைய திருவண்ணாமலையின் எல்லாச் சுவர்களிலும் என் பெயர் எழுதப்பட்டிருந்தது. எனது பள்ளியில் நான் ஒரு கதாநாயகனாகவே பார்க்கப்பட்டேன். அந்தக் காலகட்டத்தில் இது ஒரு மிகப்பெரிய விசயம்தான்.

ஆனால் தொடர்ந்து வாசிக்க வாசிக்க நான் எழுதுவது எழுத்தில்லை என்ற முடிவுக்கு வந்தேன். அதன் பிறகே நான் இன்னும் ஆழ்ந்து வாசிக்க அதன் பின்பே ஆரம்பித்தேன். எழுத்துக்கள் ஒரு பண்பட்ட நிலைக்கு நகர்வதாக உணர ஆரம்பித்தேன்.

உங்களின் கதை சொல்லல் அனுபவத்தில் உங்களைச் சொல்லவிடாமல் தடுத்த கதை ஏதேனும் இருக்கிறதா?

இருக்கிறது. போகன் சங்கருடைய "மித்" என்கிற நாவல். இதை நான் சொல்ல ஆரம்பித்தவுடனேயே எனது மனைவி எழுந்து வெளியே சென்றுவிட்டார்கள். நான் சொல்லி விடுவேன் என்றுதான் நினைத்தார்கள். ஆனால் என்னாலும் சொல்ல முடியவில்லை. அதனால் நான் அன்று அந்தக் கதையை வாசித்தேன். பள்ளிக்குச் சென்று வீடு திரும்பும் இரண்டு சிறுவர்கள் சந்திக்கும் விபத்தைப் பற்றியது அந்தக் கதை. எங்களது சொந்த வாழ்வில் நானும் ஷைலஜாவும் அப்படியான ஒரு அனுபவத்தைத் தாண்டியிருந்தோம். அதனால் அன்று உணர்வுரீதியாகச் சொல்லவியலாத ஒரு தடுமாற்றம் ஏற்பட்டது. ஆனால் அதைப் பெரிய தோல்வியாகக் கருதவில்லை.

அதே போன்று லா.ச.ரா. அவர்களின் கதைகளையும் என்னால் சொல்ல முடியாது. அவரின் கதைகளை யாராலும் சொல்ல முடியாது. ஏனெனில், அவரின் இருவார்த்தைகளுக்கு நடுவில் சின்னதாக ஒரு இசை வரும். அந்த வார்த்தைகளின் யுத்தத்தைக் கதையாகச் சொல்ல முடியாது. இப்படி. சில காரணங்களால் ஒரு கதையைச் சொல்ல முடியாமலும் போவதுண்டு. எல்லாம் தாண்டியும் ஒரு மனிதனுக்குள் வெற்றி, தோல்வி, சொல்ல முடிந்தது, சொல்ல முடியாதது இப்படி எல்லாம் கலந்துதானே இருக்க முடியும்?

ஏதாவது ஒரு குறிப்பிட்ட கதையைச் சொல்லும்போது ரொம்ப உணர்ச்சிவசப் பட்டிருக்கிறீர்களா?

(சிரிக்கிறார்...) நான் எல்லாக் கதைகளையும் அப்படித்தான் சொல்கிறேன். வசப்படாமல் என்னால் ஒரு கதையைக்கூடச் சொல்ல முடியாது. அது ஏனென்றால் ஏதோ ஒருவகையில் என் இரத்தத்திற்குள் ஊடுருவும் கதைகளை மட்டுமே சொல்லுவதற்குத் தேர்வு செய்கிறேன். நீங்கள் நம்பமாட்டீர்கள்.

இப்போதைக்கு என்னிடம் எனது கதையைச் சொல்லுங்கள் எனக் கேட்டு அனுப்பப்பட்டவை குறைந்தது ஒரு நூறு கதைகளாவது இருக்கும். அவைகளில் பெரும்பாலானவற்றை நான் இதுவரை பிரித்தே பார்க்கவில்லை. எனக்காகத் தோன்ற வேண்டும், ஒரு உந்துதல் ஏற்பட வேண்டும். அப்படிப்பட்ட கதைகளை மட்டுமே நான் சொல்வதற்குக் தேர்வு செய்கிறேன். தட்டையாக ஒரு கதையை நான் சொன்னதே இல்லை. அப்படிச் சொல்லியிருப்பதாகத் தோன்றிய கதைகளை யூட்யூபில் போட வேண்டாம் என்று சொல்லிவிடுவேன். எப்போதும் ஒரு நல்ல மனநிலையில் இருந்தால் மட்டுமே கதைகள் சொல்லுவேன்.

நீங்கள் கதை சொல்லிக்காண்டிருக்கும் போது பார்வையாளர்களுக்கு, ரசிகர்களுக்கு மத்தியில் ஏற்பட்ட நெகிழ்வான நிகழ்வு பற்றி ஏதேனும் சொல்ல முடியுமா?

அது ஆயிரக்கணக்கில் இருக்கிறது. அதற்கு முன் கதை கேட்க வருபவர்கள் பார்வையாளர்களோ, ரசிகர்களோ அல்ல. அவர்கள் எனது வாசகர்கள். இவர்களை வாசகர்கள் என்றுதான் சொல்ல வேண்டும். ஏராளமான அனுபவங்கள் இருக்கு. நீங்க யூட்யூபில் பார்த்தீங்கன்னாத் தெரியும். ஒவ்வொரு நிகழ்ச்சிக்குப் பின்னும் ஏராளமான அலைபேசி அழைப்புகளும், மின்னஞ்சல் மற்றும் முகநூல் உள்பெட்டியில் குறைந்தபட்சம் ஒரு ஐந்தாறு கடிதங்களும் வரும். எனது வாழ்க்கையே உங்களால்தான் மாறியிருக்கிறதென்றும் நான் சொல்லியிருக்கும் ஒரு கதை தன்னை மன அழுத்தத்திலிருந்து வெளியேற்றியிருப்பதாகவும், தனிமையின் வெறுமையினைக் கடக்க முடிந்திருக்கிறது என்றும் பகிர்ந்திருப்பார்கள். மேலும், வளைகுடா நாடுகளிலிருந்து நடு இரவுகளில் வரும் அழைப்புகள்... ஒரு கதையைக் கேட்டுவிட்டு உடனே தங்கள் உணர்வுகளைப் பகிர்ந்து கொள்ள வேண்டும் என்பதான ஆவலில் நேரம் மறந்து அழைப்பவர்கள்... இப்படி ஏராளமான அனுபவங்கள்... சார் நீங்களும் இளையராஜாவும் இல்லாமலிருந்திருந்தால் நான் செத்திருப்பேன் சார் என ஒருமுறை தற்கொலை மனநிலையில் இருந்து மாறிய ஒரு வாசகர் பேசியதைக் கேட்டபொழுது நான் உண்மையிலேயே நெகிழ்ந்தேன்.

எனது வாசகர்களுக்கும் எனக்குமிடையில் மிக மிக அடர்த்தியான மற்றும் ஆழமான நேசம் இருக்கிறது.

ஒரு கதை சொல்லலில் ஏற்படக்கூடிய பரிமாணம் ஒன்றா அல்லது பல்வேறுபட்டதா?

முதலில் எந்தக் கதையையும் நான் சொல்வதற்காகப் படிப்பதில்லை. தொடர்ந்து படித்துக்கொண்டிருப்பேன். அப்படிப் படிக்கும் போது எனக்குப் பிடித்த சில எழுத்தாளர்களின் கதையைச் சொல்ல வேண்டும் எனத் தோன்றும். அப்படிச் சொல்வதாக முடிவு செய்த கதையை மீண்டும் ஒருமுறை வாசிப்பேன். சமீபத்தில் தி.ஜா.ரா. அவர்களின் ஒரு கதை சொன்னேன். ஒரு சமையல்காரர் சமைத்த உணவில் பாம்பு விழுந்துவிடும். அது தெரியாமல் பரிமாறி அதைச் சாப்பிட்ட ஒருவர் இறந்துவிடுவார். அதனால் ஏற்படும் குற்ற உணர்வுதான் அந்தக் கதை. அது எனக்கு மிகவும் பிடித்த கதை. அது ஒரு இருபது ஆண்டுகளாக என் மனதில் இருக்கிறது. அதைச் சொல்லும் தருணத்திற்காகக் காத்துக் கொண்டிருந்தேன். அன்று அந்தக் கதையைச் சொல்லி முடித்ததும் அப்படி, ஒரு ஆசுவாசம்.

இன்னொன்று வாசிப்பதற்கும் கதை சொல்வதற்கும் இடையில் உண்மையில் ஒரு பெரிய ரசாயன மாற்றம் எல்லாம் ஏற்பட்டு விடுவதில்லை. அது ஒரு செயல்முறை (Process) இது ஒரு செயல்முறை. ஒரு கதையை வாசிக்கும்போது ஒரு வாசகனாகத்தான் கதைகளை வாசிக்கிறேன். ஆனால் அதைச் சொல்லும்போது எங்கிருந்து சொல்வது என்பதை மனது தீர்மானிக்கிறது. உதாரணமாக, காண்டாமணி கதையில் மெஸ் நடத்துபவர் பெயர் மார்க்கபந்து. அவர் சாதத்தைப் பரிமாறுவதற்கு வெண்கலத்தில் ஒரு முறம் வைத்திருப்பார். அந்த முறத்தில் கரண்டியால் டமால் டுமீல் எனச் சப்தம் வரும்படி. தட்டிக்கொண்டே இருப்பார். அது பயங்கரமாக ஆர்ப்பாட்டம் பண்ணுவதாகத் தோன்றும். அந்த இடத்தில் ஜானகிராமன் எழுதியிருப்பார், “எத்தனை ஆர்ப்பாட்டம் செய்தாலும் அந்த இடத்தில் அந்த முறமோ, கரண்டியோ அல்லது மார்க்கபந்துவின் கைகளோ எஜமானன் இல்லை. அங்கே உண்மையான எஜமானன் மார்க்கபந்துவின் மனசுதான். அங்கே அவர் மனது இன்னும் ஒரு கவளம்

சோறு போடு என்று சொன்னால்தான் கரண்டியில் இருந்து சாதம் இறங்கும்" என்று. இது ஒரு ஆழ்ந்தம் Literaryயான இடம். அதேதான் எனக்கும்.

ஒரு கதை சொல்வதன் மூலம் அடையக்கூடிய பரிணாமம் என்பதாகப் பார்த்தால் அதனை மூன்று படிநிலைகளாக எடுத்துக்கொள்ளலாம். கதையை எழுதியவர், அதனைச் சொல்லுபவர் மற்றும் கேட்கும் வாசகர். எழுத்தாளர் ஒரு பார்வையில் அந்தக் கதையை எழுதியிருப்பார். முற்றிலும் அதே பார்வையில் அந்தக் கதையை நான் சொல்ல வாய்த்தால் அது பெரிய அதிசயம். அது உண்மையில் அந்த எழுத்தாளருக்கு நான் செய்கின்ற மிகப்பெரிய நியாயம் அல்லது நற்செயல், எப்படி வேண்டுமானாலும் எடுத்துக் கொள்ளலாம். சில நேரங்களில் அந்த எழுத்தாளர் சொல்வதற்கு மாறாக நான் வேறொரு புரிதலோடும் சொல்ல தேரிடலாம். ஆனால் வாசகனை இந்த இரண்டு பேரையும் விட மிக முக்கியமானவனாகவும் மிகுந்த நுட்பமுடையவனாகவும் நான் கருதுகிறேன். வாசகன் ஒரு கதையை வாசிக்கும்போது எழுத்தாளர் எழுதியிருப்பதைத்தான் நான் சொல்லியிருக்கிறேனா என கவனிக்க வேண்டும்.

கதை சொல்லும்போது நிறைய சின்னச்சின்ன தப்புகள், சில பெரிய தப்புகள் எல்லாம்கூட நான் செய்திருக்கிறேன். ஆனால் அவ்விதமான தவறுகளை ஒரு வாசகன் சுட்டிக்காட்டும்போது அதை முழுமனதோடு ஏற்றுக்கொள்கிறேன். அப்படித்தான் சொல்லுவேன் என்கிற பிடிவாதமெல்லாம் எப்போதும் என்னிடம் கிடையாது. ஒரு கதையைச் சொல்லும்போது அதன் கருத்துக்கள் மாறும்படியோ அல்லது அதன் ஆன்மாவைச் சிதைக்கும்படியோ சொன்னால் என்னோடு பயணம் செய்துகொண்டிருக்கும் வாசகர்கள் என்னைத் தட்டிக் கேட்கலாம், என்னைத் திருத்தலாம், என்னைச் சரிபடுத்தலாம் என்பதை இங்கே சொல்லிக்கொள்கிறேன்.

அடிப்படையில் நீங்கள் ஒரு கம்யூனிஸ்ட். ஒரு கம்யூனிஸ்ட்டாக உங்களுடைய வாழ்க்கை எங்கே ஆரம்பித்தது? எப்படி பயணப்பட்டுக் கொண்டிருக்கிறது?

கம்யூனிஸ்ட் என்கிற வார்த்தை ரொம்பப் பெரிய வார்த்தையா எனக்குத் தோணுது. திரு. ஜெயகாந்தன்

ஒருமுறை திருவண்ணாமலையில் ஒரு கூட்டத்தில் பேசும்போது "I am not a card holder but a real communist, கட்சியில் கொடுக்கப்படுகின்ற அடையாள அட்டையை மட்டும் வாங்கி வைத்துக்கொள்கிற ஆள் கிடையாது நான். ஒரு கம்யூனிஸ்ட்டாக வாழ்வது எப்படி என்பதை நோக்கித் தினம்தினம் நகர்ந்துகொண்டிருக்கிற ஒரு மானுடன் நான்" என்றார். உண்மையில் நானும் அதுதான். எனக்கு என் குறித்த சுய பெருமிதங்கள் இருக்கிறதல்லவா, அதாவது இந்த உலகம் என்னை எப்படிப் பார்க்கிறது என்பதைக் குறித்த கவலை இல்லை. அதையெல்லாம் தாண்டி ஒவ்வொரு மனிதனுக்கும் தெரியும். தான் என்னவாக இருக்கிறோம் என்று. அந்த வகையில் ஒருநாளும் மன அளவில் ஜாதியாகவோ, மதமாகவோ என்னை நான் உணர்ந்ததில்லை. வெளியே வேறாகவும் உள்ளே வேறாகவும் இருக்கின்ற, இரண்டிற்கும் எந்தச் சம்பந்தமும் இல்லாது இருக்கின்ற லட்சக்கணக்கானவர்களைப் பார்த்திருக்கிறேன். நான் ஒருநாளும் அப்படி என்னை உணர்ந்ததே இல்லை. அதுதான் ஒரு கம்யூனிஸ்ட்டாக வாழ்வதற்கான நிலையை நோக்கி நகர்வதற்கான ஆயத்தம் என நினைக்கிறேன். அது என்னிடம் இருக்கிறது என நான் சொல்லிக்கொள்ள முடியும். கம்யூனிஸ்ட் என எடுத்துக்கொண்டால் எனக்கு சி.பி.எம். கட்சியை ரொம்பப் பிடிக்கும். அவர்களோடு இணைந்து பல வேலைகள் செய்திருக்கிறேன். அரசியல் ரீதியாக நிறைய அவர்களோடு இயங்கியிருக்கிறேன். ஆனால் நான் படித்து, பார்த்து வளர்ந்த கம்யூனிஸ்ட் இயக்கங்களில் இருந்து எனது நேர் வாழ்க்கையில், சொந்த அனுபவத்தில், களப்பணியில் நான் பார்த்தது முற்றிலும் வேறாக இருந்தது. ரொம்பக் குறையாகவெல்லாம் சொல்லவில்லை. நான் இன்னைக்கும் சி.பி.எம். மில்தான் இருக்கிறேன், இப்போதும் சி.பி.எம். ஐ நேசிக்கிறேன். ஒரு வேளை புத்தகங்களில், காவியங்களில், காப்பியங்களில் படிப்பதெல்லாம் நிதர்சனமாக வரும்போது இவ்வளவு குறைகளோடுதான்வருமோ எனத் தோன்றுகிறது. அப்படித்தான் இதை எடுத்துக்கொள்கிறேன். அந்த அனுபவங்கள் சந்தோசமானதாக இல்லை.

நானெல்லாம் சி.பி.எம். மில் கட்சிக்காக ரொம்பவும் கீழே இறங்கி வேலை பார்த்தவன். எல்லா வேலைகளையும் பார்த்திருக்கிறேன். ரொம்பவும் மேல் என்பதான வேலைகளையும் செய்திருக்கிறேன். இரண்டும் சேர்ந்த கலவைதான் என்னோட மொத்த இந்த முப்பது வருடங்களுக்கான சாரம்னு சொல்லலாம். இப்பவும் தொடர்ந்து சி.பி.எம். உடனும், கம்யூனிச சித்தாந்தத்துடனும் தொடர்ந்து பயணித்துக் கொண்டுதான் இருக்கிறேன். அதில் எந்த மாற்றமும் இல்லை. இந்த ஆண்டு என்ன ஆனது என்றால் என்னுடைய கட்சி உறுப்பினர் பதிவு விடுபட்டுவிட்டது. விடுபட்டுவிட்டது என்றால் technical error னு சொல்லுவோமே அதைப் போன்று. அப்படியான ஒரு technical error ல் ஒரு உறுப்பினரின் பதிவு விடுபட்டுப் போகும்போது ஒரு கட்சி பதற வேண்டும். உதாரணமாக என்னை இங்கிருந்து இன்னொரு ஊருக்குப் பணி மாற்றம் செய்கிறீர்கள் என வைத்துக்கொள்ளலாம். அப்படிப் பணிமாற்றம் செய்யப்பட்ட கிளையில் போய் நான் என்னைப் பதிப்பித்துக்கொள்ள வேண்டும். ஆனால் என்னால் அந்தக் கிளைக்கே போக முடியவில்லை, எனக்கு ஏராளமான மன உளைச்சல், பணிச்சுமைகள் காரணமாக நான் சரியான நேரத்துக்குப் போகலை எனில் அது ஒரு சின்ன error தான். அப்போ நான் மனரீதியா என்னவாக இருக்கிறேன்? நான் என்னவாக இருக்க வேண்டும் என்று ஒரு கட்சி கவனிக்க வேண்டும். அப்படி என்னை கட்சி கவனிக்கத் தவறிவிட்டது என நான் நினைக்கிறேன். இன்னும் பல பேர் எனக்கு அப்படி ஒரு technical error வந்தற்காக சந்தோசப்பட்டனர். அட, இதுக்காகவாய்யா சந்தோசப்படுறீங்க... ரைட்... நான் உறுப்பினர் பதிவு பண்றதையே விட்டுவிடுகிறேன் என்று பதிவு பண்ணாமலேயே விட்டுவிட்டேன். முப்பது வருடமாகக் கட்சியில் எனக்கு உறுப்பினர் பதிவு இருந்தது. இந்த ஆண்டு இல்லை. யாரும் அதற்காக வருத்தப்படவும் இல்லை. பரவாயில்லை. அப்படி வருத்தப்படாத கட்சியில் போய் நாம் எதற்கு இருக்க வேண்டும் என்று விட்டுட்டேன். ஆனால் இன்றைக்கும் நான் சி.பி.எம். கட்சியை ஆதரிப்பவன்தான்.

எல்லா நாளும் கார்த்திகை மனிதர்கள் குறித்து?

ஒரு பத்திரிக்கையில் இருந்து என்னிடம் உங்கள் நண்பர்கள், உங்கள் வீட்டிற்கு வருகின்ற தோழர்கள் பற்றி ஒரு தொடர் எழுதித்தரக் கேட்டார்கள். அப்பொழுதுதான் யோசித்துப் பார்த்தேன்... நம் வீட்டிற்கு யாரெல்லாம் வந்திருக்கிறார்களென்று. பயங்கரமா இருந்துச்சு. இலக்கியத்தில், சினிமாவில், அரசியலில், மிகப்பெரிய உயரத்திலிருப்பவர்களில் இருந்து மிகச்சாதாரணமாக அடுத்த சாப்பாட்டிற்காக, ஒரு சின்ன இடம் கிடைக்குமா என்பது வரையான நண்பர்கள் எல்லாம் வீட்டிற்கு வந்துகொண்டே இருக்கிறார்கள். இப்படி எல்லோரும் வந்து போகும் இடமாக எங்கள் வீடு இருக்கிறது என்பதே எனக்கு சந்தோசமாக இருந்தது. சரி அவர்களைப் பற்றி ஒரு தொடர் எழுதலாமே என்றுதான் அந்தத் தொடரை எழுத ஆரம்பித்தேன். அது ஒரு மகா வெற்றிகரமான தொடராக வந்தது. அந்தப் புத்தகமே இதுவரை ஐந்து பதிப்புகள் வந்துவிட்டது. அந்தத் தொடர் பத்திரிக்கையில் வந்துகொண்டிருக்கும்போதெல்லாம் தினமும் எங்களுக்குப் பத்துப் பதினைந்து அலைபேசி அழைப்புகள் வரும். பயங்கர சந்தோசமாக நான் எழுதினேன். அதை எழுதி முடித்துப் புத்தகமாக வந்தபோது எல்லோரும் என்னிடம் சொன்ன ஒரு விசயம் "நீ மனிதர்களிடம் இருக்கும் நல்ல பக்கங்களையே எப்போதும் பார்க்கிறாய், தவறுகளைப் பார்ப்பதே இல்லை" என்று. சந்தோசம். எதற்காகத் தவறுகளைப் பார்க்க வேண்டும்?

ஜி.நாகராஜனைப் பற்றி எழுத்தாளர் சுந்தர ராமசாமி சொல்வார், ஜி. நாகராஜன் புழக்கடையில் போய் உட்கார்ந்து வீட்டிலிருந்து எவ்வளவு கழிவு வருகிறது, எவ்வளவு அழுக்கு வருகிறது, எவ்வளவு குப்பை வருகிறதுன்னு பார்ப்பார் என்று. ஆனால் எனக்கு வாசலில் உட்காரத்தான் பிடிக்கும். மனிதர்களின் இருட்டான பக்கங்கள் எனக்குத் தேவையில்லாதது. வேறு யாராவது அதைச் செய்யட்டும். நான் அவர்களின் நல்லப் பக்கங்களை மட்டுமே பார்க்க, பேச விரும்புகிறேன். மனிதர்களின் நல்ல பக்கங்களின் அம்சங்கள் பொருந்தியதே நான்.

உங்களுடைய நட்பு மற்றும் நண்பர்கள் பற்றி?

குறைந்தது ஆயிரம் நண்பர்கள் இருக்கிறார்கள். ஆனால் மிக நெருக்கமாக எல்லாவற்றையும் பகிர்ந்துகொள்ளக்கூடிய நண்பர்கள் என்றால் யாருமில்லை என்றுதான் சொல்ல முடியும். ஒரு இடைவெளிக்கு இடம்பெயர்ந்த நண்பர்கள்தான் அநேகமாக அத்தனைப் பேரும். அரை அங்குல இடை வெளியில் இருப்பவர்கள் மிகவும் குறைவு. நான் பெரும்பாலும் தனிமையில்தான் இருக்கிறேன். எழுத்தாளன் எப்போதும் தனிமையைத் தேடுபவன்தான். ஆயிரக்கணக்கான நண்பர்களை உடையவன் என்னும் பேறு பெற்றவன் என்பதால் நீங்கள் நம்புவதற்கு ஆச்சர்யமான ஒன்றைச் சொல்கிறேன். எனக்கு உடைகள், காலணிகள், ஷைலஜாவிற்குப் புடவைகள், அவருக்கு மிகவும் விருப்பமான வளையல்கள் என்று இரண்டு அலமாரிகள் நிறையுமளவிற்கு நண்பர்கள் அன்பின் நிமித்தம் பகிர்ந்துகொள்கிறார்கள். எதிர்பார்ப்பற்றுப் பழகும் இவ்வளவு மனிதர்களைச் சம்பாதித்ததுததான் என் வாழ்வின் மிகப்பெரிய மகிழ்ச்சியாகக் கருதுகிறேன்.

நண்பர்களிடமிருந்து எதைப் பெற்றுக்ககாள்ள விரும்புகிறீர்கள்? எதை அவர்களுக்குத் தர விரும்புகிறீர்கள்?

ஒன்றைத்தான். அது அன்பு மட்டுமே.

தமிழ் மொழிபெயர்ப்புச் சூழல் பற்றித் தங்களது கருத்து?

இந்தக் கேள்விக்கான பதிலைச் சில சொற்களில் அடக்கிவிட முடியாது. தமிழ் மொழிபெயர்ப்பு பற்றிப் பேசுவது என்பதே ஆயிரம் பக்கங்களுக்கு மேல் எழுதுவதைப்போல் சற்று கடினமான காரியம். எனக்கு நெருக்கமான மொழிபெயர்ப்பு என்று நீங்கள் கேட்பதாக இருந்தால், மலையாள மொழிபெயர்ப்பை முன்வைப்பேன். என் வீட்டிலே நான்கைந்து மொழிபெயர்ப்பாளர்கள் இருக்கின்றார்கள். நான் இரு மொழி இலக்கியச் சூழலை நெருங்கிக் கவனிப்பதால் சொல்கிறேன். பொதுப்புத்தியில் மலையாளக் கதைகள் தமிழைவிட உயர்வான இடத்தில் இருப்பதாகச் சொல்லிக்கொள்வார்கள். ஆனால் உண்மையில் அப்படி இல்லை. ஏனென்றால், தமிழில்தான் நிறைய புதிய முயற்சிகள், மொழியைக் கையாளும் திறன், மேலும் நுட்பமான கதை சொல்லுதல் என்று மெச்சத்தகுந்த

இடத்தில் மலையாளத்தில் இருந்து நிறையவே கதைகள் தமிழுக்கு மொழிபெயர்ப்பாகி வந்திருக்கின்றன. ஆனால் தமிழில் இருந்து மலையாளத்திற்கு மொழிபெயர்ப்பானது தற்காலிகச் சூழலில் எதுவுமில்லை. எஸ்.ரா. அவர்களின் கதைகளும் கூட இல்லை என்பது வருத்தமே. நான் தொடர்ந்து மலையாள இலக்கிய வட்டத்தில் பேசுகையில் எல்லாம் தவறாமல் தமிழ் மொழிபெயர்ப்பு குறித்துப் பேசிவருகிறேன்.

தமிழ்ப் புத்தகங்கள் மலையாளத்தில் மொழிபெயர்ப்பு ஆகாததற்குக் காரணம் ஏதேனும் உண்டா?

காரணம் என்றால், அவர்களிடம் சரியான அமைப்புகள் இல்லை எனலாம். அல்லது இத்தகைய செயல்முறைகளை முன்னெடுத்துச் செய்வதற்கு யாரும் முன்வரவில்லை என்றும் சொல்லலாம். அதையெல்லாம் தாண்டி மலையான உலகம் தமிழ்ச் சூழலை மெத்தனமாக நினைக்கின்றார்களோ என்றும் எனக்குத் தோன்றும்.

உங்களது நடிப்பைப் பற்றிச் சொல்லுங்கள்?

இயக்குநர் ராஜூமுருகன்தான் முதன்முதலில் நடிக்க அழைத்தவர். முதலில் மறுத்தாலும் பிறகு அந்தக் கதாபாத்திரத்தை நான் ஏற்று நடிக்க வேண்டியதானது. காரணம் நண்பர்களிடம் நான் பெரும்பாலும் மறுப்பு தெரிவிப்பதில்லை. எனது நண்பர்களுக்கு ஒருபோதும் என்னால் மறுப்பு சொல்ல முடியாது. பிறகு மிஷ்கின் மற்றும் ராம் அவர்களின் திரைப்படங்களிலும் தொடர்ந்து நடிக்க வாய்ப்புகள் வந்தன. அடிப்படையில் நான் நடிக்கப் பிரியப்படுபவன் இல்லை. நடிப்பின் மீது பெரிய ஆர்வம் ஒன்றும் இல்லை. பள்ளி நாட்களில் நான் இருபது பேர் கொண்ட மேடை நாடகங்களில் இறுதியில் நிற்கும் இருபதாவது ஆளாகவே எப்போதும் இருந்திருக்கிறேன். என்ன செய்ய.. படங்களில் நடிக்க வந்துவிட்டேன். நான் நடித்த படங்களுக்குப் பின்னால் ஏன் நடித்தேன் என்பதற்கான கதைகள் இருக்கிறது. நண்பர்களுடன் பணி செய்வதால் புளங்காகிதம் அடைகிறேன். நுட்பமான விமர்சகர்கள் பவா நடிக்கத்தெரியாதவர்தான் ஆனாலும் அவரது வருகை கதாபாத்திரத்தில் ஒரு நிறைவைத் தருகிறது என்ற விமர்சனங்களை முன் வைத்திருக்கிறார்கள்.

சமகால எழுத்தாளர்களைப் பற்றி உங்களது கருத்து?

ஏற்கனவே சொன்னதைப் போலவே மலையாளச் சூழலைவிடவும் தமிழில் இளைய தலைமுறை எழுத்தாளர்கள் புதிய முயற்சிகளைச் செய்துவருகிறார்கள். நரன், லக்ஷ்மி சரவணகுமார், கே.என்.செந்தில், அகரமுதல்வன், திருச்செந்தாழை, ஜீவ கரிகாலன் என்று பட்டியலிடுமளவு நிறைய திறமையான எழுத்தாளர்கள் தமிழில் இருக்கின்றார்கள்.

இன்றைய எழுத்தாளர்கள் மொழியை அடுத்த கட்டத்திற்கு நகர்த்திக்கொண்டு செல்கிறார்களா?

நிச்சயமாக. ஒவ்வொரு காலகட்டத்திலும் தமிழ்ச்சமூக எழுத்தாளர்கள் தமிழ் மொழியையும் நுட்பத்தையும், வளத்தையும் அடுத்த கட்டத்திற்கு முன்னெடுத்துக்கொண்டே இருக்கிறார்கள். ஒருமுறை ஜெயகாந்தன் அவர்கள் சொன்னது நியாபகம் வருகிறது, "நானெல்லாம் எழுதியும் தமிழ்மொழி சாகாமல்தான் இருக்கிறது? என்று. ஆக தமிழ் மொழியைச் சாகடிக்க முடியாது. அதன் வளர்ச்சி நடந்தே தீரும். மொழியை வளர்க்கிறேன் என்று சொல்பவர்கள் அல்ல எழுத்தாளர்கள். அவர்கள் அதையே ஒரு கதையாக்கி மொழியின் நுட்பத்தை எழுதிக் காண்பிப்பவர்கள். நானும் அந்த பணியைச் செய்யவே விரும்புகிறேன்.

சமகாலத்தில் எளிமையாக எழுதுவதாகச் சொல்லி மொழியைச் சிதைக்கின்றார்கள் என்ற குற்றச்சாட்டு வைக்கப்படுவதைப் பற்றி?

எல்லாக் காலக்கட்டத்திலும் இப்படியான ஒரு கேள்வியைச் சமூகம் நம்முன் வைத்துக் கொண்டுதான் இருக்கிறது. தமிழ்ச்சமூகம் தோன்றி, கலை இலக்கியம் தோன்றிய எல்லாக் காலங்களிலும் இப்படிப்பட்ட போலியான ஆட்கள் இருந்துகொண்டே இருப்பார்கள். எளிமையாக எழுதுவதாகச் சொல்லி மொழியைச் சிதைத்திருக்கிறார்கள். ஆனால் உண்மையான கலைஞன் மட்டுமே காலம் தாண்டியும் நிற்பான். காலம் சல்லடை போட்டு அவனை இவ்வுலகிற்கு எடுத்துக் காண்பிக்கும்.

இப்போது பேசப்படுகிற பின்நவீனத்துவம் என்பது பண்பாட்டையும் கலையையும் சிதைப்பதாகச் சொல்கிறார்களே?

பின்நவீனத்துவம் என்பது ஒரு வடிவம்தான். தமிழ்ச் சூழலுக்குத் தேவையா என்பது எனக்குத் தெரியவில்லை. உதாரணத்திற்கு ஈழ நிலத்தில் போர் நடந்தேறிய நிகழ்வைக் கவிதையாகவோ, கதையாகவோ சொல்வதற்காக எதார்த்தத்தையும், பின் நவீனத்துவத்தையும் கையாண்டார்கள். அந்த நிலம் அதை நிர்பந்தித்தது. தமிழ்மண்ணில் இத்தகைய சூழல் இல்லாததால் எதார்த்தவாதம்தான் சரியாகப் பொருந்துகிறது. எந்த இசங்கள் இங்கே பயணித்தாலும் கடைசியாக எதார்த்தவாதாமே நிற்கும்.

திருவண்ணாமலை?

தண்ணீரை விட்டுத் தரைக்கு வந்த மீனால் வாழ முடியாது. ஒரு மீனுக்குத் தண்ணீர் எப்படியோ அப்படி எனக்குத் திருவண்ணாமலை. திருவண்ணாமலையே எனக்குத் தண்ணீர், எனக்கு சுவாசம். இந்த மண் என் இரத்தத்தில் கலந்திருக்கிற ஒன்று. இங்கு இருக்கும் என் மக்களைப் பற்றி நிறைய கதைகளை எழுதவேண்டும்.

இயக்கங்களுடன் இருக்கும் தொடர்பு?

தமிழ்நாடு முற்போக்கு எழுத்தாளர் சங்கம். சங்கம் மட்டுமே என் தொடர்பில் இருந்த ஒன்று. சங்கம் விட்டு வெளியேறி பத்துவருடங்கள் ஆகிறது. முக்கியக் காரணம், எழுதுவதற்கான சூழல் இல்லை. சங்கத்தால் மனக்கசப்புகள் அதிகம். சிலவற்றை யோசிக்கையில் அங்கேயே இருந்திருக்கலாம் என்றும் தோன்றும். சில அவச்சொற்களைத் தவிர்க்கும் பொருட்டு விலகியிருக்க வேண்டியதாகிவிட்டது.

புனைவு.. உங்கள் பார்வை?

புனைவு இல்லாமல் என்னால் ஒரு வரியைக்கூட எழுத முடியாது. புனைவுதான் உணர்வைத் தருகிறது. புனைவுதான் மனவெழுச்சியைத் தருகிறது. புனைவுதான் உணர்ச்சிகளைக் கிளர்ந்தெழச் செய்கிறது. எனக்குப் புனைவு மிகவும் பிடித்த ஒன்று.

படைப்புலகம் சார்ந்த உங்களது கனவு?

ஒரு நாவல் எழுதும் திட்டம் இருக்கிறது. அதற்கான வேலைகள் துவங்கி ஆயிற்று. என் மண் சார்ந்த இந்த நாவலைப் பத்து பாகங்களாகக் கொண்டுவரத் கிட்டம்.

பவா யார் என்றால்?

நான் அடிப்படையில் விவசாயி. ஒரு நாளின் முழுமையிலும் வயல்களில் இருக்க வேண்டும் என்றே விரும்புகிறேன். மண் பற்றியும், மக்களைப் பற்றியும் புதிதுபுதிதாக எழுத வேண்டும். இயற்கையுடன் வாழ்ந்து எழுத்துக்களுடன் பயணிக்க வேண்டும் என்று நினைக்கிறேன்.

உங்களை நேசிப்பவர்களுக்கு, உங்கள் வாசகர்களுக்கு, உங்களை ரசிப்பவர்களுக்கு ஒற்றை வரியில் ஏதேனும் சொல்ல வேண்டும் என்றால்?

(புன்னகையோடே சொல்கிறார்...) நிறைய வாசியுங்கள்.

திட்டமெல்லாம்
கலைக்கு எதிரானது

இந்து தமிழ் திசைக்காக
மண்குதிரை

பவா செல்லதுரை, எழுத்தாளர், கலைச் செயற்பாட்டாளர், நடிகர் எனப் பன்முகம் கொண்டவர். தீவிர இலக்கியக் கதைகள் பலவற்றைத் தன் தனித்தக் குரல் வழியாக பெரும் வாசகப் பரப்புக்கு எடுத்துச் சென்ற கதை சொல்லி. இவரது கதை சொல்லும் காணொளிகள் யூடியுபில் லட்சக்கணக்கான பார்வைகளைப் பெற்றுள்ளன.

உத்வேகத்துடன் தமிழிலக்கியத்தில் இயங்குபவர் நீங்கள்?

ஜெயமோகன். எஸ்.ராமகிருஷ்ணன், தமிழ்ச்செல்வன், கோணங்கி, போப்பு, ஷாஜகான், நான் என எங்கள் ஏழுபேருடைய தமிழ்ச் சிறுகதைகளுடன் அவற்றுக்கு நிகரான லத்தீன் அமெரிக்கச் சிறுகதைகளுடன் 'ஸ்பானிய சிறகுகளும் வீரவாளும்' தொகுப்பு தமிழ் இலக்கியத்தின் முகத்தையே மாற்றியது. அன்றைக்கு இலக்கியத்தில் இதைப் பற்றிப் பேசாதவர்கள் கிடையாது. இதில் ஜெயமோகனும் ராமகிருஷ்ணனும் தீவிரமாக எழுதிவருகிறார்கள். நான் தமிழ்நாடு முற்போக்குச் சங்கத்தில் சில ஆண்டுகள்

செயல்பட்டேன். என்னால் எழுதவும் வாசிக்கவும் முடியாத அளவுக்கு பணிகள் செய்தேன். பிறகு, இது ஒரு களப்பணியாளன் செய்ய வேண்டியது; படைப்பாளி அல்ல என அதிலிருந்து வெளியே வந்தேன்.

கதைச் சொல்லும் கலையை முதலில் எப்போதுத் தொடங்கினீர்கள்?

நான் வாசித்த ஒரு கதையைப் பலரிடம் சொல்ல வேண்டும் என நினைப்பவன். அப்படி நண்பர் ஒருவரிடம் பேசிக்கொண்டிருந்தபோது "நீ இந்தப் பேச்சில் பன்னிரெண்டு கதைகளைச் சொல்லியிருக்கிறாய்" என்றார். அவர் திருவண்ணாமலையில் நடத்திவந்த பல் சமய உரையாடல் மையத்தில் ஒவ்வொரு வெள்ளிக்கிழமை மாலையும் கதைசொல்லும் நிகழ்ச்சி நடத்தலாம் என்ற யோசனையையும் அவர்தான் சொன்னார். ஒரு படைப்பாளியாக இந்தப் புதிய முயற்சியில் எனக்கு விருப்பம் இருந்தது. அப்படி தொடங்கப்பட்டதுதான் இந்த புதிய நிகழ்வு.

இதன் நோக்கம் என்ன?

நோக்கமெல்லாம் எதுவுமில்லை. கதை சொல்ல ஆரம்பித்தேன் அவ்வளவுதான். ஷோபா சக்தியின் கதையிலிருந்து இதைத் தொடங்கினேன். கதை சொல்லத் தேர்ந்தெடுக்கும் எழுத்தாளர்களின் மூன்று கதைகளைச் சொல்வது, அவர்களது புத்தகங்களை அந்த வளாகத்தில் வாசகர்களுக்காகக் காட்சிப்படுத்துவது நாங்கள் வெள்ளிக்கிழமை மாலை கதை சொல்லும் நிகழ்ச்சியை நடத்துவோம். வாசகர்கள் சனி, ஞாயிறுகளில் அந்த எழுத்தாளர்களின் கதைகளை வாசிக்க வேண்டும் என்பது எங்கள் கனவு. கதைச்சொல்லல் என்பது வாசிப்பை எவ்விதத்திலும் மட்டுப்படுத்தக் கூடாது என்பதில் திட்டவட்டமாக இருந்தோம். தொடக்கத்தில் அறுபது பேர் வந்தார்கள். போகப் போக ஐநூறுக்கும் மேற்பட்ட வாசகர்கள் வரத் தொடங்கினர். இதில் வெளியுறுகளிலிருந்தும் கனிசனமான பார்வையாளர்கள் பங்கேற்றார்கள்.

'பெருங்கதையாடலை' எப்போதுத் தொடங்கினீர்கள்?

நவீன சிறுகதைகளைச் சொல்லும் 'கதை கேட்க வாங்க' நிகழ்ச்சி தொடர்ந்து நிகழ்ந்தபோது அந்த வடிவம்

நீர்த்துப் போய்விடுமோ என்ற பயம் எனக்கு இருந்தது. அதனால் அதிலிருந்து சற்று விலகி ஒரு நாவலை எடுத்துக் கதையாகச் சொல்லலாம் என நினைத்தேன். அதுதான் 'பெருங்கதையாடல்'. எங்கள் பத்தாயத்தில் உள்ள மாமர செரிவின் நிழலில் ஜெயகாந்தனின் 'ஒரு வீடு ஒரு மனிதன் ஒரு உலகம்' நாவலைச் இரண்டு மணி நேரம் சொன்னேன். நாஞ்சில் நாடன் அதைத் தொடங்கிவைத்தார். பிறகு திருவண்ணாமலைக்கு வெளியில் மதுரை அமெரிக்கன் கல்லூரி திறந்த வெளி அரங்கில் எஸ்.ராமகிருஷ்ணனின் 'இடக்கை' நாவலைச் சொன்னேன்.

யோகி ராம் சுரத்குமாருடன் நெருங்கிய நட்பு உங்களுக்கு உண்டு... அதைப் பற்றி கூறுங்களேன்.

யோகி ராம் சுரத்குமார் பற்றி என்னுடைய '19 D.M. சாரோனிலிருந்து...' என்கிற நூலில் விரிவாக ஐந்து பகுதிகளாக எழுதியிருக்கிறேன். கவிஞர் பிரமிள் 'தமிழில் நவீனத்துவம்' என்கிற பெயரில் புத்தகம் வெளியிட்டுருந்தார். அந்தப் புத்தகத்தை 'To My Impossible Friend' என்று ராம் சுரத்குமாருக்கு அர்ப்பணித்திருப்பார். அதைப் பார்த்துவிட்டுத்தான் ராம் சுரத்குமாரைப் பார்க்கப் போனேன். ஆன்மிக அனுபவம் வேண்டியோ சாமியாரைப் பார்க்க வேண்டும் என்றோ போகவில்லை. எனக்கும் ராம் சுரத்குமாருக்கும் அவரது இறுதிவரை நாட்கள் நல்ல நட்பு இருந்தது. தமிழின் நவீன இலக்கியப் போக்குகள் பற்றி அவ்வப்போது என்னிடம் கேட்டுத் தெரிந்துகொள்வார் அவர்.

உங்கள் சிறுகதைகளில் வட தமிழகத்துக்கே உரித்தான நிகழ்த்துக் கலைகள் மீதான ஈர்ப்பு வெளிப்படுவதுண்டு. கதைசொல்லலுக்கு இது ஆதாரமா?

நிச்சயமாக இருக்கலாம். நம்முடைய ஆதி மரபே கதை கேட்கும் மரபுதான். பிறகுதான் நமக்கு எழுத்துகள் வருகின்றன. ஆதியில் தன் அனுபவங்களைச் சைகையால், பிறகு சொற்களால் இன்னொருவனுக்குக் கடத்தினான். கதை வாசித்தல் மட்டும் போதும் எனச் சிலர் நினைக்கிறோம். ஆனால், கதை சொல்லல் இரண்டாம் பட்சமானது கிடையாது.

கதையைச் சொல்லும்போது அது முழுக்க முழுக்க உங்கள் பார்வையில்தான் இருக்கும். அதனால் பன்முகத் தன்மை பாதிக்கப்படாதா?

நிச்சயமாக இல்லை. நான் சொல்லும் கதையைக் கேட்கும் ஒரு சாதாரண வாசகன், கேட்பதற்கு முன்னும் கேட்டதற்குப் பின்னும் அந்தக் கதையை வாசிக்கப் போவதில்லை என வைத்துக்கொள்ளுங்கள். நான் கதை சொல்வது நன்மையா, இல்லையா? இன்னொரு விஷயம் எழுதுவதுதான் உயர்வான விஷயம் என எழுத்தாளர்கள் சிலர் நினைக்கிறார்கள். ஆனால், கதைசொல்வதும், எழுதுவதற்கான படைப்பு அவஸ்தையையும் உள்ளடக்கியதுதான். சில இடங்களில் எழுத்தாளரைத் தாண்டியும் போக முடியும்.

உதாரணம்?

ஒருமுறை ‘அபஸ்வரம்’ என்னும் ஒரு கதையை ஒரு மேடையில் சொன்னேன். மேடையிலிருந்த எழுத்தாளர் பிரபஞ்சன் அதைக் கேட்டுவிட்டு ரொம்பவும் உணர்ச்சிவசப்பட்டு எழுந்துவந்து கட்டிப்பிடித்து, “யார் சார் இந்த எழுத்தளார்? இவ்வளவு பிரமாதமா கதை எழுயிருக்கிறார்” என்றார். அது அவர் எழுதிய கதைதான். அதேபோல கோயம்புத்தூரில் ஜெயகாந்தனின் ‘பாரீசுக்குப் போ’ நாவலைச் சொன்னேன். அந்த நாவலில் முக்கியமான கதாபாத்திரங்கள் எல்லாம் இருப்பார்கள். ஆனால், அந்த நாவலில் வேலைக்காரரான முனுசாமியை மையப்படுத்திக்கொண்டே இருப்பேன். இந்த என் பார்வை வேறு ஒருவருக்கு இறுதி வாசிப்பு வரை அந்த முனுசாமி அகப்படாமலேயே போய்விடலாம்.

உங்கள் கதைச்சொல்லல், என் கதையை முழுவதுமாக வெளிப்படுத்தவில்லை என்று எழுத்தாளார்கள் யாராவது விமர்சித்திருக்கிறார்களா?

அப்படிச் சொன்ன ஒரே எழுத்தாளர் திலீப் குமார். அவருடைய ‘கானல்’ என்கிற கதையைச் சொன்னேன். அதைத் தவறாகக் ‘கானல் நீர்’ எனச் சொல்லிவிட்டேன். பிறகு வேறொரு நிகழ்ச்சியில் சந்திக்கும்போது “நீங்கள் என் கதையின் தலைப்பைத் தவறாகச் சொல்லிவிட்டீர்கள்” என்றார். மேலும் என் கதைகளைச் சொல்வதில் உடன்பாடில்லை என்றார். நான் உடனடியாக அவர் கதைகளை யூடியுபின்

தொகுப்பு : பேரா. சு.பிரேம் குமார் ◆ 31

பதிவிலிருந்து நீக்கிவிட்டேன். பதிலாக அவர் கதைகளை வாசித்துப் பதிவேற்றினேன். அது அவருக்குப் பிடித்திருந்தது.

கதைச்சொல்வதில் என்ன மாதிரியான இலக்கணத்தைப் பின்பற்றுகிறீர்கள்?

லத்தீன் அமெரிக்க எழுத்தாளர் மார்க்கேஸின் ‘செவ்வாய்க் கிழமை மதியத் தூக்கம்’ கதையை ஆர்.சிவக்குமார், அமரந்தா, வண்ணநிலவன் ஆகிய மூவ்ரும் மொழிபெயர்த்துள்ளார்கள். இந்த மூன்றில் வண்ணநிலவனின் மொழிபெயர்ப்புதான் எனக்குப் பிடித்திருந்தது. அவர்தான் அதன் ஆன்மாவைப் பின்பற்றி மொழிபெயர்த்திருந்தார். ஒரு எழுத்தாளனுக்குத்தான் அது சாத்தியம். நானும் கதைகளின் ஆன்மாவைத்தான் பிடிக்க விரும்புகிறேன். ஜெயகாந்தனின் ஒரு கதையில் அந்தப் பெண், மாங்காய் கடித்தாள் என்று சொல்லிவிட்டேன். ஆனால், புத்தகத்தில் புளியங்காய் என இருப்பதாக ஒரு வாசகர் சொன்னார். ரெண்டுமே புளிதானே?

எதிர்காலத் திட்டம்?

நேர்காணல் முடியப்போகிறது போல சிரிக்கிறார்). திட்டமெல்லாம் கலைக்கு எதிரானது. கனவுகள் நிறைய இருக்கிறது. ‘குற்றமும் தண்டனையும்’, ‘அன்னா கரீனா’, ‘ஜே.ஜே. சில குறிப்புகள்’ ஆகிய நாவல்களைச் சொல்ல வேண்டும். எம்.முகுந்தனின் ‘மய்யழிப்புழையுடே தீரங்களில்’ நாவலை மாஹே கடற்கரையில் சொல்ல வேண்டும். இதெல்லாம் திட்டமல்ல. கனவுதான்.

எழுத்தாளராக உங்கள் கனவு?

திருவண்ணாமலையில் கிட்டதட்ட பலநூறு வெளிநாட்டுக்காரர்கள் வசிக்கிறார்கள். இவர்களின் வாழ்க்கை, திருவண்ணாமலைக் காரர்களின் வாழ்க்கையிலிருந்து விலகியும் ஒட்டியும் இருக்கும். இவர்களைப் பற்றியான பதிவுகளை என் கதைகளில், கட்டுரைகளில் எழுதியிருக்கிறேன். நாவல் என்ற பெரும் கேன்வாஸில் இப்பொழுதுதான் இதை பதிவு செய்து வருகிறேன். திருவண்ணாமலைப் பின்னணியில் தமிழில் இதுவரை இல்லாத வகையில் இந்நாவலின் பேசுபொருள் இருக்கும். இவ்வாண்டு புத்தகக் காட்சியில் வெளிவரும் என்ற முன்னெடுப்பும் இன்னும் ஒரு மூன்று மாதத்திற்கு தள்ளிப்போகிறது.

என் வாழ்வில் பிக்பாஸ் என்பது ஒரு அனுபவம் மட்டுமே

indiaglitz தமிழ்ச் சேனலுக்காக
உதய்

எழுத்தாளர், கதை சொல்லி, சமூக செயல்பாட்டாளர், நடிகர் என பல்வேறு முகங்கள் கொண்ட திரு. பவா செல்லத்துரை பிக்பாஸ் நிகழ்ச்சியில் பங்கேற்று பின்னான பேட்டி.

நீங்கள் பிக்பாஸ் வீட்டில் இருந்த ஒரு வார காலத்தில் class room education பற்றி நீங்கள் சொன்ன கருத்தும் அதையொட்டி நடந்த விவாதங்களும் மிகப்பெரிய controversy யானது. இன்னும் சொல்லப்போனால் பிக்பாஸ் வீட்டைக் காட்டிலும் தமிழ்நாட்டிற்குள் உங்கள் கருத்து அதிகமாக விமர்சிக்கப்பட்டது. class room education தேவையில்லை என பவா சொல்லிவிட்டார் என குற்றச்சாட்டு எழுந்தது. நீங்கள் வெளியே வந்தபின் இவற்றைப் பார்த்தீர்களா? நீங்கள் சொல்லவந்த கருத்து சரியாக புரிந்துகொள்ளப்பட்டதா?

இல்லை. பிக்பாஸ் வீட்டில் இருந்து வெளியே வந்து இவற்றை பார்த்த போதுதான் ஷாக் ஆனேன். நாம்

தொகுப்பு : பேரா. சு.பிரேம் குமார் ◆ 33

ஆத்மார்த்தமாக பேசிய ஒரு கருத்தை எடிட்டிங் போன்ற சில உத்திகள் மூலம் எப்படி தவறாக சித்தரிக்க முடியும் என்பது புரிந்தது. ஆனால் அதைவிட எனக்கு அதிர்ச்சியாக இருந்தது அதை உண்மை என நம்பி நான் பெரிதாக மதித்துக்கொண்டிருந்த பல intellectual ஆட்கள் என்னை கேள்வி கேட்டதுதான்.

படிப்பு வேண்டாம் என எந்த முட்டாளும், ஏன் மனநிலை பிறழ்வு கொண்டவன் கூட சொல்லமாட்டான். ஆனால் அங்கு நடந்தது என்வென்றால் ஒரு பெண் 'என்ன விட்டிருங்க. எனக்கு படிப்பு வரவில்லை' எனச் சொல்கிறாள். ஆனால் அங்கிருந்தவர்களில் படித்தவர்களாக தங்களை காட்டிக்கொள்ள நினைத்தவர்கள் 'ஏய்.. படிக்காம என்ன பண்ண போற? நீ படிச்சுதான் ஆகணும்' என அவளை கட்டாயப்படுத்துகிறார்கள். அப்படியான ஒரு சூழ்நிலையில் ஒரு படைப்பாளியாக அந்த பெண் பக்கம் நிற்க வேண்டிய கட்டாயம் எனக்கிருந்தது. பிரபஞ்சன் 'மரி என்கிற ஆட்டுக்குட்டி' என்றொரு கதை எழுதியிருப்பார். அந்த கதையில் பள்ளிக்கூடத்திற்கே வராத மரி என்கிற ஒரு பெண்ணின் பக்கத்தில்தான் ஒரு ஆசிரியர் நிற்பார். அப்படிதான் பிக்பாஸில் ஜோவிகா என்ற அந்தப் பெண்ணை மெத்தப் படித்தவர்களாக நினைக்கும் ஆட்கள் எல்லோரும் சூழ்ந்துகொண்டு கார்னர் செய்தபோது மரி என்ற ஆட்டுக்குட்டியை போல அணைத்துப்பிடிக்க வேண்டிய நிர்பந்தம் எனக்கிருந்தது. அதனால்தான் அன்று அவள் பக்கம் நான் நின்றுகொண்டிருந்தேன். அவளுக்கு ஆதரவு தெரிவிக்கும் விதத்தில் கமராஜர் கமலஹாசன் போன்றவர்கள் எல்லாம் பெரிதாக படிக்கவில்லை என சொல்ல வேண்டியிருந்தது. ஆனால் இவற்றை எதிர்மறையாக எடுத்துக்கொண்டு பவா படிக்கவேண்டாம் என சொல்லிவிட்டதாக பலர் சொல்லிக்கொண்டிருக்கிறார்கள். நான் என் வாழ்நாளில் குறைந்தபட்சம் ஒரு 200 மாணவர்களையாவது படிக்க வைத்திருப்பேன். கடந்தவருடம் மட்டும் இரவு பகலாக பயணம் செய்து கிட்டத்தட்ட ஒன்றரை லட்சம் கல்லூரி மாணவர்களோடு நான் உரையாடி இருக்கிறேன். மாபெரும் தமிழ்க்கனவு போன்ற பல மேடைகளில் பேசியிருக்கிறேன். ஒவ்வொரு கல்லூரியிலும் கிட்டத்தட்ட இரண்டாயிரம்

மாணவர்களுக்கிடையே கல்வியை பற்றி பேசியிருக்கிறேன். இது மிகப்பெரிய விவாதமாக மாறியபோது 'பவாண்ணா தான் எனக்கு பீஸ் கட்டினார், பவா சார் தான் என்ன படிக்க வச்சார்ன்னு' இன்றும் பலர் இதைப் பற்றி முகநூலில் எழுதுகிறார்கள்.

ஆனால் அதே நேரத்தில் ஒரு படைப்பாளியாக இன்றைக்கு இருக்கக்கூடிய எஜூகேசன் சிஸ்டம், நமக்கு தரப்படுகின்ற கல்வி, வகுப்பறை மற்றும் கற்பித்தல் முறைகள் ஆகியவற்றில் மேல் எனக்கு முழு உடன்பாடில்லை. கல்வி என்பது இது இல்லை. தமிழில் P.hd பண்ணக்கூடிய ஒரு மாணவன் புதுமைப்பித்தன், கு.பா.ரா, அழகிரிசாமி போன்ற மகத்தான எழுத்தாளர்களின் பெயர் கூட தெரியாமல் பட்டம் பெற முடியும் என பிரபஞ்சன் அடிக்கடி சொல்லுவார். இந்த அபத்தத்தை ரைட்டர் சொல்லாம வேற எவன் சொல்லுவான்? கல்வி வேண்டாம் என என்றைக்குமே நான் சொன்னதில்லை. ஆனால் இந்த கல்விமுறையில் போதாமை இருக்கிறதா என கேட்டால், ஆம். இருக்கிறது எனச் சொல்லுவேன். இதச் சொல்றதுனால என் மேல பலர் கல் எறியவும் காறி உமிழவும் கூடும். அவர்களுக்கு என் முதுகையும் முகத்தையும் காட்டிக்கொண்டே இருப்பேன்.

இந்த விவாதத்தில் இரண்டு தரப்பு உருவானது. இதுவரை உங்களை பின்தொடர்ந்து கொண்டிருந்த உங்களது வாசகர்களிலேயே சிலர் நீங்கள் பேசியது தவறு என சொன்னார்கள். ஆனால அதே நேரத்தில் உங்களைப் பற்றித் தெரியாத புதியவர்கள் ஒரு எழுத்தாளராக புத்தக வாசிப்பாளராக இருந்தாலும் அந்த இடத்தில் அந்த பெண்ணிற்காக சப்போர்ட் பண்ணியதற்காக பாராட்டினார்கள். இவ்விரண்டு தரப்பையும் எப்படிப் புரிந்து கொள்கிறீர்கள்?

முதலில் நான் இரண்டு தரப்புகளையுமே வரவேற்கிறேன். ஆனால் இந்த விவாதத்தை சாக்காக வைத்துக்கொண்டு என் மேல் ஏற்கனவே காழ்ப்புணர்ச்சியோடு இருக்கும் சிலர் பக்கம் பக்கமாக எழுதுதுகிறார்கள். மற்ற எழுத்தாளர்களின் கதைகளை இவர் சொல்கிறார். அவர்களுக்கு ராயல்டி கொடுத்தாரா என எழுதுகிறார்கள். உண்மையில் நானே யாரிடமும் ராயல்டி கேட்டதில்லை. கதை சொல்லியதால் இதுவரை

ஒரு ரூபாய் கூட யூடியூப்பில் இருந்து சம்பாதித்ததில்லை. இன்னும் சொல்லப்போனால் எனக்கென்று தனிச்சேனல் கூட இல்லை. இன்னொரு விசயம் ராயல்டி கேட்க வேண்டியது எழுத்தாளர்கள். இவர்கள் யாரென்று பார்த்தால், அடுத்தவன் எடுத்த படத்தை விமர்சனம் என்ற பெயரில் யூடியூபில் பேசி பணம் சம்பாதித்து கொண்டிருப்பவர்கள். இவர்களுக்கு இலக்கியவாதிகளின் உலகம் பற்றிப் பேச தகுதியே கிடையாது. இன்னொரு சாரார் தோல்வியடைந்தவர்களின் மனநிலை உள்ளவர்கள். இலக்கியம் தெரியாத, சினிமா சீரியல் எடுத்து தோல்வியடைந்து கடைசிப் புகலிடமாக பேஸ்புக்கில் உட்கார்ந்துகொண்டு எழுதிக்கொண்டிருப்பவர்கள். இவர்களைப் பற்றி புரிந்துகொள்ள வேண்டுமென்றால் வெற்றிமாறன் எடுத்த ஆடுகளம் படம் பார்க்க வேண்டும். அதில் வரும் வ.ஐ.ச ஜெயபாலனின் கதாபாத்திரம் எவ்வளவு முயற்சி செய்தும் தனுஷை அவரால் ஜெயிக்க முடியாது, இறுதியில் அவர் தன் கழுத்தை தானே அறுத்துக்கொண்டு செத்துவிடுவார். அதுவே தோல்வி அடைந்தவர்களின் உச்சபட்ச வன்மம். அப்படித்தான் முகநூலில் உட்கார்ந்துகொண்டு இதனை வாய்ப்பாக பயன்படுத்தி என்னைப் பற்றி எழுதிக் கொண்டிருக்கிறார்கள். இவர்களை நான் பொருட்படுத்துவதில்லை. இவர்கள் இல்லாமல் சீரியஸாக என்னை பற்றி ஒருவர் விமர்சனம் செய்தால் அதை தலை வணங்கி ஏற்றுக்கொள்வேன். விமர்சனங்களாலும் சுயவிமர்சனங்களாலும் செதுக்கப்பட்டுதான் ஒருவன் படைப்பாளியாக நிற்க முடியும். அதுவே மார்க்சியம் எனக்கு சொல்லிக்கொடுத்தது. அதை நான் எப்போதும் பின்பற்றி வருகிறேன்.

உங்களோடு பிக்பாஸ் வீட்டில் இருந்த இன்னொரு நபர் ப்ரதீப். அவர் இருந்தால் பெண்களுக்கு ஆபத்து என ரெட் கார்டு கொடுத்து அனுப்பி விட்டார்கள். அவர்தான் எச்சில் துப்பியதாக உங்கள் மீது புகார் சொன்னவர். அது வெளியேறியது பற்றி?

உண்மையில் நான் பிக்பாஸ் பார்ப்பதில்லை. பெண் விசயத்தில் ப்ரதீப் பற்றி என்னால் அப்படி சொல்ல முடியவில்லை. ஆனால் அவர் பயங்கர disturbed person

என்பது என் கருத்து. அவர்தான் நான் கதை சொன்னால் முதலில் கண்ணீர் விட்டு அழுவார். நான் அதை உண்மை என்றே நினைப்பேன். அவரே தான் பவா சார் எச்சில் துப்பினார் என என்மேல் புகார் சொன்னார். செவன் ஸ்டார் ஹோட்டல் போல இருக்கும் ஒரு வீட்டிற்குள் எந்த முட்டாளாவது எச்சில் துப்புவானா? பகுத்தறிவு வேண்டாம். சாதாரண அறிவு இருந்தால் கூட போதும் இதைப் புரிந்து கொள்வதற்கு. இது புரியாமல் சிலர் பவா எச்சில் துப்பிவிட்டார் என பேசிக்கொண்டிருக்கிறார்கள். அவர் எப்படா துப்புனார் என இன்னொருவர் கேட்கும் போது அதான் கேம். அது உனக்கும் தெரியல. அவருக்கும் தெரியல என ப்ரதீப் சொன்னதை டிவியில் போடவில்லை.

பிக்பாஸில் நீங்கள் கற்றுக்கொண்ட விசயம்?

பெருசா ஒன்னும் இல்ல. நாம தொடர்ச்சியா நம்மள பத்தி அறிஞ்ச, நம்ம கதைய கேட்கிறவங்க கூடயே பேசிக்கொண்டிருக்கிறோம். பிக்பாஸ பொறுத்தவரை மாயா, நிக்சன் இப்படி ஒருத்தர் ரெண்டு பேருதான் என்ன படிச்சிருக்காங்க. என் கதைகளை கேட்டிருக்காங்க. மத்த யாருக்கும் நான் யார்னு தெரியாது. அப்படி யோசிச்சு பார்த்தா எழுத்தறிவு, வாசிப்பறிவு, கேள்வியறிவு இப்படி எதுவுமே தெரியாத ஒரு இருபது பேர் கூட ஒரு தீவுல இருந்தா நாம எப்படி இருப்போம்கிறத நான் பிக்பாஸ்லதான் கத்துக்கிட்டேன். அவங்க எல்லாருமே என்னை zoo ல இருக்குற ஒரு ஆளா பார்த்தாங்க. நானும் அவங்கள அப்படிதான் பார்த்தேன். பிக்பாஸ் வீட்டுக்குள்ள இருந்ததால வெளிய வந்துட்டேன். அதே தீவுல இருந்திருந்தா கடல்ல குதிச்சிருப்பேன்.

உங்களைப் பின்பற்றும் ஆடியன்ஸில் இரு தரப்பு இருப்பதாக தெரிகிறது. ஒன்று நேரம் செலவிட்டு ஒரு புத்தகத்தை படிக்கும் தரப்பினர். இன்னொருவர் படிக்க எல்லாம் டைம் இல்ல. விசயத்தை ஒரு படமா அல்லது ஒரு வீடியோவா கொடு. நான் பார்த்துகிறேன் என்பவர்கள். இவர்களிடையே புத்தக வாசிப்பை எப்படி அதிகரிக்க வேண்டும் என நினைக்கிறீர்கள்?

இரண்டாவது தரப்பு ஆடியன்ஸ் அவங்களே அவங்களை ஏமாத்திக்கிட்டு சமூகத்தையும் ஏமாத்திக்கிட்டு இருக்காங்கன்னு

தொகுப்பு : பேரா. சு.பிரேம் குமார் ♦ 37

நெனைக்கிறேன். அவ்வளவு அவசரமா ஓடி, அவ்வளவு அவசரமா போன் பார்த்து, அவ்வளவு அவசரமா மெசேஜ் பண்ணிகிட்டு கடைசில என்ன மீறப்போகுதுன்னு பார்த்தா ஒன்னுமே இல்லை. அதவிட நமக்கு பிடிச்ச ஒரு வாழ்க்கையை அல்லது நாம வாழாத ஒரு வாழ்க்கையை இன்னொருத்தன் வாழ்ந்து இருக்கான். அதுதான் ஒரு புத்தகம். அதுதான் ஒரு சிறுகதை. அதைப் படிச்சு உள்வாங்கி வாழ்க்கை இன்னும் சிறப்பாவும் குதூகலமாவும் வாழ்றதுக்கு எதுவுமே தடையில்லை. நம்ம மனசத் தவிர. அந்த மனத்தடைதான் இங்க பல பேருக்கு இருக்கு. அது முடியாததால் ‘எங்க சார் படிக்க நேரம் இருக்கு?’ என பலர் பல காரணங்களை சொல்லிட்டு இருக்காங்க. பல ஆசிரியர்கள் கிட்ட வாசிப்பு பழக்கமே கெடையாது. ஆனால் அதுவே 100 ரூபாய் increment கிடைக்கும்னு சொல்லிப் பாருங்க. படிச்சு பரிச்சை எழுதி பாஸ் பண்ணி increment வாங்கிடுவாங்க. அப்ப பணமாவே வாழ்க்கையப் பார்க்குறதுக்கு 90 சதவிகித மக்கள் வந்துட்டாங்க. புதுமைப்பித்தன் ஒரு விசயம் சொல்வாரு. நாம் வாழ்கிறோம் என்பது தெரியும். ஆனால் வாழ்கிறோமான்னு கேட்பாரு. அந்த வாழ்கிறோமா என்கிற வார்த்தைக்குள்ள இருக்கிறது மீதி உள்ள இந்த பத்து சதவிகித ஆட்கள் மட்டும்தான்.

உங்க மனதிற்கு நெருக்கமான ஒரு புத்தகம்?

அப்படி ஒரு புத்தகத்தை சொல்ல முடியாது. ஒவ்வொரு காலகட்டத்திற்கும் ஒரு புத்தகம் இருந்திருக்கிறது. நான் மாணவனாக இருக்கும் போது படித்த முதல் புத்தகம் ஜெயகாந்தனின் ‘ஒரு மனிதனும் சில எருமை மாடுகளும்’ நாவல். பத்தாம் வகுப்பு படித்துக்கொண்டிருந்த ஒரு மாணவனுக்கு அந்தப் புத்தகம் கிளர்ச்சியாகவும் புது உலகையும் காட்டக்கூடியதாக இருந்தது. அதற்குப்பின் ஒரு காலகட்டத்தில் அசோகமித்திரனுடைய ‘தண்ணீர்’ ‘இன்று’ போன்ற படைப்புகள் உத்வேகமான படைப்புகளாக இருந்தது. சுந்தர ராமசாமியின் ‘’ஜே.ஜே சில குறிப்புகள்’ இதுவரை பார்க்காத ஒரு உலகத்தை காண்பித்தது. எஸ்.ராமகிருஷ்ணனின் இடக்கை, ஜெயமோகனின் ‘வெள்ளையானை’, ‘காடு’ சா.கந்தசாமியின் ‘அவன்

ஆனது 'சாயாவனம்' போன்ற பல படைப்புகள் ஒவ்வொரு காலகட்டத்திலும் என்னை ஆக்ரமித்தாக சொல்லலாம். இப்படி ஒரு நூறு புத்தகங்களை என்னால் சொல்ல முடியும். ஒரு அரசியல்வாதியோ அல்லது வாசிப்புப் பழக்கம் இல்லாதவனாலதான் ஒரே ஒரு புத்தகம்னு ஒன்னைச் சொல்ல முடியும். ஆனால் ஒரு வாசிப்பாளனாக என்னால் அப்படிச் சொல்ல முடியாது.

புத்தகங்கள் எழுதி சமூக மாற்றம் கொண்டு வர முடியும் என நினைக்கிறீர்களா? அப்படி நடந்திருக்கிறதா?

சமூகத்தில் மாற்றம் கொண்டுவர வேண்டுமென நான் நினைக்கவில்லை. பெரும்பாலும் 18 வயது முதல் 22 வயது இருக்கும்போது எல்லா இளைஞர்களுக்கும் பெரிய புரட்சியை கொண்டுவர வேண்டும் என்ற எண்ணம் இருக்கும். நாம் தான் அதில் முக்கிய போர்வீரனாக இருப்போம் என்ற லட்சிய கனவோடு கட்சிகள் இயக்கங்களுக்குள்ளே நுழைவார்கள். ஆனால் 22 வயது முடிவதற்குள்ளே இரண்டு மூன்று காதல் தோல்விகள் அடைந்திருப்பார்கள். அப்போது லட்சியம் கொஞ்சம் பின்னால் நகர்ந்திருக்கும். அடுத்த இரண்டு மூன்று வருடங்களுக்குள் அவர்களுக்கு வீட்டில் பெண் பார்த்து கல்யாணம் முடித்துவிடுவார்கள். அதன்பின் குழந்தை பிறந்து அதைப் பள்ளியில் சேர்ப்பது இ.எம்.ஐ கட்டுவது என ஓடிப்போகும். கொஞ்ச காலம் கழித்து திரும்பி பார்க்கும் போது சே.. நாம கூட அந்த 17 வயசுல இந்தியால புரட்சி வந்திரும்னு நம்பிட்டு இருந்தோம்லன்னு ஒரு ஏக்கம் வந்துரும். இப்படியான ஒருவனாகவே நானும் இருந்தேன். ஆனால் இதிலிருந்து சின்னதாக ஒரே பர்செண்ட் விலகி என் சொந்த ஊரான திருவண்ணாமலையில் ஏதாவது செய்து குறைந்தபட்சம் ஒரு ஐநூறு பேரையாவது தேர்ந்த வாசகர்களாக மாற்றிவிட வேண்டும் என்ற எண்ணம் இருந்தது. குறிப்பாக முற்போக்கு எழுத்தாளர் சங்கத்தில் இயங்கிக்கொண்டிருந்தபோது நானும் எனது நண்பர் கருணாவும் இப்படியான லட்சியக் கனவுகளில் மூழ்கி இருப்போம். எந்த புத்தகம் வெளிவந்தாலும் திருவண்ணாமலைக்கு 500 காப்பி அனுப்ப வேண்டும் என்ற குறிக்கோளோடு பல முயற்சிகளை முன்னெடுத்தோம்.

எஸ்.ராமகிருஷ்ணன் கூட ஒரு பேட்டியில் திருவண்ணாமலையை இந்தியாவின் டப்ளின் என்று குறிப்பிட்டார். இப்போது எனக்கு 60 வயதாகிறது. இன்று திரும்பி பார்க்கையில் ஒரு 50 பேரை அப்படி மாற்றியிருப்போம் என தோன்றுகிறது. ஆனால் அவர்களும் ஆளுக்கொரு திசையில் பிரிந்து சென்றுவிட்டார்கள். லட்சியவாதம் புரட்சி எல்லாவற்றையும் அன்றாட லௌகீக வாழ்க்கை ஜெயித்துக்கொண்டிருப்பதாக தோன்றுகிறது. என்னைப் போன்ற லட்சியவாத கனவு கண்டவனுக்கு அது ஒரு தோல்விதான்.

சில வருடங்களாக எழுத்தாளர் பவா செல்லத்துரையை நடிகராவும் நாங்கள் பார்த்து வருகிறோம். எழுத்தாளருக்கு நடிகராகவேண்டும் என்ற ஆசை எப்போது வந்தது?

எப்போதும் வந்ததில்லை. என் எல்லா பேட்டிகளிலும் இதைச் சொல்லி வருகிறேன். அடிப்படையில் நான் நடிகன் கிடையாது. நண்பர் கருணாவோடு சேர்ந்து கலைக் குழுவில் இயங்கிக்கொண்டிருந்த காலத்தில் கிட்டத்தட்ட பதினைந்து பேர் இருப்போம். அதில் நடிப்பு வராத ஒரே ஆள் நான் மட்டுமே. அதனால் அவர்களின் உடைகளை பார்த்துக்கொள்ளும் பொறுப்பு எனக்கு தரப்பட்டது. கௌரவத்திற்காக என்னை டீம் மேனேஜர் என்று சொல்வார்கள். ஆனால் காலத்தின் மாற்றத்தை என்னவென்றே சொல்ல முடியாது. முதன் முதலில் ராஜூ முருகன் தான் என்னை நடிப்பதற்காக அழைத்தார். அன்றும் எனக்கு நடிக்கும் ஆசை சுத்தமாகக் கிடையாது. இன்றும் அப்படிதான். இருந்தபோதிலும் 25க்கும் மேற்பட்டப் படங்களில் நடித்துவிட்டேன். ஏன் என்று யோசித்துப்பார்த்தால் இன்று சினிமாவில் contempory ஆக இயங்கிக்கொண்டிருக்கும் பல இயக்குனர்கள் என் நண்பர்கள். அவர்கள் எழுதும்போது சில கதாபாத்திரங்களை என்னை மனதில் வைத்து எழுதியதாக சொல்லிக் கூப்பிடுவார்கள். அப்படித்தான் பல படங்களில் நடித்தேன். உதாரணமாக சமீபத்தில் கார்த்திக் சுப்புராஜ் இயக்கத்தில் ஜிகர்தண்டா டபுள் எக்ஸ் படத்தில் நடித்தேன். எனக்கு கார்த்திக் சுப்புராஜ் உடன் முன்பின் பழக்கம் கிடையாது. அவரது அப்பாவுடன் மட்டும் ஒரு படத்தில் நடித்திருக்கிறேன். ஆனால் அவர் ஏன் என்னை அந்தப் படத்தில் நடிக்க வைத்தார் என்பது படம் வெளிவந்து பார்த்தபோதுதான் எனக்கு புரிந்தது. அவர்

நான் சொல்லியிருந்த ஜெயமோகனின் யானை டாக்டர் கதையை பல முறை கேட்டிருப்பதை அந்த படத்தில் அவர் விஷூவலாக காட்சிப்படுத்தி இருப்பதில் இருந்து புரிந்து கொள்ள முடிந்தது. பலர் நான் கதை சொல்வதையும் அந்தப் படத்தில் காட்சிகளையும் இணைத்து வீடியோவாக போட்டிருந்தார்கள். பல இயக்குனர்கள் நண்பர்களாக இருந்தபோதும் இதுவரை எந்த இயக்குனரிடம் எனக்காக வாய்ப்பு கேட்டதில்லை. இனிமேலும் கேட்கப்போவதுமில்லை. ஆனால் யாராவது நடிக்க அழைத்தால் கண்டிப்பாகப் போய் நடிப்பேன்.

உங்களுடைய வாசகர்கள் சிலர் சினிமாவில் உங்களின் கேரக்டர்களை பார்த்து விமர்சிப்பதை எப்படி பார்க்கிறீர்கள்?

கேரக்டர்களை நிஜ வாழ்க்கையோடு பொருத்திப் பார்ப்பது தவறு. வால்டர் படத்தில் நடிக்க ஒப்புக்கொண்ட போது கதைசொல்லி உச்சத்தில் இருந்த சமயம். ஆனால் அந்த படத்தில் எனக்கு எதிர்மறையான ஒரு மினிஸ்டர் கதாபாத்திரம். ஒரு கட்டத்தில் அந்த மினிஸ்டர் கொலை செய்யப்பட்டு கடலில் தூக்கி வீசியெறியப்படுவார். அதை பார்த்து வாசகர்கள் பலர் கொந்தளித்தனர். ஆனால் அதே படம்தான் என்னை தமிழ்நாட்டின் பட்டி தொட்டிகளில் கொண்டு போய் சேர்த்தது. ராஜூ முருகன் இயக்கியிருக்கும் ஜப்பான் படத்திலும் என் கேரக்டருக்கு நேர் எதிரான ஒரு கதாபாத்திரத்தில் நடித்தேன். அது intresting என்று பட்டதால் அதில் நடித்தேன். சிவாஜி முதல் கமல்ஹாசன் வரை எதிர்மறை கதாப்பாத்திரங்களில் நடிக்காத நடிகர்கள் இங்கு இல்லை. ஆனால் எதில் நடிக்க வேண்டும் என்கிற தேர்வு என்னுடையது. உதயநிதியுடன் ஒரு படத்தில் நடிக்கும் வாய்ப்பு வந்தது. சாருடன் படம் முழுவதும் வரும் கதாப்பாத்திரம் என்று சொன்னார்கள். நான் என்ன கதாபாத்திரம் என்று கேட்டேன். கிட்டத்தட்ட அவருக்கு அடியாள் மாதிரியான ஒரு கதாபாத்திரம் போல சொன்னார்கள். நான் வேண்டாம் சார் என ஒதுங்கிக்கொண்டேன்.

உங்களுடைய இறுதி இலக்காக நீங்கள் நினைப்பது என்ன?

படைப்பாளிக்கு அப்படியான ஒரு இலக்கு இருக்கக்கூடாதென நினைக்கிறேன். அவன் ஒரு காட்டாறு மாதிரி. போய்க்கொண்டே

இருப்பான். திடீரென வெள்ளம் வடிந்துவிடும் அல்லது ஒரு அணையில் சேர்ந்துவிடுவான். பிறகு மீண்டும் ஒரு புது வெள்ளம் வரும். செம்மண் நிறத்தில் ஓடும் அந்த நீரில் ஒரு கட்டை அடித்துக்கொண்டு போவதுபோல போவான். அது கடலில் போய் சேரும். அல்லது சில நேரங்களில் வழியில் தட்டிடும். இன்னும் சில நேரங்களில் உழுத்து போவும். எதுவாக வேண்டுமானலும் ஆகலாம். ஆனால் அவனுக்கு சினிமாவில் இரண்டு படங்களில் ஹீரோவாக நடித்தவனுக்கு சி.எம் ஆகும் ஆசை வருவதுபோல அவனுக்கு எந்தவித லட்சியமும் தோன்றாது. இதுவரை எந்த இலக்கியவாதியும் சிஎம் ஆக வேண்டும் என சொல்லி பார்த்திருக்கிறோமா? உண்மையைச் சொன்னால் தியேட்டரில் ஃபேன் ஓடும் இடத்திற்குள் கீழே சரியாக உட்கார்ந்தால்தான் காற்று வரும் என்பது கூட தெரியாதவன்தான் இலக்கியவாதி. கான்சியஸ் ஆக இருக்ககூடியவன் இலக்கியத்தில் முக்கியமான ஆளாக வந்ததில்லை. லௌகீகத்திலும் சரி, படைப்பிலக்கியத்திலும் சரி அவனால் கான்ஸியஸ் ஆக இருக்க முடியாது. கிட்டதட்ட ஒரு பைத்திய மனநிலையே அவனிடத்தில் இருக்கும். அப்படித்தான் நான் இருக்க விரும்புகிறேன்.

இலக்கியத் திருவிழா ஒன்றில் முதலமைச்சருடன் மேடையை பகிந்து கொண்டேன். அந்த மேடையில் பேசும்போது இந்த மாதிரியான விழாக்களுக்கு வரும்போது ஜீன்ஸ் டிசர்ட் போட்டுக்கொண்டு வாருங்கள் என்று சொன்னேன். மேடையில் இருந்து கீழிறங்கியதும் சிலர் சிஎம் ஐ பார்த்து அப்படிச் சொல்லும் தைரியம் எப்படி வந்தது என கேட்டார்கள். நான் அவர்களிடம் அந்த உரிமை எழுத்தாளனுக்கு இருக்கிறது எனச் சொன்னேன். அதே போல அதிகாரத்தில் இருப்பவர்களும் ஒரு எழுத்தாளனுக்கு தனி இடம் கொடுக்க வேண்டும். ஏனெனில் எழுத்தாளன் என்பவன் ஒரு சமூகத்திற்கான ஒரு ஆள். அவன் நோக்கம் எப்போதும் சமூக நலன் சார்ந்ததாகவே இருக்கும். அதனால்தான் கேரளத்திலும் கர்நாடகாவிலும் ஆட்சியில் இருப்பவர்கள் எந்தவொரு முக்கிய முடிவு எடுக்கும்போதும் அங்கிருக்கும் எழுத்தாளர்களிடம் ஆலோசனை கேட்கிறார்கள். பல முதலமைச்சர்கள் யூ.ஆர். அனந்தமூர்த்தி வீட்டிற்கும் தகழிசிவசங்கரன் பிள்ளை

வீட்டிற்கும் சென்று முல்லைப் பெரியாறு காவிரி போன்ற பிரச்சனைகளில் ஆலோசனை கேட்டதை பார்த்திருக்கிறேன். துரதிஷ்டவசமாக தமிழில் அப்படியான ஒரு கலாச்சாரம் இல்லை. ஆனால் இன்றைய ஆட்சியில் நடக்கும் கலாச்சார நிகழ்வுகள், இலக்கியத் திருவிழாக்கள், பன்னாட்டுப் புத்தகக் கண்காட்சிகள் இவற்றைப் பார்க்கும் போது கர்நாடகா, கேரளா வரிசையில் தமிழ்நாடும் சேரும் என நினைக்கிறேன்.

எழுத்தைவிடவும் குரலுக்கு பெரிய வலிமை இருக்கிறது

இந்தியன் எக்ஸ்பிரஸ்-க்காக
பாலாஜி எல்லப்பன்

தமிழின் நவீன சிறுகதைகளில் தனது தனித்துவமான மொழியாலும், கதை மாந்தர்களாலும், கதைகள் முழுவதும் நிரம்பி வழியும் மனிதர்களின் பேரன்பாலும் கவனத்தைப் பெற்றவர் எழுத்தாளர் பவா செல்லதுரை. அவர் எழுத்தாளராக மட்டுமில்லாமல், கலை இலக்கிய செயல்பாட்டாளர், கதை சொல்லி, திரைப்பட நடிகர், இயற்கை விவசாயி என்று பல முகங்களுக்கு சொந்தக்காரர். கடந்த சில ஆண்டுகளாக அவர் கதை சொல்வதன் மூலம் மிகப்பெரிய அளவில் வாசகர்களையும் கதை கேட்பவர்களையும் தன் வசப்படுத்தியுள்ளார். அதற்குக் காரணம், அந்தக் கதைகள் மட்டுமல்ல. பவா செல்லதுரையின் கம்பீரமான, அதே நேரத்தில் சினேகமான குரலும் மிக முக்கிய காரணம் என்றால் அது மிகையல்ல. இன்று நாடுகளைக் கடந்து, கதை சொல்லியாக வலம் வரும் எழுத்தாளர் பவா செல்லதுரை தன்னுடைய கதை சொல்லல் அனுபவங்கள் குறித்து இந்தியன் எக்ஸ்பிரஸ் தமிழ் பதிப்புக்கு அளித்த நேர்காணல் இது.

கேள்வி: ஒரு எழுத்தாளரான நீங்கள் எப்படி ஒரு கதை சொல்லியாக உருவெடுத்தீர்கள்?

இன்றும் நான் ஒரு எழுத்தாளன்தான், இன்றும் கூட நான் எழுதிக்கொண்டிருக்கும் புதிய நாவலில் ஒரு பாகத்தை எழுதிவிட்டுதான் திருவண்ணாமலையில் இருந்து சென்னைக்கு வந்தேன். நான் எழுத்தைக் கைவிடவில்லை. நான் கதை சொல்வது என்பதை திட்டமிட்டு ஆரம்பிக்கவில்லை. ஒரு நாள் எனது நண்பன் ஜே.பி.யுடன் பேசிக்கொண்டிருந்தேன். அந்த உரையாடல் முடிய ஒன்றரை மணிநேரம் ஆனது. முடிந்த பிறகு, ஜே.பி, என்னிடம் நாம் இரண்டு பேரும் பேசியதில் 12 கதை சொல்லி இருக்கிறாய் என்று கூறினார். அந்த வார்த்தை எனக்கு பயங்கர அதிர்ச்சியாக இருந்தது.

ஜே.பி என்னிடம் இது பெரிய விஷயம் பவா. அது உனக்குத் தெரியவில்லை. இந்தக் கதையை எல்லாம் ஒரு கூட்டத்தில் சொல்லுங்கள். இப்போது நான் உங்களிடம் இருந்து 12 கதைகளைக் கேட்டேன். இதை ஏன் ஒரு 50 பேர் கேட்கக் கூடாது என்று கேட்டார். ஜே.பி.யின் இந்த கேள்வி எனக்கு ரொம்ப புதுசா இருந்தது.

அதன் பிறகு, நண்பர் ஜே.பி. திருவண்ணாமலையில் தான் நடத்தும் குவார்டிஸ் என்ற பல்சமய உரையாடல் மையத்தில் வெள்ளிக்கிழமை தோறும் சாயங்காலம் கதை சொல்வது என்று முடிவானது. அதற்கு ஒரு காரணம் இருக்கிறது.

அந்தக் கதையை சொல்லும்போது கேட்பவர்கள், அந்த வாசகர்கள் மிக நிச்சயமாக அந்த எழுத்தாளரைத் தேடுவார்கள். கதை கேட்கிற 100 பேரில், 25 பேர்களாவது அந்த எழுத்தாளரையும் புத்தகங்களையும் தேடுவார்கள்.

அதே போல, கதை சொல்லும் நிகழ்ச்சியின்போது, நான் எந்த எழுத்தாளரின் கதையை சொல்கிறேனோ அந்த எழுத்தாளரின் புத்தகத்தை கொண்டுவந்து வைப்பது. அப்போது அந்த வாசகர்கள் வெள்ளிக்கிழமை கதை கேட்டுவிட்டு செல்லும்போது அந்த புத்தகங்களை வாங்கிச் செல்வார்கள். சனி ஞாயிறு கிழமைகளில் அவர்கள் இந்த கதை கேட்ட மனநிலையிலேயே அந்தப் புத்தகத்தின் மொத்த

கதைகளையும் படிக்க வேண்டும் என்ற நோக்கத்தில் இதை திட்டமிட்டோம்.

நான் கேளிக்கையாக கதை சொல்ல வேண்டும் என்று நினைக்கவில்லை. ஒரு எழுத்தாளரின் கதைகள் வாசகர்களால் படிக்கப்பட வேண்டும் என்றுதான் திட்டமிட்டேன். கதை சொல்லும் நேரம் வெள்ளிக்கிழமை சாயங்காலம் என்பதை இதற்காகத்தான் தேர்வு செய்தோம்.

இந்தக் கதை சொல்லும் நிகழ்வை அடுத்த வெள்ளிக் கிழமையே தொடங்கினோம். அதற்கு பெரிய திட்டம், போஸ்டர், பேனர் எதுவும் இல்லாமல், கதை சொல்லல் இந்த இடத்தில் நடக்கப்போகிறது என்று சாதாரணமாக ஃபேஸ்புக்கில் ஒரு பதிவு போட்டோம். அதற்கு சுமார் 60 பேர் வந்துவிட்டார்கள். அதுவே எனக்கு ரொம்ப ஆச்சரியமாக இருந்தது.

ஆரம்பத்தில் சொன்ன கதைகள் எல்லாம் யூ டியூப்பில் இல்லை. அப்போதெல்லாம் கதை சொல்வதை யூ டியூப்பில் பதிவேற்ற வேண்டும் என்ற எந்த திட்டமும் இல்லை. ஒரு முறை எழுத்தாளர் சோபாசக்தி எழுதிய மூன்று கதைகளைச் சொன்னேன். கதையைக் கேட்டவர்கள் ரொம்ப டிஸ்டர்ப் ஆனார்கள். அப்போது வாசகர்களுக்கு சோபாசக்தியின் புத்தகங்களை எங்களால் வரவழைக்க முடியவில்லை. ஆனால், அடுத்த நாளில் இருந்து எனக்கு நிறைய செல்ஃபோன் அழைப்புகள் வந்தது. சோபாசக்தி புத்தகங்கள் எல்லாம் எங்கே கிடைக்கும் என்று நிறைய வாசகர்கள் கேட்டார்கள். அப்போதுதான் நான் கதை சொல்லல் மூலமாக ஏதோ ஒன்றை செய்திருக்கிறோம் என்று தோன்றியது.

அதன்பிறகு எப்போதுதேல்லாம் கதை சொல்ல நிகழ்ச்சி நடத்தலாம் என்று தோன்றுகிறதோ அப்போதெல்லாம் கதை சொல்லல் நிகழ்வை நடத்தினோம்.

ஏனென்றால், ஒவ்வொரு மாதமும் இரண்டாவது சனிக்கிழமை இலக்கிய கூட்டம் நடக்கும் என்று நடத்தப்பட்ட எல்லா நிகழ்வுகளும் எனக்குத் தெரிந்து நீர்த்துப் போய்விட்டது. கலை இலக்கியத்தில் எதுவும் திட்டமிட்டு நடக்காது. எதேச்சையாக நிகழ்வதுதான் கலை என்று நான் நினைக்கிறேன்.

அதன் பிறகு, ஒரு இரண்டு வாரம் கழித்து இன்னொரு கதை சொல்லல் நிகழ்வை வைத்தோம். அந்த நிகழ்வில் சொல்லிய கதையை எழுதிய எழுத்தாளரின் புத்தகங்களை எல்லாம் வாசகர்களுக்காக வரவழைத்தோம். அதற்கு நல்ல வரவேற்பு கிடைத்தது. இந்த கூட்டத்தில் 150 பேர் வந்தார்கள். இந்த 150 பேரும் இதற்கு முந்தைய நிகழ்வில் கதை கேட்டவர்கள் மற்றவர்களிடம் கதை சொல்வது நன்றாக இருக்கிறது என்று சொல்லி அழைத்துக்கொண்டு வந்தவர்கள். இது எங்களுக்கு பயங்கர உற்சாகமாகிவிட்டது.

இதற்கு அடுத்து தொடர்ந்து நிகழ்ந்த 3வது, 4வது கதை சொல்லல் நிகழ்வில் எனது மகன் வம்சி ஒருநாள் விளையாட்டாக நான் கதை சொல்வதை கேமிராவில் பதிவு செய்து Youtube இல் ஒரு சேனல் ஆரம்பித்து அதில் பதிவேற்றினான். அவன் அப்போதுதான் ஒரு கேமிரா வாங்கி போட்டோ கிராஃபி கற்றுக்கொண்டிருந்தான்.

உண்மையில் எனக்கு இந்த Youtube சேனல், அதை எப்படி தொடங்குவது என்பது என்று எனக்கு எதுவுமே தெரியாது. ஃபேஸ்புக் பற்றி கொஞ்சம் கொஞ்சம் தெரியும் அவ்வளதுதான். தொழில்நுட்ப ரீதியாக நான் ஒரு 20 ஆண்டுகள் பின் தங்கியவன். தொழில்நுட்பத்தை கற்றுக்கொள்ள வேண்டாம் என்றே எனக்கு தோன்றியது. எனக்கு டைப் செய்யக்கூட தெரியாது. எங்கள் கடையில் அல்லது யாரிடமாவது கொடுத்து டைப் செய்து தரச்சொல்லிதான் வாங்குவேன். கம்ப்யூட்டர், ஐ பேட் இருந்தாலும் கையில் எழுதுவதுதான் எனக்கு பிரியமான ஒரு விஷயம்.

கதை சொல்லல் நிகழ்வை வம்சி யூ டியூப்பில் பதிவேற்றிய பிறகு, அதற்கு ஒரு நல்ல வரவேற்பு இருந்தது. அதற்கு பலரும் உங்கள் கதை சொல்லல் நன்றாக இருக்கிறது, பிரமாதமாக இருக்கிறது என்று கம்மெண்ட் செய்தார்கள்.

இதுபோல மற்றவர்கள் நன்றாக இருக்கிறது என்று சொல்லும்போது வழக்கமாக ஒரு படைப்பாளி பெரிய உற்சாகம் அடைவான் இல்லையா, அதைப்போல நான் உற்சாகமாகிவிட்டேன். அடுத்தடுத்து கதை சொல்ல வேண்டும் என்ற உற்சாகம் வந்துவிட்டது.

ஒரு கட்டத்தில் நான் என்னுடைய கதையையோ அல்லது வேறு ஒரு எழுத்தாளரின் கதையையோ சொல்லும்போது கதை கேட்பதற்கு 500 பேர்கள் அந்த இடத்தில் அமர்ந்திருந்தார்கள். அதைப் பார்த்து எனக்கு பயங்கர ஆச்சரியமாகிவிட்டது. அந்த திறந்தவெளி அரங்கில் 500 பேர்தான் அமர முடியும் சேர் போதவில்லை. பலரும் தரையில் உட்கார்ந்திருந்தார்கள், வீட்டின் கூரைகளில் அமர்ந்திருந்தார்கள். எனக்கு பெரிய ஆச்சரியமாக இருந்தது.

நான் எப்போதுமே, ஏதாவது ஒரு விஷயத்தை கலை இலக்கியத்தில் முழு ஈடுபாட்டுடன் செய்யும்போது அது அதனுடைய உச்சத்தை அடையும் என்று நினைப்பேன். அதே மாதிரிதான் நாங்கள் திருவண்ணாமலையில் நடத்திய கலை இலக்கிய இரவு. முதலில் சிறிய அளவில் தொடங்கினோம். முதல் கலை இலக்கிய இரவுக்கு வந்தவர் ஒருவர் அவரே அனைவருக்கும் டீ வாங்கிக்கொடுத்தார். அந்தளவுக்கு மிகவும் குறைவாகவே மக்கள் வந்தார்கள். கடைசியாக நாங்கள் கலை இலக்கிய இரவு நடத்தி முடிக்கும்போது கிட்டத்தட்ட பத்தாயிரம் பேர் இருந்தார்கள். பத்தாயிரம் பேர் ஒரு இலக்கிய நிகழ்ச்சிக்கு வந்தார்கள் என்பது இந்தியாவிலேயே எங்கும் நடந்ததாக எனக்குத் தெரியவில்லை. கண்ணுக்கு எட்டிய தூரம் வரை மக்கள் கூட்டமாக இருக்கும். நாங்கள், பத்தாயிரம் பேர் ஒரு இரவு முழுவதும் ஒரு இலக்கிய நிகழ்ச்சியை கேட்க முடியும் என்பதை உருவாக்கி இருந்தோம்.

சென்னை மாதிரியான நகரங்களில் ஒரு இலக்கிய கூட்டத்துக்கு 20 பேர்களை வரவழைப்பது என்பது எவ்வளவு கஷ்டம். ஆனால், நாங்கள் பத்தாயிரம் பேரை வரவழைப்பதற்கு எவ்வளவு கடுமையாக உழைத்திருப்போம் என்றால், பல வீடுகளுக்கு நாங்கள் நேரில் சென்று நிகழ்ச்சிக்கு அழைத்து கதவு தட்டுவோம். அப்போது கதவு திறப்பவர்கள் சிலர். ஏன் மத்தியானத்தில் வந்து தொந்தரவு செய்கிறீர்கள் என்று திட்டுவார்கள். அவர்களிடம் நாங்கள் கலை இலக்கிய இரவு நடைபெறுகிறது என்று நோட்டீஸ் தருவோம். ஒரு 100 ரூபாய் கொடுங்க சார் என்று கேட்போம். பலபேர் திட்டுவார்கள். இதைவிட பிச்சை எடுக்கலாம் என்பார்கள். இப்படியெல்லாம் கேள்விகளை எதிர்கொண்டுதான் நாங்கள்

திருவண்ணாமலையில் கலை இலக்கிய இரவுக்கு பத்தாயிரம் நபர்களை கூட்ட முடிந்தது.

அதனால், நீங்கள் இலக்கியத்தில் ரொம்ப முழு ஈடுபாட்டுடன் ஒரு விஷயத்தை செய்தால் அருமையான வாசகர்களைக் அழைத்துக்கொண்டு வரமுடியும். ஆனால், அதில், நமக்கு பல மனத்தடைகள் இருக்கிறது.

அது என்னவென்றால், உதாரணத்துக்கு நம்முடைய வீட்டைச் சுற்றி ஐம்பது வீடுகள் இருக்கிறது. இந்த ஐம்பது வீட்டுக்காரர்களுக்கும் நமக்கும் எந்தத் தொடர்புமே இருக்காது. அதாவது பிறந்தநாள் போன்ற விசேஷங்களுக்கு அழைப்பது, உணவுகளை பரிமாறிக்கொள்வது போன்ற லௌகீக தொடர்பு இருக்கும். நான் குறிப்பிடுவது அவற்றை அல்ல. இலக்கிய சமூக செயல்பாடுகளுக்கு அவர்களைப் போய் நாம் அழைக்கவே மாட்டோம். ஏனென்றால், நாம் மனதில் அவர்களையெல்லாம் முட்டாள், நித்தம் சோறு தின்று செத்துப்போகிறவர்கள் என சாதாரணமானவர்கள் என்று நினைக்கிறோம். நாம்தான் பெரிய ஆள் என்று நினைக்கிறோம்.

உண்மையில், அதெல்லாம் இல்லை. அவர்களைப் போய் நாம் கைகொடுத்து எங்கள் நிகழ்ச்சிக்கு வாங்க என்று நாம் கூப்பிட்டதே இல்லை. ஆனால், நாங்கள் அவர்களை நிகழ்ச்சிக்கு வாங்க என்று கூப்பிடுவோம்.

மக்களுடன் செல்வது, மக்களுடன் தொடர்பில் இருப்பது என்பதுதான் கதை சொல்லல் நிகழ்ச்சியின் மையமாக நான் பார்க்கிறேன். நீங்கள் என்னதான் கதை சொன்னாலும் எதிரில் அவ்வளவு பார்வையாளர்கள் இருக்கும்போதுதான் ஒரு எழுத்தாளனுக்கோ, கதைசொல்லிக்கோ ஒரு பெரிய உற்சாகம் வரும்.

அந்த உணர்வைப் பற்றி சுந்தரராமசாமி, கரகோஷம் கேட்டு விரியும் சிறகை எழுத்தாளன் கோதிக்கொண்டிருப்பான் என்று கூறுவார். ஆனால், ஒரு எழுத்தாளனுக்கு அது தெரியாது. ஒரு எழுத்தாளனின் கதையை உலகின் எங்கேயோ ஒரு நாட்டில் ஒரு வாசகன் படிக்கிறான் என்பது எழுத்தாளனுக்கு தெரியாது. ஆனால், உங்கள் கதையை எதிரிலேயே ஒருவன் கேட்கிறான் என்றால் நீங்கள் நேராகவே பார்ப்பீர்கள்.

அதே நேரத்தில், இது ஒரு பெரிய வரவேற்பு என்று நினைப்பவன் ஒரு கதை சொல்லியாகவே மீந்து போகிறான். அவன் ஒரு பேச்சாளனாகவே வாழ்க்கையைக் கழித்துவிட்டு இறந்துவிடுவான். ஆனால், அதை தாண்டி இது இல்லை நமது எல்லை. நமக்கான எழுத்தை எழுதிவிட வேண்டும் என்று நினைப்பதுதான் முக்கியம் என்று நான் நினைக்கிறேன்.

நான் இடையிடையே எழுதுவதை விட்டிருந்தாலும்கூட முழுவதுமாக கைவிடவில்லை. இயக்குனர் பாலுமகேந்திரா அவர்கள் உலகிலேயே மிகப்பெரிய எழுத்து சோம்பேறி பவாதான் என்பார். ஆனால், அவரே பெரிய எழுத்து சோம்பேறிதான். ஏனென்றால், நாங்கள் அவருடைய பிளாகில் இருந்து அவர் எழுதியவைகளைக் கொண்டு ஒரு புத்தகம் பதிப்பித்துள்ளோம். அவர் மொத்தமே 7 கட்டுரைகள்தான் எழுதியுள்ளார். ஏனென்றால், அவருக்கு சினிமா மீது ஒரு மிகப்பெரிய காதல் இருந்தது. அதில் பெரிதாக சாதிக்க வேண்டும் என்ற எண்ணம் இருந்தது. ஆனால், அவர் அடிப்படையில் ஒரு எழுத்தாளர். அவர் கதை எழுதியிருக்கிறார். விகடன், குமுதத்தில் எல்லாம் அவருடைய கதைகள் வெளியாகியுள்ளது. சிறுபத்திரிகைகளில் கதை எழுதியுள்ளார்.

மனிதர்களுக்கு வேறு ஒரு மீடியம் கிடைக்கும்போது, அதற்குள் ஈடுபடுகிறார்கள். அப்படிதான் நான் கதை சொல்லலில் ஈடுபட்டேன். ஆனால், ஒவ்வொரு வினாடியும் இதுவல்ல நான். இன்னும் நான் எழுத வேண்டிய விஷயம் நிறைய இருக்கிறது என்று நினைக்கிறேன். குறிப்பாக வட ஆற்காடு நிலப்பரப்பு. அது வறண்ட அல்லது செழுமையான என இரண்டும் மட்டுமே இல்லாத ஒரு கலவையான நிலப்பரப்பு. திருவண்ணாமலையில் எங்கள் நிலம் இருக்கும் இடத்தில் வறண்டு இருக்கும். பக்கத்தில் 5 கிலோ மீட்டரில் கொளக்குடியில் செழுமையாக இருக்கும். ஒரே நிலப்பரப்பில் இப்படி வேறுபாடு இருக்கிறது. இந்த நிலப்பரப்பை இலக்கியத்தில் எழுத வேண்டும் என்று தோன்றுகிறது.

இந்த நிலப்பரப்பை மிகவும் குறைவாக எனது முன்னோடி எழுத்தாளர்கள் தொட்டிருக்கிறார்கள். குறிப்பாக ராஜேந்திர சோழன், வேலூர் பக்கம் அழகிய பெரியவன். எங்கள்

திருவண்ணாமலைப் பகுதியைப் பற்றி மிகவும் குறைவாக எழுதப்பட்டிருக்கிறது.

ஜி.முருகன் மாதிரியான எழுத்தாளர்கள் அதை எழுதிவிடுவார்கள் என்று எனக்கு தோன்றியது. ஆனால், ஜி.முருகன் இந்த நிலப்பரப்பை எழுதுவதோடு மட்டுமல்லாமல், குறிப்பாக 45 வயதுக்கு மேல், மனிதனுக்குள் ஏற்படுகிற காமம் பற்றி அவர் பிரமாதமாக எழுதுகிறார். ஆனால், அவர் மண், மண்ணின் மக்களைப் பற்றி எழுதவில்லை. அதை நான் குறையாக கூறவில்லை. ஜி.முருகன் அந்தப் பகுதியில் எழுதுகிறார்.

அதனால், இன்னொருவர் வேறு ஒன்றை எழுதலாம். எங்கள் பகுதியில் ரொம்ப எளிமையான ஒட்டர்கள், இருளர்கள், தொம்மையர்கள், குடுகுடுப்பைக்காரர்கள், நரிக்குறவர்கள் மக்கள் இருக்கிறார்கள். பொதுவாக தலித் என்றால் பறையர்கள், அருந்ததியர்கள் என்ற பெரும் சாதிகள் முன்வரலாம். ஆனால், அவர்களுக்கு கீழ் அடுக்கில் இந்த மாதிரியான சமூகங்கள் தரைக்கும் கீழே இருக்கிறார்கள்.

ரொம்ப சாதாரணமாக போய் இந்த சாதியில் உள்ளவர்களை ஒருவர் அடித்துவிடலாம். அவர்கள் புகார் கொடுக்க போலீஸ் ஸ்டேஷனுக்கே போக மாட்டார்கள். ஏனென்றால், அவர்களுக்குத் தெரியும் நமக்கு சாதி பலம் இல்லை. நமக்கு பெரிய பின்னணி இல்லை. இந்த அடியை வாங்கிக்கொண்டு நாம் பேசாமல் போய்விட வேண்டும் என்ற ஒரு உணர்வோடு ஒருவன் வாழ்கிறான். அது எவ்வளவு பெரிய வன்முறை. அவனைப் பற்றி எல்லாம் யாரும் எழுதவே இல்லை. அந்த மாதிரியான பதிவுகளே வரவில்லை. என்னுடைய கதைகளில் ரொம்ப ரொம்பக் குறைவாக எழுதியிருக்கிறேன். மொத்தமாக ஒரு 20 கதை எழுதியிருக்கிறேன். அதில் 15 கதைகளில் இவர்களைப் பற்றிதான் எழுதி இருக்கிறேன்.

ஒரு நரிக்குறவரை நீங்கள் அடித்துவிட்டீர்கள் என்றால் அவர் போய் அவருடைய ஊரில்கூட சொல்ல மாட்டார். ஏனென்றால், அவர்களுக்கு ஊர் ஏது. அவர்கள் ஆல மரத்தடியில் ஒரு டெண்ட் போட்டு வாழ்ந்துகொண்டிருக்கிறார்கள். அவர்களுக்கு நாம் பலமற்றவர்கள் என்பது தெரியும்.

சமகாலத்தில் வாழும் ஒரு மனிதனை நீ பலமற்றவன். உன்னால் ஒன்றுமே செய்ய முடியாது என்று வைத்திருந்தால் அது எவ்வளவு துயரமான சமூகம். இந்த மாதிரியான மனிதர்களை நான் மையப்படுத்த வேண்டும் என்று நினைத்தேன்.

கேள்வி: கதை சொல்லலின்போது சொல்வதற்கு ஒரு கதையை எப்படி திட்டமிடுகிறீர்கள்?

கதை சொல்லும்போது, எந்தக் கதைகளையுமே நான் திட்டமிட்டு சொல்லவில்லை. அந்தக் கதையை சொல்வதற்கு முந்தைய வினாடி வரை என்னிடம் எந்த திட்டமிடலும் இல்லை. ஆனால், என் மனதில் இந்த 40 வருட வாசிப்பில், ஊரித் திளைத்த ஆயிரக் கணக்கான கதைகள் எனக்குள் இருக்கின்றன. அதில் ஏதாவது ஒரு கதையை சொல்லலாம் என்று நான் ஞாபகப்படுத்துகிறேன். பல கதைகளை நான் என்னுடைய நினைவில் இருந்தே சொல்கிறேன். அப்படிச் சொல்லும்போது, ஏராளமான பெயர்கள், ஊர்கள் காலம் ஆகியவற்றில் பிழை வரும். அதைப்பற்றி கவலையே படாமல் இருந்தேன். ஆனால், ஒரு கட்டத்தில், இது ரொம்ப தவறு என்று தோன்றியது. அந்த எழுத்தாளருக்கு நாம் செய்யும் சிறிய துரோகம் என்று தோன்றியது. அதற்குப் பிறகு அந்த கதையை தேடி எடுத்து மீண்டும் ஒருமுறை வாசித்து விட்டு, அந்த கதைகளை என்பார்வையில் இருந்துதான் சொல்கிறேன்.

அப்படி சொல்லும்போது, அந்த கதையின் எழுத்தாளன் இரண்டாம் பட்சமாகிவிடமாட்டாரா என்ற கேள்வி எழலாம். கண்டிப்பாக எழுத்தாளர் இரண்டாம்பட்சமாக மாட்டார். ஏனென்றால், ஒரு கதையை எழுத்தாளன் எழுதிவிட்டார். அது பொது சமூகத்துக்கு வந்துவிட்டது. அந்தக் கதையை நான் வேற மாதிரியும் நீங்கள் வேற மாதிரியும் புரிந்துகொள்வீர்கள்.

நான் இப்போது ஒரு கதையை ஒரு அம்மாவினுடைய பார்வையில் இருந்து சொல்கிறேன். நீங்கள் ஒரு மகளுடைய பார்வையில் இருந்து அந்தக் கதையை சொல்லலாம். இந்த இரண்டு பார்வையுமே அந்த எழுத்தாளரின் கிரீடத்தில் இரண்டு மாணிக்கக் கற்களை பதிப்பதாகத்தான் இருக்கும்.

ஒரு போதும் அது அவருடைய கிரீடத்தை கழட்டுவதாக இருக்காது. இந்த மாதிரிதான் நான் கதை சொல்வதை நகர்த்திக்கொண்டு செல்வதாக கருதுகிறேன்.

பொதுவாக கதை சொல்வது என்பது அனைவருக்கும் அவர்களுடைய தாத்தா பாட்டி சொல்வதாகத்தான் இருந்துள்ளது. அந்த கதைகள் பெரும்பாலும் அவர்களுடைய சொந்த வாழ்க்கையில் நடந்த விஷயங்களாக இருக்கும். ஆனால், நீங்கள் ஒரு எழுத்தாளர் எழுதிய கதையை சொல்கிறீர்கள். நீங்கள் அந்த கதையை மாற்றவே முடியாது. ஆனால், ஒரு கதை சொல்லும்போது அது அவர்கள் ஒவ்வொருத்தரிடமும் செல்லும்போது வேறு ஒன்றாக மாறும். ஆனால், நீங்கள் எழுத்தாளரின் கதையை சொல்லும்போது அது மாறாத ஒன்றாகிறதா?

இதுவரை சொந்தக்கதைகள் மட்டும்தான் நம்முடைய தாத்தா பாட்டிகள், அப்பா, அம்மாக்களால் வழிவழியாக மீண்டும் மீண்டும் சொல்லப்பட்டு வந்தது. நான் அதிலிருந்து மாறி ஒரு எழுத்தாளன் எழுதிய கதையை சொல்கிறேன். சொல் கதைகளை நீங்கள் எப்படி வேண்டுமானாலும் மாற்றிக்கொள்ளலாம். எனக்கு என்னுடைய அம்மா ஒரு கதையை 7 முறையில் சொல்லியிருக்கிறார்கள். அதில் வேறுவேறு ஆட்கள், வேறுவேறு முடிவுகள் இருக்கும்.

உதாரணத்திற்கு நான் பிரபஞ்சனுடைய ஒரு மனுஷி கதையை சொல்கிறேன். அந்த ஒரு மனுஷி கதையில் ஒரு பத்திரிகை போட்டோ கிராஃபர் அவருடைய ஒரு நாள் வாழ்க்கை அதை மட்டும்தான் சொல்ல முடியும். அதை மாற்றவே முடியாது. அதனால் என்ன? நான் அந்த எழுத்தாளனின் கதையை நான் மறுபடியும் சொல்வதாக வைத்துக்கொண்டால்கூட, அது நான் அந்த எழுத்தாளனுக்கு சாதகமாக செய்யக்கூடிய ஒன்றுதான்.

நான் இதுவரை சுமார் 50 எழுத்தாளர்களுடைய 200-250 கதைகளை சொல்லியிருப்பேன். அதில், ஒரே ஒரு எழுத்தாளர்கூட எனக்கு ஒரு ஃபோன் செய்து எனக்கு எதிர்வினையாற்றி நீங்கள் ஏன் என்னுடைய கதையை இப்படி மாற்றிச் சொன்னீர்கள் அல்லது என்னுடைய கதையை நீங்கள் ஏன் சொன்னீர்கள் என்று கேட்டதில்லை.

தொகுப்பு : பேரா. சு.பிரேம் குமார்

அ.முத்துலிங்கம் நான் வியந்து பார்க்கக்கூடிய ஒரு எழுத்தாளர். புனைவுக்கும் புனைவல்லாததற்கும் இடையில் ஒரு மொழியை அவர் வைத்துள்ளார். அவருடைய எழுத்துகளில் எது புனைவு, எது புனைவல்லாதது என்று கண்டுபிடிக்க முடியாது.

நான் அவருடைய நிலம் எனும் நல்லாள் என்கிற கதையை சொன்னேன். அவர் அந்த கதையை கேட்டுவிட்டு எனக்கு ஒரு மெயில் அனுப்பினார். நான் இத்தனை வருடம் எழுதியதற்கான மின்னஞ்சல் பலனை இன்றுதான் அன்பவித்தேன் என்று எழுதியிருந்தார். நான் நீங்கள் எவ்வளவு பெரிய எழுத்தாளர். நீங்கள் இப்படி சொல்லலாமா என்று கேட்டேன். இல்லை, உலகம் முழுவதும் உங்கள் குரலால் என் கதையை கேட்கிற சிலிர்ப்பு இருக்கிறது இல்லையா, அதை என்னால் தாங்கவே முடியவில்லை என்று எழுதியிருந்தார்.

உண்மையிலேயே, இந்த கதைகள் என்னமாதிரி சென்றடைந்துள்ளது என்பதற்கு நான் ஒரு சின்ன எடுத்துக்காட்டு சொல்கிறேன். கனடாவில் விவேகானந்தன் என்பவர் இந்த ஒரு கதையை மட்டும் கேட்டுவிட்டு எனக்கு போன் செய்து, நான் கனடாவில் இருக்கிறேன். உங்களுடைய கதைகளைக் கேட்டேன் அண்ணா. என்னுடைய சொத்துசுகம் எல்லாவற்றையும் எழுதிக் கொடுத்துவிட்டு நான் மரித்துவிடலாம் என்றிருக்கிறேன் என்று கூறினார்.

அதனால், ஒரு கதை என்னை இதுவரை பார்த்திராத எங்கேயோ கனடாவில் இருக்கும் மனிதனை எனக்கு எதுவுமே வேண்டாம், நீ இன்னும் பத்து கதை சொல் உனக்கு எல்லாவற்றையும் எழுதி கொடுத்துவிட்டு செத்துப்போகிறேன் என்று சொல்வது எழுதிக்கொண்டு மட்டும் இருக்கிற ஒரு எழுத்தாளனுக்கு கிடைத்திருக்கிறதா என்று எனக்கு தெரியாது. எழுத்தைவிடவும் குரலுக்கு ஒரு பெரிய வலிமை இருப்பதாக நான் நம்புகிறேன். அதற்கு எனக்கு தினமும் வரக்கூடிய தொலைபேசி அழைப்புகள், எங்கள் வீட்டைத் தேடி வரக்கூடிய நண்பர்கள்தான் சான்று.

கேள்வி: நீங்கள் கதை சொல்லும்போது, ஒரு கதையை எப்படி தேர்வு செய்கிறீர்கள்? கதை கேட்பவர்கள் கதையை எழுதிய எழுத்தாளரை நோக்கி எந்தளவுக்கு பயணிக்கிறார்கள்?

முதலில் நான் இந்த கதைகளைத்தான் சொல்ல வேண்டும் என்று யாரும் ஒருமுறைகூட தேர்வு செய்தது இல்லை. தேர்வு முழுக்க என்னுடைய தனிப்பட்ட விருப்பம்தான். பிறகு, என்னுடைய ஒரு கதையை சொல்லுங்கள் என நூறு கோரிக்கையோடு தொகுப்புகள் எங்கள் வீட்டில் அடுக்கி வைத்திருக்கிறேன். அந்தக் கதைகளை எல்லாம் நான் சொல்லக்கூடாது என்று இல்லை. அந்த கதைகளையெல்லாம் நான் படித்து, அது எனக்குள் பதிந்து அதை சொல்வதற்கு 20 வருடம் ஆகும். அதுவரை நான் உயிருடன் இருக்க வேண்டும். இந்தக் கதைத் தேர்வில் எனக்கு எந்தவிதமான பாரபட்சமும் இல்லை. எனக்கு வேண்டிய எழுத்தாளர், வேண்டாத எழுத்தாளர் என்று இல்லை. இதுவரை சொல்லிய கதைகளில் ஜெயமோகன் கதையை அதிகமாக சொல்லியிருக்கிறேன். ஜெயமோகன் ஒரு இந்துத்துவவாதி, அவருடைய கதைகளை நீங்கள் ஏன் சொல்கிறீர்கள் என்றால் அது தனியாக விவாதிக்க வேண்டிய விஷயம். அவருடைய எந்தக் கொள்கைகளிலும் நான் உடன்பட்டது கிடையாது. ஆனால், ஜெயமோகன் புனைவில் விளையாடுகிறார். தேவகி சித்தியின் டைரி என்று ஜெயமோகனின் ஒரு கதை சொல்லியிருக்கிறேன். அந்த தேவகி சித்தி நான் தான் சார் என்று பல பெண்கள் பேசியிருக்கிறார்கள். நான் கதை சொல்ல வேண்டும் என்று முடிவு செய்யும்போது இந்த மாதிரி நல்ல கதைகளை சொல்ல வேண்டும் என்று நினைக்கிறேன். கதைத் தேர்வு முழுக்க முழுக்க எனக்கானது. அந்தக் கதை சொல்லும்போது ஏற்படும் உயர்வும் தாழ்வும் என்னைச் சார்ந்தது. எனக்கு யாரும் பரிந்துரை செய்தது இல்லை. அதே போல, நான் நிறைய மொழிபெயர்ப்பு கதைகளை சொல்லியிருக்கிறேன். பால்சக்கரியா, எம்.முகுந்தன் அவர்களுடைய கதைகளை சொல்லியிருக்கிறேன்.

அதே நேரத்தில், சில கதைகளை என்னால் சொல்ல முடியாது என்று முடிவு செய்திருக்கிறேன். முகுந்தனுடைய

'பிறகு' என்று ஒரு கதை. அந்த கதையை என்னால் சொல்லவே முடியாது என்று தெரியும். ஆனால், நான் ஒரு நாள், அந்த கதையை முழுக்க வாசித்தேன். அந்த கதையை முகுந்தன் எப்படி எழுதுகிறார் என்றால், அந்த கதையில் வரும் முகுந்தன் டெல்லியில் ஒரு பத்திரிகையாளன். அவன் அவனுடைய மனைவிக்கு ஒரு முத்தம் தருவான். அதை, பிரவுன் நிற மரத்தில் இருந்து ஒரு பட்டையை பெயர்த்தெடுத்து அதை அப்படியே காய்ச்சி வடிக்கப்பட்ட ஒயினின் சுவையை ஒத்திருந்த உதடுகளில் இருந்து அவன் ஒரு முத்தம் தந்தான் என்று எழுதுகிறார்.

இந்த உவமையை நான் கதை சொல்லும்போது விட்டுவிட்டால் நான் முகுந்தனுக்கு செய்யும் பெரிய துரோகம். அதே நேரத்தில், அது ஒரு பெரிய கதை. அதை சொல்லும்போது, இந்த உவமை சொல்ல மறந்துபோகும். ஆனால், சொல்லியே ஆகவேண்டும். அதனால், நான் அந்த கதையை சொல்வதைவிட வாசிக்கலாம் என்று ஒரு பரீட்சார்த்த முயற்சியாக வாசித்தேன். ஆனால், பல பேரால் அதை ஏற்றுக்கொள்ள முடியவில்லை. இதற்கு காரணம் பொது வாசகர்கள் அவர் கதை சொன்னால் நன்றாக இருக்கும் என்று மனதில் வைத்திருப்பார்கள்.

நான் எல்லா கதையையும் அப்படி வாசிப்பதில்லை. அந்த ஒரு கதையை மட்டும்தான் வாசித்தேன். இருப்பினும், அந்த கதை பலருக்கும் பிடித்திருந்தது. அந்த கதையை Youtube 20,000 பேர் பார்த்திருக்கிறார்கள்.

'மீட்பு' என்று போகன் சங்கருடைய ஒரு கதை. அந்த கதையை சொல்ல ஆரம்பிக்கும்போது என்னுடைய மனைவி ஷைலஜாவும் மகள் மானசியும் முதல் வரிசையிலிருந்து வெளியே போய்விட்டார்கள். அது எனக்கு பயங்கர டிஸ்டர்ப் ஆகிவிட்டது. ஏனென்றால், அந்தக் கதை பள்ளிக்கு போன இரண்டு குழந்தைகளும் விபத்தில் இறந்துவிடும். அந்தக் குழந்தைகளை பட்டாம்பூச்சிகள் பறப்பதைப் பார்ப்பதற்காக ஒரு கிறிஸ்துமஸ் நாளில் கொடைக்கானலுக்கு அழைத்து செல்வதற்காக அந்த அப்பாவும் அம்மாவும் திட்டமிட்டிருப்பார்கள். ஆனால், அந்த குழந்தைகள் ஒரு மார்ச்சுவரியில் கிடத்தப்பட்டிருக்கும்.

நான் இந்த கதையை சொல்ல ஆரம்பிக்கும்போதே ஷைலஜாவுக்கு எங்களுடைய மகன் சிபி ஒரு விபத்தில் மரணம் அடைந்தது நினைவுக்கு வருகிறது. அடுத்த 5 நிமிடத்தில் இந்தக் கதையை என்னால் சொல்லவே முடியாது என்று முடிவுக்கு வந்தேன். அந்தக் கதையில் வரும் குழந்தை என்னுடைய சிபியாகவும் நான் மார்ச்சுவரிக்கு வெளியே உட்கார்ந்திருந்த இடமாகவும் எனக்கு தோன்றியது. அதனால், அந்த கதையை என்னால் சொல்ல முடியவில்லை. பிறகு அந்த கதையை வாசித்தேன்.

கதைகளுக்குள்ளாக வாழ்வது என்று ஒன்று இருக்கிறது. கதை சொல்வது கேளிக்கைக்காக மட்டும் இல்லை. ஒரு முறை நான் ஜெயமோகனிடம் பேசும்போது "நான் கதை சொல்வதை நிறுத்திவிடப் போகிறேன்", என்று கூறினேன். அதற்கு அவர் ஏன் என்று கேட்டார். நான், நீங்கள் எல்லாம் நிறைய எழுதுகிறீர்கள். நான் வெறும் கதை சொல்லியாக மாறிவிடுவேனோ என்று தோன்றியது.

அதற்கு ஜெயமோகன், அப்படி இல்லை. நான் உங்களை கவனித்துக்கொண்டே வருகிறேன். ஒருபோதும் நீங்கள் யாருக்காகவும் யாருடைய கதைகளையும் சொல்வதே இல்லை. உங்களுடைய கதை தேர்வு உங்களிடம் இருக்கும் வரை இதை நீங்கள் நிறுத்தவே கூடாது என்று கூறினார். எனக்கு அது ஒரு சரியான விமர்சனமாக தெரிந்தது. அதற்குப் பிறகு நான் தொடர்ந்தேன்.

"அடுத்து கதை கேட்டுவிட்டு போயிவிடுவார்கள் என்று சொல்கிறார்கள். அப்படிப் போகிறவர்கள் எனக்கு தெரிந்து ஒரு இருபது சதவீதம் பேர்தான். அப்படிதான், சும்மா கதை கேட்டுவிட்டு போகட்டுமே. அதனால், என்ன? அவர்கள் அதுவரை அதுகூட கேட்காமல்தானே இருந்தார்கள். அவர்களுக்கு தி.ஜானகிராமன், லா.ச.ரா, வண்ணதாசன் இந்த எழுத்தாளர்கள் பெயர்கள் கூட தெரியாமல்தான் இருந்தார்கள் இல்லையா? அவர்களுக்கு இந்த பெயர்களாவது தெரியட்டுமே!.

எப்போதும் மேன்மையும் கீழ்மையுமானவர்கள் மனிதர்கள்

சூரியன் பண்பலைக்காக
ரா சதீஷ்

துரோகத்தை சந்திக்காத மனிதர்கள் யாரும் இருக்கமாட்டாங்க. எல்லா மனிதர்களும் வாழ்க்கையில் துரோகத்தை கடந்தே வந்திருப்பாங்க. அதே போன்று உங்கள் வாழ்கையிலும் நடந்த மறக்க முடியாத துரோகத்தைப் பத்தி சொல்லுங்க?

எனக்கு அப்டி ஒன்னும் தோனல, நான் எவ்வளவு பேரன்பான மனிதர்களை சந்திச்சிருக்கேனோ, அதில ஒரு சதவித பேர துரோகத்தோடும் சந்திச்சிருக்கேன்.

இது என் பார்வை தான் இப்ப நான் யார மனசுல நெனச்சிட்டு சொல்றேனோ அவரைப் போய் ஒரு இண்டர்வியூ எடுத்தீங்கன்னா பவா செல்லதுரை எவ்வளவுப் பெரிய துரோகி என் லைஃப்லன்னு சொல்லுவாரு.

அப்ப மனிதர்கள் ஒவ்வொருத்தருக்கும் பார்வை வேறுபடும். இது என்னோட பார்வையில மட்டும்தான். இத துரோகம்ன்னு ஃபீல் பண்ணுவேன்.

இப்ப யோசிச்சு பார்த்தா அப்படி ஒண்ணு இல்லவேயில்ல. குறிப்பிடத்தக்க துரோகங்கள் ஒண்ணுமே நடக்கல. ஒருவேளை

நான் விரும்பின மாதிரி அவர் நடக்காம இருந்திருக்கலாம். உதராணத்திற்கு இப்ப நீங்க என்ன பார்க்க வர்ரீங்க, நீங்க இப்படிதான் இருக்கனும்ன்னு நான் நெனச்சிருப்பேன். அதற்கு நேர் எதிரா நீங்க இருப்பீங்க, அது துரோகம் கிடையாது. அது அவருடைய இயல்பு.

அப்புறம் மனிதர்கள் எல்லா நேரங்களிலும் மாண்போடு இருக்க மாட்டாங்க. நான் உட்பட, எல்லாருமே,

ஒரு சில நேரங்களில் மிக உயர்வாக இருக்கிற அவனே, சில நேரத்தில் மிக கீழ்மையாக இருப்பான்.

அதே மனிதன் இவ்வளவு கீழ்மையா இருக்கிறானேன்னு நெனைக்கும் போது.அவனுக்கே காசில்லாத சமயத்தில பத்து ரூபாய்க்கு வாங்கி, அஞ்சு ரூபாய்க்கு ஒரு பொறை வாங்கி தெருவில போற வர்ற நாய்க்கு ஊட்டிவிடுறான்னு வச்சிக்கோங்க அந்த கீழ்மையெல்லாம் மறைஞ்சு என்னை விட பெரிய மேன்மையான இடத்திற்கு போயிடுவான்.

ஆக இது எல்லாமும் கடந்ததுதான் மனித வாழ்க்கைன்னு எனக்கு இலக்கியம் தான் சொல்லிக்கொடுத்துச்சு.

அப்ப மனிதர்கள் ரெம்ப கீழ்மையோடும் இருப்பாங்க, ரெம்ப மேன்மையோடும் இருப்பாங்க. ஜி.நாகராஜன் சொல்றது மாதிரி ‘மனிதன் ஒரு மகத்தான சல்லிப்பயல் ’

இங்கு காதல் இல்லாத மனிதர்கள் யாருமே இல்லை, எல்லா மனிதர்களும் அந்தக் காதலை கடந்துதான் வந்திருக்கனும். உங்களுடைய முதல் காதல் அனுபவம் பத்தி சொல்லுங்க?

ரொம்ப பர்சனலான கேள்வி இது. ஒருமுறை ரெண்டுமுறை இத பத்தி தெரியாம சில நேர்காணல்ல, ரைட்டிங்கில சொன்னதுல என் மனைவி ஷைலஜாவுக்கு பெரிய வருத்தமாப் போச்சு. அப்ப ஏற்கவே காதல் தீர்ந்து போன ஒரு மனுஷனதான் நான் கல்யாணம் பண்ணிக்கிட்டேனான்னு?.

ஆனால் எல்லா பையன்கள் மாதிரி எனக்கும் ரெம்பச் சின்ன வயசுல ஒரு காதல் இருந்துச்சு. அது எல்லோரும் சொல்லுற மாதிரி விடலைத்தனமான லவ்வல்லாம் இல்லை. நான் அப்பயே ரெம்ப சீரியஸ்ஸா என் காதலை ஆரம்பிச்சேன். பதிமூன்று வருஷம் அந்த காதல் நீடிச்சுச்சு.

தொகுப்பு : பேரா. சு.பிரேம் குமார் ◆ 59

நாங்க ரெண்டுபேருமே எங்க காதலுக்கு ரெம்ப உண்மையா இருந்தோம்.

ஆனா எங்க அப்பா அம்மாவுக்கு நான் ஒரே பையன் அதனால, நான் என்ன கேட்டாலும் அத செய்யிறத்துக்கு ரெடியா இருந்தாங்க. அந்த பொண்ணு வீட்ல, 'நான் சரியா வரமாட்டேன், ஜோல்னா பை மாட்டிட்டு சுத்தற பையன், லைஃப்க்கு சரி வரமாட்டான்னு அவுங்களுக்கு தோணிச்சி. எங்க காதலை ப்ரேக் பண்ணி அந்த பொண்ணை வேற இடத்தில்ல கல்யாணம் பண்ணி குடுத்துட்டாங்க. அவுங்க எங்கையோ போயிட்டாங்க, அவங்களுக்கு இப்ப கல்யாணம் ஆயிருச்சு. ஆனா அந்தக் காதல் அப்படியே இருக்குதான்னா, இல்லை.

அந்த காதல் தீர்ந்து போயிருச்சான்னா அதுவும் இல்லை. என்ன சார் ரெண்டித்திக்கும் இல்லயேன்னு சொல்றீங்கன்னா.. ஒருவகையில் எப்போதாவது சில அபூர்வமாண தருணங்களில் நினைவுகளில் அந்த லவ் வந்து நிக்கும். அந்த லவ்வை யோசிக்கிறப்ப அந்தப் பொண்ணை ஏமாத்திட்டேன்னோ இல்ல, அந்தப் பொண்ணு என்ன ஏமாத்திருச்சோன்னோ நினைக்கிறதில்லை. காலங்கள் மனிதர்களுக்கு சில நேரங்களில் அள்ளிக் கொடுக்குது. சில நேரங்களில் குழந்தைகள் கையிலிருந்து சாக்லேட்ட பறிச்சிட்டு ஓடுற மாதிரி ஒடிருது. அந்த இயல்போடதான் நான் இருக்கேன். ஆனா அந்த மெமரீஸ் வந்து இப்ப நினைக்குபோது பவர்ஃபுல்லான மெமரீயா? ஒரு மின்னல் வந்து மூலையை டச் பண்ணிட்டு ஒரு நொடியில போயிரும்ல அந்த மாதிரி காதல ஃபீல் பண்ணிருக்கேன்.

கேள்வி: நாம கண்டிப்பா மனசு ஒடிஞ்சி அழுது இருப்போம். அழாத மனுஷங்க யாராச்சும் இருக்காங்களா? அப்படி ஒருமுறை நீங்க மனசு ஒடஞ்சி அழுதிருக்கிறீர்களா?

மூரை வயசுல என் பையன் சிபி; வம்சிக்கு முந்தன பையன் அவன் வந்து எங்க கண் எதிர ஒரு ஆக்சிடன்ட்ல இறந்துட்டான். ஒரு வேளை அன்னிக்கு நைட்தான் முத முதல சிகிரெட் புடிக்க ஆரம்பிச்சேன். மார்ச்சுவரில அவன் உடல வச்சிருந்தாங்க. அந்த பாடியை எடுத்துட்டு வர வரைக்கும்

எனக்கு என்ன பன்றதுன்னு தெரியல அப்பதான் நண்பர்கள் சிகிரெட்ட என் முன்னால நீட்டினாங்க. அந்த இரவுதான் நான் முத முதல மனசு ஒடஞ்சி அழுதேன். எங்க அப்பா அம்மா இரண்டு பேருமே எனக்கு ரொம்ப பிரியமானவங்க அவங்க இறந்தப்பக்கூட நான் அழவே இல்லை. அழுவுலன்னு எல்லாருக்கும் தெரியும். எல்லாத்துக்கும் தெரியுற மாதிரி அழுகுறதுதான் அழுகை கிடையாது.

ஆனா அம்மாவோட பிரியத்த அப்பாவோட பிரியத்த நெனச்சு பிரியங்கள் கிடைக்காத அப்போ அழுது இருக்கேன். “சே நம்மள இப்படியேல்லாம் வைச்சிருந்தவங்கள இழந்துட்டோமே” அவங்க இறந்து அவங்க டெட் பாடியா இருக்குற அப்போ எனக்கு அழுக வரல, என்னைக்கெல்லாம் எனக்கான பிரியங்கள கிடைக்காம போச்சோ அன்னைக்கெல்லாம் எங்க அம்மா சாப்பாட்டிற்குள்ள ஒரு முட்டைய மறச்சி குடுப்பாங்களே...

எங்க அம்மா இருந்திருந்தா கறிக்குமேல வெள்ளை சாதம் போட்டு எல்லாத்துக்கும் மேல பேருக்கு ஒரு குழம்பு ஊத்துவாங்கள, அந்த மாதிரி தட்டு முழுக்க கறி இருக்குமே, இந்தப் பிரியம் எல்லாம் போயிடுச்சேனு எப்பலாம் மறுபடிமறுபடி தோணும்னா இந்த பிரியமெல்லாம் எப்போ கிடைக்காதோ அப்பல்லாம் இது தோணும். அநேகமா என் லைஃப்ல அப்பா அம்மாவுக்கு நிகரான பிரியம் எனக்கு கிடைச்சிக்கிட்டே தான் இருக்கு. இத கிடைக்காத தருணங்கள மனம் கசிந்து அழுதிருக்கேன்.

உங்க வாழ்க்கைல மறுபடியும் ஒரு நபர திரும்பிபாக்கனும்னா அது யாரா இருக்கும்?

என் பிரண்ட் கருப்பு கருணா. கோவிட் சமயத்தில இறந்துட்டான். அவன் இறக்குறதுக்கு முன்னாடி பதினைந்து வருஷமா நாங்க பேசிக்கிட்டது இல்ல. அவ்வளவு தூரம் நான் மனரீதியா நான் ஃபீல் ஆகுற அளவுக்குப் பொது வெளில நண்பர்களுக்கு மத்தியில என்ன பர்சனலா அவன் விமர்சிச்சிருக்கான். ஆனாலும், என் லைப் பத்தி யோசிக்கும்போது கருணா இடத்துல வைக்க கூடிய அளவுக்கு உன்னதமான ஃபிரண்ட் எனக்கு வேற யாருமே இல்ல.

ஏன்னா, இந்த பதினைந்து வருஷத்த கழிச்சிட்டு, முன்னால இருந்த இருபது, இருபத்தைந்து வருஷத்த கணக்குபண்ணி பார்த்தா அந்த நட்பு அவ்வளவு உண்மையா இருந்திருக்கு. எனக்கு ஆயிரக்கணக்கில் நட்பு இருக்கு. நான் என்ன சொன்னாலும் செய்யுறதுக்கு ரெடியா இருக்காங்க. இப்பவும் கருணா தான் அந்த இடத்துல இருந்திருக்கனும்னு தோணுது. அந்த இடம் கருணாவுக்கானது, அதுல எந்த ஃபிரண்டாலயும் நிரப்ப முடியாது. அப்படி மறுபடியும் எனக்கு ஒரு லைஃப் கிடைச்சிதுன்னா ரொம்ப சந்தோஷம்.

கருணாவோட நான் நட்பா இருந்தப்ப கருணா மட்டும்தான் சிகிரெட் பிடிப்பான் நான் பிடிக்கமாட்டேன். இப்ப நானும் சிகிரெட் பிடிப்பேன். நானும் கருணாவும் ஒரு பில்டர் கோல்ட் பிலாக்க கொளுத்திகிட்டு மணிக்கணக்குல பேசிக்கிட்டு இருப்போம். அப்படி நான் சந்திக்க விரும்புற பேச விரும்புற ஒரு நபர் கருணாதான்.

கேள்வி; நீங்க மனசு ஒடஞ்ச நேரத்துல யாருகிட்ட மனச விட்டு பேசி ஆசுவாசம் அடைவிங்க?

அப்படி ஒரு ஆள மட்டும் சொல்ல முடியாது. ஆனா இப்போ திடீர்னு நியாபகம் வரற்து கோயம்பத்தூர்ல ஒரு ஃபிரண்ட் இருக்காங்க. அவங்க ஒரு கல்லூரில பேராசிரியரா இருக்காங்க, பேராசிரியர் பாரதின்னு.

ரொம்ப மனசு கஷ்டப்படும்போது அவங்கள கூப்பிட்டு பேசுவேன். நான் மிஷ்கின பத்தி சொன்னேனே. இதுவரையில எனக்குத் தெரிஞ்சி கீழ்மையான மனிதர்களைப் பற்றி ஒரு வார்த்தைப் பேசினது இல்ல. ஒரு பாஸ்டியூவ் வைப்ரேஷன் இருக்கும்ல அப்படிதான் என்கிட்ட பேசியிருக்காங்க. இப்போ யோசிக்கிறேன்.

இதெல்லாம் ரொம்ப ப்ர்சனலா கேக்குறதுனால எனக்கே எல்லாத்தையும் ரிவைன்ட் பண்ணி பார்த்துக்கிறேன். அவங்களோடு பேசும்போது ரொம்ப ஃபிரஷ்ஷா ஃபீல் பண்ணி இருக்கேன். இந்த மாதிரி சமயங்களில், இவங்களோடு பேசுனா போதும் அப்படின்னு எனக்குத் தோணுது. பாரதி அதுல முதல் இடம்னா அதுக்கு அடுத்த இடங்கள்ல லிஸ்ட்போட்டேனா ஒரு பத்து பேரு இருப்பாங்க. ஆனா

துர்திஷ்ட வசமா அந்த பத்து பேர்ல ஒருத்தர் கூட ஆண்கள் இல்ல. ஆமா எல்லாமே பெண்களா இருக்குறாங்க. ஆனா இப்போ யோசிக்கும்போது பெண்கள் ஒரு ஆணை சமநிலைப் படுத்துவதற்கு, மனக்கொதிப்பை சரிப்பண்ணுவதற்கு சொற்களை தேக்கி வைச்சிருக்காங்களோனு தோணுது.

எனக்கு வந்து திருச்சிக்கு பக்கத்துல சமயபுரத்துல புவனான்னு ஒரு பெண் தோழி இருக்காங்க. என்ன அண்ணான்னு தான் கூப்பிடுவாங்க, எப்ப நான் அந்த டோல்கேட்ட கிராஸ் பண்ணாலும் என் வண்டி அங்க நிக்கும். அவங்க அந்த தனலட்சமி சீனிவாசன் கல்லூரில வேலைப் பாக்குறாங்க, அவங்க ஓடி வந்து எனக்கு ஒரு பாட்டில் தண்ணீரோ, ஒரு கோப்பை டீயோ தருவாங்க. ஒரு டீ குடிக்குற நேர அளவுக்குதான் அவங்களோட பேசுவேன்,

"அண்ணா அண்ணா என்று யார் சொன்னது

கண்ணில் ஆனந்த கண்ணீரை யார் தந்ததுனு",

ஒரு வரி இருக்குது.

சமயபுரம் டோல்கேட்ல புவனாவ பாக்கும்போதெல்லாம் இந்த வரிதான் எனக்கு நியாபகத்திற்கு வரும்.

நான் தினம் தினம் நிலத்தோடு மல்லுக்கட்டுபவன்

பசுமை விகடனுக்காக

J.சரவணன்

இலக்கிய ஆக்கத்தில் எழுத்து, பேச்சுகளுக்குள்ளாகச் சிறந்த கதைசொல்லியாகப் புதிய தடம் பதித்து வருகிறார் பவா செல்லதுரை. இதுவரை ராமாயாணம், மகாபாரதக் கதைகளுக்குத்தான் குடும்பம் குடும்பமாக ரசிகர்கள் வருவதைப் பார்த்திருக்கிறோம். ஆனால், தற்போது தமிழ் இலக்கியக் கதைகளையும் கேட்க, குடும்பம் குடும்பமாகச் சங்கமிக்கிறார்கள். திருவண்ணாமாலையில் உள்ள பத்தாயத்தில், கதையாடல்கள் (சிறுகதை) மற்றும் பெருங்கதையாடல்கள் (நாவல்) மூலம் இலக்கிய உலகுக்குப் புதிய பரிமாணம் காட்டும் பவா செல்லதுரையுடன் ஒரு பேட்டி.

முற்றத்தில் இருந்து பெருங்கதையாடல் பத்தாயம் வரை இலக்கிய நோக்கம் வெற்றியடைந்ததா?

“இதைவிடப் பெரிய வெற்றி எதுவும் எனக்குத் தேவைப்படவில்லை. நாங்கள் முன்னெடுக்கும் ஒவ்வொரு நிகழ்வையும் மக்கள் கொண்டாடுகிறார்கள். ‘கலை இலக்கிய இரவு’ என்ற வடிவம் நீர்த்துப் போகிறது என நினைத்தபோது, ‘முற்றம்’ என்ற வடிவத்திற்கு இடம்பெயர்ந்தோம். இந்திய

அளவில் இருபத்தைந்துக்கும் மேற்பட்ட ஆளுமைகள் அதில் மனப்பூர்வமாகப் பங்கெடுத்தார்கள். அது ஓர் அழகான வடிவம், ஒருங்கிணைப்பு.

ஒரு படைப்பாளி அவரைச் சுற்றிலும் முந்நூறுக்கும் மேற்பட்ட வாசகர்கள் என எல்லோரும் வட்டவடிவில் தரையில் உட்கார்ந்து கொள்வார்கள். ஒரு மணி நேர உரை. அதைத் தொடர்ந்து கலந்துரையாடல். முழுமையான நிகழ்வு அது. ஒரு படைப்பாளியை முழுவதும் உள்வாங்கிக் கொள்ளவும். அந்த எழுத்துக்களைத் தேடிப் படிக்கவும் 'முற்றம்' ஒரு தொடக்கப்புள்ளி. கைக்கெட்டும் தூரத்தில்தான் வாசகனின் மனக்கதவுகள் மூடியிருக்கும். நீங்கள் தொடாமலேயே அது திறந்துகொள்ளும். ஒவ்வொரு காலத்திலேயும் இலக்கியம் மட்டுமல்ல, இலக்கிய நிகழ்வுகளும் நவீனப்படுத்தப்பட வேண்டும். ஒரே விஷயத்தைப் பிடித்துத் தொங்கிக்கொண்டிருக்க முடியாது. இது Creative side. வாசகனின் மனம் சார்ந்த விஷயங்கள் இம்மேடையிலோ அல்லது இவ்வட்டத்திலோ தொடர்ந்து நிகழ வேண்டும்.

அதில் நானும் ஒரு முக்கியப் பங்காற்றினேன் என்பதைத் தாண்டி, தமிழ்நாடு முற்போக்கு எழுத்தாளர் சங்கத்திற்கு, இதன் ஒருங்கிணைப்பில் பெரும் பங்குண்டு, சார்பற்று எல்லாக் கருத்து நிலை உள்ள படைப்பாளிகளையும் இதற்கு அழைத்தோம். அம்பை, சுந்தரராமசாமி, தமிழவன், பால் சக்காரியா, பாலச்சந்திரன் சுள்ளிக்காடு, சச்சிதானந்தன் என்று நாங்கள் கனவு கண்ட பலரும் நாங்கள் நினைத்த மாத்திரத்தில் எங்களோடிருந்த நாட்கள் அவை.

கதையாடலின் திட்டமிடல், அதன் வாசகர் பங்கேற்பு. அதன் வளர்ச்சி இதைப் பற்றிச் சொல்ல முடியுமா?

"சிறுகதைகள் சொல்வதென்றால், 'கதை கேட்க வாங்க'. நாவல்கள் சொல்வதென்றால் 'பெருங்கதையாடல்' என எந்தத் திட்டமிடுதலுமின்றி எதேச்சையாகத்தான் ஆரம்பித்தோம். முதல் நிகழ்வுக்கு அறுபது பேர் வந்திருந்தார்கள். அது அறுநூறு பேர் வரை நீண்டது. வெளிமாநிலங்கள், வெளிநாடுகளில் இருந்து கூட இந்நிகழ்ச்சிக்கென்றே வந்த வாசகர்களும் உண்டு. இந்நிகழ்ச்சிக்கென்றே வந்த வாசகர்களும் உண்டு. இவர்கள் பார்வையாளர்களோ,

ரசிகர்களோ அல்ல வாசகர்கள். தீவிரமான வாசிப்பும். சமூக அக்கறையும் உள்ளவர்கள்.

சரிபாதி பேர் படைப்பாளிகள். நான் அண்ணாந்து பார்க்கும் உயரத்திலிருப்பவர்களும்கூட இதன் பார்வையாளர்கள் வரிசையில் உட்கார்ந்து பார்த்திருக்கிறேன். நாஞ்சில் நாடன், எஸ். ராமகிருஷ்ணன் என்று பல நண்பர்கள்.

இதை எந்த முறையான திட்டமிடுதலும் இன்றித்தான் இன்றளவும் நடத்துகிறார்கள். ஏதாவது ஒரு நாள் எனக்குக் கதை சொல்லத் தோன்றும்; ஒரு சிறு அறிவிப்பு, அவ்வளவுதான்; திருவண்ணாமலையில் தொடங்கிய இப்புள்ளபெரிய கோலமாக விரிந்து தமிழ் நாட்டைத் தாண்டி கேரளா, கர்நாடகா என விரிந்துள்ளது.

கனடா, அமெரிக்கா, ஐரோப்பிய நாடுகள் என எனக்கு அழைப்புகள் வந்துகொண்டே இருக்கின்றன. 'கொரோனா' காலம் கடக்கட்டும். நானும் என் கதைகளோடு நிச்சயம் கடல் கடப்பேன்."

இக்கதையாடல் உங்கள் எழுத்தை எவ்விதத்திலும் பாதிக்கவில்லையா?

"எல்லாவிதத்திலும் பாதிக்கிறது. எழுதுவது என்பதே மனிதர்களை அடைவதுதானே? என் சொல்கதைகளிலும் அதுதான் நடக்கிறது."

குடும்பச்சூழல், அலுவலகப்பணி, உங்கள் எழுத்தைப் பாதுகாக்கிறதா என்ன?

"ஒரு படைப்பின் பணியில் இன்னொரு படைப்பூக்கத்தைத்தான் நான் சென்றடைந்திருக்கிறேன். வாசிப்பு, அதன் தொடர்ச்சிதான். எனக்குக் கதை சொல்லி, அப்புறம் என் எழுத்து என என்னை வகுத்துக் கொள்கிறேன். ஆனால் இதன் மூன்றுக்கும் முன்னே இன்னொரு பவா இருக்கிறான். அவன் நிலத்தோடு மல்லுக்கட்டும் எளிய விவசாயி. எல்லாவற்றையும் மீறி இரு நாவல்கள், இரு தொடர்கள், சில சிறுகதைகள் என எழுதத் தொடங்கியிருக்கிறேன். இயற்கை என்னை உந்தித்தள்ளும். நான் அதன் குழந்தைதான்.

இன்றும் அதன் மார்புகளில் பால் உறிஞ்சுபவன்தான். முதுகில் வருடி, நீவிக்கொடுத்து, எனக்குப் புரையேறாமல்

இயற்கைத்தாய் என் எழுத்தைப் பாதுகாப்பாள். இன்னும் இன்னும் என்னை எழுத வைப்பாள்.

கதைத்தேர்வுதான் ஒரு கதை சொல்லலுக்கான அடித்தளம் எனக் கருதுகிறேன். ஒரு நுட்பமான வாசகனின் மனதை, அவன் தேர்ந்தெடுப்பை வைத்தே கண்டடைய முடியும். என் மனச்சாய்வு எப்போதும் விளிம்புநிலையிலிருக்கும் எளிய மனிதர்கள்தான். எப்போதாவது நடுத்தரவர்க்க மனிதர்களின் விசாலமற்ற மன இயல்பின் வெளிப்பாடு என விரியும்.

எளிய மனிதர்களின் பேரன்பை, அவர்களின் மன விசாலத்தை, ஈரத்தை இந்த ஜன்மம் முழுக்க முயன்றாலும் ஒரு நடுத்தரவர்க்க மேல்தட்டுவர்க்க அகம்பாவத்தால் புரிந்துகொள்ளவே முடியாது.

அப்படி என்றால் நடுத்தரவர்க்கத்திலும் மேல்தட்டு வர்க்கத்திலும் நல்லவர்கள், கசிபவர்கள் இல்லையா?

"அவர்கள் மொத்தமும் அல்ல. சிலர் அப்படி இருக்கலாம். அவர்கள் எதிர்ப்புறம் வந்தடைய வேண்டியவர்கள், திட்டமிட்ட உதவி, உதவியை மீறிய விளம்பரம், உழைப்பை உறிஞ்சி சம்பாதித்த மிச்சத்தில் ஏழைகளுக்கான அன்னதானம், நிறுவன விரிவாக்கலுக்கு ஈகை குணமுடையவர்கள் என்ற முத்திரை, அதை நோக்கிய காய் நகர்த்தல் என எதுவுமே தெரியாமல், ஓலையாற்றின் ஓரம் மாடு ஓட்டிக்கொண்டு போகும் ஒரு எளிய விவசாயியின் மனநிலையிலேயே வாழ்ந்து முடித்துவிட வேண்டுமென நிலைக்கிறேன்."

அடிக்கடி உண்டாட்டு, இலக்கிய நிகழ்ச்சிகள், புத்தக வெளியீட்டு விழாக்கள் நடத்துகிறீர்களே... இது உங்கள் படைப்புகளைப் பாதிக்கவில்லையா?

"வேறெதைவிடவும், ஒரு நிகழ்வின் ஒருங்கிணைப்புதான் படைப்பு மனநிலையை வெகுவாகப் பாதிக்கும். ஆனாலும் அது எனக்கு அவசியமெனப்படுகிறது. நாஞ்சில் நாடன், பிரபஞ்சன், எஸ். ராமகிருஷ்ணன் என்ற புகழ்பெற்ற எழுத்தாளர்களில் தொடங்கி, ஓவியர் பல்லவன், நாடகக்கலைஞன் காளிதாஸ், வாசகர் லிங்கம் என எங்கள் கொண்டாட்டங்கள் தொடர்கின்றன.

தான் ஆடிய மேடைகளையும், ஆட்டுவித்த மனங்களையும் எண்ணி எண்ணி இறுமாந்து போயிருக்கிற, வயதால் புறக்கணிக்கப்பட்டு, ஓரங்கட்டப்பட்டு, காலத்தின் வேகத்திற்குத் தன்னை ஈடுகொடுக்க முடியாமல் தேங்கி, வீட்டாட்களால் நிராகரிக்கப்பட்டு வீட்டின் மூலையில் கிடத்திவைக்கப்பட்டு சோறு போடப்படும் பெரும் கலைஞர்களைச் சந்தித்திருக்கிறீர்களா? அவர்களுக்கு புசிக்கப்பழங்களும், அசைபோட உரையாடல்களையும் தந்து அவர்களின் இளமையை கௌரவப்படுத்தியிருக்கிறீர்களா?

நாம் அவர்களை மனதால்கூட ஸ்பரிசிக்க மறந்துபோனோம். நினைவுபடுத்திக் கொண்டேயிருக்க வேண்டிய ஒரு கலைஞனின் கடமையைத்தான் நான் செய்ய முயற்சிக்கிறேன். இதனால் நான் எழுதியிருக்கக் கூடிய பல நூறு பக்கங்கள் எழுதமுடியாமல் போனால் அது போகட்டும். இதுவரை எழுதி முடித்த பல லட்சம் பக்கங்களை நாம் சென்றடைந்து விட்டோமா? வாசித்து முடித்துவிட்டோமா என்ன? அப்பிரதிகளைச் சென்றடைந்துவிட்டோமா என்ன? பல்லவன், காளிதாஸ், அவர்களின் மனைவிகள், பிள்ளைகள், பேரக் குழந்தைகள் ஆகியோர் முகங்களிலும் பலநூறு வாசகர்கள் மத்தியிலும் அன்று ததும்பிய சந்தோஷம் போதுமெனக்கு, இந்த வாழ்வு அர்த்தம் பெற.

பிரபஞ்சனின் இறுதிக் கால இயலாமையை நாங்களும் சேர்ந்து இல்லாமலாக்கினோம் என்பதன் பெருமிதம் ஒரு படைப்பைவிட மேலானது. அவசியமானது என நினைக்கிறேன்.”

உங்கள் திரைப்படப் பங்கேற்புகள் குறித்து?

“நான் அடிப்படையில் ஒரு நல்ல சினிமா பார்வையாளன் அல்ல. நல்ல படத்தைப் பார்க்கும் மனக்குவிப்புக்குள் ஏதேதோ மனம் தடைபடும் எனக்கு.

மகன் வம்சியும், மானசியும் உலகத் திரைபடங்கள், இந்தியப் படங்கள், தமிழ்ப் படங்கள் எனத் தேர்தெடுத்துப் பார்ப்பார்கள். நான் அவர்களை ஏக்கத்தோடு பார்த்துக் கடந்து செல்வேன்.

‘ஜோக்கரில்’ நான் அக்கதைக்காகவும் ராஜூ முருகன் என்ற என் சக படைப்பாளிக்காகவும்தான் நடித்தேன். அது என்னைப் பற்றிக்கொண்டது.

பெரும்பாலான திரைப்பட நிராகரிப்புகள் எனக்குண்டு. பணம், புகழ் என்று நான் என் திரைப்படப் பங்கேற்பை மையப்படுத்தானால், அது இரண்டுமே எனக்குத் தேவையற்றது.

என் நிலத்தோடு சம்பந்தப்படவும், என் கிணற்றோடு மல்லுக்கட்டவும், என் மாட்டோடு ஸ்பரிசிக்கவுமான பொழுதுகள் போதும் எனக்கு. அதைத் தாண்டிய பங்கேற்பு என் நண்பர்களுக்கானது மட்டும்தான். எப்போதும் யாருக்காகவும் ‘NO’ சொல்லத் தெரியாதவன் நான். மற்றபடி விவசாயம் என் வாசிப்பு, என் கதை சொல்லல். இதனால் மட்டுமே என் மிச்சமிருக்கிற நாட்களும் நிறையட்டும்.”

நான் ஒரு எழுத்துச் சோம்பேறி

SOCIAL TALKIES-காக
சித்ரா லட்சுமணன்

பவா செல்லத்துரை என்பவர் யார்?

திருவண்ணாமலைக்கு பக்கத்தில் ஒரு அமைதியான சூழ்நிலைக்கு மத்தியில் அப்பா அம்மா வாங்கிக் கொடுத்த நிலத்தில் விவசாயம் பார்த்துக்கொண்டும், கடந்த முப்பது நாற்பது வருடங்களாக தொடர்ச்சியாக வாசித்துக்கொண்டும், படித்த கதைகளை எப்போதாவது நண்பர்களிடம் பகிர்ந்துகொண்டும் இன்னும் சொல்லப்போனால் 'எழுத்துச்சோம்பேறி' என பாலுமகேந்திரா திட்டும் அளவிற்கு குறைவாக எப்போதாவது எழுதிக்கொண்டும் வாழ்க்கையின் மேல் எந்த புகாரும் சொல்லாமல் வாழ்ந்து கொண்டிருக்கும் ஒரு சாதாரண ஆள் என்று என்னைச் சொல்லலாம்.

எப்போது எழுதத் தொடங்கினீர்கள்?

பத்தாவது படித்து முடிப்பதற்கு முன்பே ஜெயகாந்தனின் கதைகளை எல்லாம் வாசிக்க ஆரம்பித்துவிட்டதால் நாமளும் எழுத வேண்டும் என்கிற அவசரம் எனக்கிருந்தது. அப்போது திருவண்ணமலையில் 'தீபஜோதி' என்ற இதழ் வந்துகொண்டிருந்தது. அந்த இதழுக்கு பத்தாவது படித்து முடித்த பின் விடுமுறையில் ஒரு நாவல் எழுதி அனுப்பினேன்.

அந்த மாத இதழில் அது பிரசுரமானது. கால்சட்டை போட்டுக்கொண்டிருந்த வயதில் ஒரு சிறுவனின் நாவல் பிரசுரமானதும் அதையொட்டி என் பெயர்கள் அச்சடிக்கப்பட்ட போஸ்டர்கள் திருவண்ணாமலை தெருக்களில் ஒட்டப்பட்டதும் பெரும் மனக்கிளர்ச்சியை கொடுத்தது. ஆனால் மிக விரைவிலேயே எழுத்து என்பது இது அல்ல என்பது புரிய ஆரம்பித்தது. ஒரு கவிஞனுக்கோ எழுத்தாளனுக்கோ எப்போது தான் எழுதுவது இலக்கியம் அல்ல என்று புரிய ஆரம்பிக்கிறதோ அன்று அவன் வாசிப்பை நோக்கி சென்று விடுவான். அப்படித்தான் நானும் எழுதுவதை நிறுத்திவிட்டு தீவிர வாசிப்பின் பக்கம் சென்றேன்.

தீவிர இலக்கியங்கள் படித்ததன் வழியே நீங்கள் கற்றுக்கொண்ட பாடம் என்று எதைச் சொல்வீர்கள்?

இந்த வாழ்க்கையில் எப்படி வாழ வேண்டும் என்கிற விழுமியங்களை என்னை அறியாமலே இலக்கியங்கள்தான் எனக்கு கற்றுக்கொடுத்தது. எழுத்தாளன் என்பவன் சாதாரண லேமேன் கிடையாது. அவன் ஒரு சமூகத்தின் மனசாட்சி. ஒரு சமூகம் உங்களை அப்படி நம்புகிறதென்றால் அந்த உயரத்தில்தான் நீங்கள் இயங்க வேண்டும். அதை விட்டு கீழிறங்கக் கூடாது. நீங்கள் வாழ்க்கையில் எவ்வளவு நலிவடைந்து போனாலும் கலையை விட்டுக்கொடுக்க கூடாது. ஆசிரியர்கள் என்று பெயர் இருப்பதால் அவர்களை நாம் வகுப்பறையில் தேடிக்கொண்டிருக்கிறோம். ஆனால் துரதிஷ்டவசமாக நான் ஆசிரியர்கள் என்று பொருட்படுத்தத்தக்க ஒருவர் கூட வகுப்பறையில் கிடைத்ததில்லை. டியூசன் சேராமல் இருந்ததற்காக பரிட்சையில் பெயில் ஆக்கிய ஆசிரியர்களைதான் என் பள்ளி கொடுத்தது. ஆனால் அதிர்ஷ்டவசமாக என் ஆசிரியர்களாக நினைக்கும் ஜெயகாந்தன், சுந்தர ராமசாமி, என எல்லோரும் வகுப்பறைக்கு வெளியில் எனக்கு கிடைத்தார்கள். பின்னாட்களில் நான் எழுத தொடங்கிய காலத்தில் ஜெயகாந்தன் மிக நெருக்கமான ஒருவராக மாறிப்போனார். கொஞ்சம் மனச்சோர்வாக உணரும் நேரத்தில் எல்லாம் அவர் எங்கள் ஊருக்கு வந்து நாலைந்து நாட்கள் எங்களோடு இருந்துவிட்டுப் போவார்.

சமூதாயத்தின் மனசாட்சிதான் எழுத்தாளர்கள் என்று சொன்னீர்கள். இப்போது அவர்கள் அப்படி செயல்படுவதாக நினைக்கிறீர்களா?

இன்று இந்த உலகமே ரொம்ப கரப்ஷனாகவும் கமர்ஷியலாகவும் மாறிவிட்டது. அதற்குள் எழுத்தாளனும் ஏதோ ஒரு தருணத்தில் விழுந்துவிடவே செய்கிறான். அதே நேரம் இதில் இரண்டு விதமான தரப்புகள் இருக்கிறது. ஒரு எழுத்தாளன் அவன் எழுதும்படியே இருக்க வேண்டும் என ஒரு தரப்பும், இன்னொரு தரப்பு அவன் எழுத்து வேறு. அவன் வாழ்க்கை வேறு. அவன் எழுத்தை மட்டும் பின்தொடர்ந்தால் போதும் என்றும் வாதிட்டுக்கொண்டிருக்கிறார்கள். வாழ்நாள் முழுக்க தான் நம்பும் அறநெறிகளை கடைபிடித்து வாழ்ந்த பல பெரும் ஆளுமைகளை நான் பார்த்திருக்கிறேன். சுந்தர ராமசாமி ஒரு பிராமணராக இருந்தபோதும் என் பிணத்தை முனிசிபல் சுடுகாட்டில் எரியூட்டுங்கள் என எழுதிவைத்துவிட்டு இறந்துபோனார். அதே போல இப்படியான எழுத்தாளர்களை காலமும் வறுமையும் சேர்ந்து அவன் சட்டையை பிடித்து உலுக்கியதும் உண்டு. எழுத்தாளர் பிரபஞ்சனுக்கு நாங்கள் பெரிய விழா எடுத்து ஒரு பன்னிரெண்டு லட்சம் ரூபாய் சேகரித்து கொடுத்தோம். அந்த மேடையில் பேசும்போது அவர் இந்த சமூகம் எனக்கு இரண்டு வேளை சாப்பாட்டிற்கு உத்திரவாதம் அளித்திருந்தால் நான் இன்னும் சில ஆயிரம் பக்கங்கள் எழுதியிருக்கக் கூடும்னு சொன்னார். ஆக அவர் சில இடங்களில் சமரசம் செய்துகொண்டு வணிக எழுத்தை எழுதியதிற்கு இந்தச் சமூகமும் ஒரு காரணம். நான் கவனித்த வரையில் எழுத்தாளர்களை அவர்களது எழுத்துகளோடு நிறுத்திக்கொள்வது நல்லது. இல்லையென்றால் அந்த எழுத்தின் மூலம் நாம் கற்பனை செய்திருந்த பல பிம்பங்கள் உடையக் கூடும்.

அப்படி ஒரு எழுத்தாளரை பற்றிய உங்கள் பிம்பம் உடைந்த தருணத்தை சொல்ல முடியுமா?

நான் அப்படியான தருணங்களை சந்தித்ததில்லை. ஜெயமோகனும் எஸ்.ராமகிருஷ்ணனும் என்னை பற்றி குறிப்பிடுகையில் கீழ்மையை பொருட்படுத்தாத ஒருவர் எனச் சொல்வார்கள். உண்மையில் நான் எல்லாரிடத்தில்

பாசிடிவ் விசயங்களை மட்டுமே பார்க்கத் தெரிந்த ஒரு நபர். ஜெயமோகன் தன் மகன் அஜிதன் படிப்பு முடிந்ததும் என் வீட்டிற்குத்தான் அனுப்பி வைத்தார். அதற்கு அவர் சொன்ன காரணம். நண்பர்களை சம்பாதிப்பதை என்னிடம் இருந்தே கற்றுக்கொள்ள முடியும் என்பதுதான்.

நீங்கள் எழுதிய கதைகளில் எந்தக் கதை எழுதும்போது இது ஒரு மாஸ்டர்பீஸ் என உணர்ந்தீர்கள்?

பிபிசியில் இருந்து ஒரு நிருபர் சுந்தர ராமசாமியிடம் இதே கேள்வியை கேட்டார். அதற்கு சுந்தர ராமசாமி என் எல்லாக் கதைகளும் என பதில் சொன்னார். நான் ஒரு 22 கதைகள் எழுதியிருப்பேன். நான் எழுதிய எந்தச் சிறுகதையையும் மற்ற எந்த எழுத்தாளரும் எழுதிவிட முடியாது என்கிற மிகப்பெரும் கர்வம் எனக்கிருக்கிறது. ஏனெனில் என்னுடைய நிலப்பரப்பை என்னைவிட யாராலும் எழுதிவிட முடியாது என நினைக்கிறேன். நான் குருவிக்காரனை பற்றி கதை எழுதியிருக்கிறேன். ஒட்டர்களை பற்றி எழுதியிருக்கிறேன். இருளர்களை பற்றி எழுதியிருக்கிறேன். எழுத்தாளர் தமிழ்ச்செல்வன் என் கதைகளை தலித் பெருமிதக் கதைகள் என. குறிப்பிடுவார். என் படைப்பில் விளிம்பு நிலை மக்கள் கதாபாத்திரங்களாக வந்தாலும் அவர்களின் அவலங்களையோ, கூக்குரலையோ, துயரங்களையோ நான் ஒருபோதும் எழுதியதில்லை. மாறாக அவர்களின் கொண்டாட்ட மனநிலையை என் படைப்பின் வழியே கடத்தியிருக்கிறேன். என் புத்தகத்திற்கு முன்னுரை எழுதிய பிரபஞ்சன் இந்தத் தொகுப்பில் உள்ள ஒரு நான்கு கதைகளை உலகின் மிகச்சிறந்த கதைகளுக்கு இணையாக சொல்ல முடியும் என்று குறிப்பிட்டிருக்கிறார்.

முதன்முதலில் உங்களுக்கு பாராட்டை பெற்றுத் தந்த கதை எது?

‘எஸ்தரும் எஸ்தர் டீச்சரும்’ என்ற கவிதைத் தொகுப்புதான் முதன் முதலில் புத்தகமாக வெளிவந்தது. அதைத் தொடர்ந்து கவிதைகள் சார்ந்து தீவிர வாசிப்பிற்கு சென்றபோது பசுவய்யா, விக்ரமாதித்யன், கலாப்ரியா, கல்யாண்ஜி போன்றவர்களை வாசிக்க நேர்ந்தது. அவர்களைப் படித்தபோது ஒரு விசயம் எனக்கு நன்றாக புரிந்தது. நாம் எழுதியவை கவிதைகள் அல்ல. இனிமேல் கவிதைகள் பக்கம்

போகக்கூடாது. கதைகள்தான் நான் எழுத வேண்டியவை என முடிவெடுத்தேன். கவிதைகளை முயற்சி செய்து கதைகள் எழுதத் துவங்கியவர்களின் எழுத்து கவித்துவமான ஒரு வடிவங்களுக்கு வந்துவிடும். முதன்முதலில் 'முகம்' என்று ஒரு சிறுகதை எழுதினேன். கல்யாணம் முடிந்து பல வருடங்களுக்கு பிறகு திருமண ஆல்பத்தை பார்க்கும் ஒருவனின் மனப்பதிவாக அந்தக் கதை நகரும். ஆல்பத்தில் சிரித்துக்கொண்டிருக்கும் உறவுகள் இப்போது எவ்வளவோ மாறியிருப்பார்கள். ஆனால், குழந்தைகள் மட்டும் அன்று இருந்ததைப்போல அப்படியே இருப்பார்கள். அதுதான் அந்த கதையின் மையம். அந்தக்கதையை ஒரு போஸ்ட் கவரில் வைத்து அதனோடு 'நான் ஒரு ஏழை எழுத்தாளன். நான் முன்னேற வேண்டாமா? இந்தக் கதையை எப்படியாவது பிரசுரிக்க வேண்டும்' என எழுதிய ஒரு கடிதத்தையும் வைத்து பத்திரிகைகளுக்கு அனுப்புவேன். ஒரு வேளை அந்தக் கதை நிராகரிக்கப்பட்டிருந்தால் நான் எழுதி இருப்பேனா என்பது தெரியாது. ஒரு நாள் கல்கி இதழ் ஆசிரியரான சீதாரவியிடம் இருந்து ஒரு கார்டு வந்தது. 'இந்தக்கதை அருமையாக இருக்கிறது. வேறு பத்திரிக்கைகளுக்கு அனுப்ப வேண்டாம். இரண்டு வாரங்களில் இந்தக் கதை பிரசுரமாகும்' என்று அதில் எழுதியிருந்தது. கிட்டத்தட்ட அந்த போஸ்ட்கார்ட் நைந்து போகும் அளவிற்கு அதை ஊர்முழுவதும் காண்பித்துக் கொண்டிருந்தேன். அந்தக் கதை வெளிவந்த பிறகு அந்த மாதத்தின் சிறந்த கதையாக 'இலக்கியசிந்தனை' அமைப்பு தேந்தெடுத்தது. அதன்பிறகே நாமும் ஒரு எழுத்தாளன் என்கிற நம்பிக்கை எனக்கு ஏற்பட்டது. இன்று அந்தக் கதையை படிக்கையில் மிகச் சாதாரண ஒரு கதையாக தோன்றுகிறது. ஆனால் நாம் என்ன மாதிரியான கதைகள் எழுத வேண்டும் என்ற பார்வை அதன்பிறகே எனக்கு வந்தது. என் அப்பா பழங்குடி மக்களுக்கான பள்ளியில் தலைமையாசிரியராக இருந்தவர். என்னைத் தூக்கி வளர்த்தவர்கள் எல்லோரும் பழங்குடி மக்கள்தான். அந்த மக்களின் வாசனையும் வசீகரமும் எனக்குள் அப்படியே பொதிந்திருந்தது. 'UNTOUCHABLE' என்பதை போல 'UNSEEABLE'-ஆக இருக்கும் இவர்களைப் பற்றி எழுத வேண்டும் என முடிவெடுத்தேன். அந்தக் கதைகளை எழுதிய

பிறகு நான் வியந்துபார்த்த பல ஆளுமைகள் என்னைத் தேடி வந்து பாராட்டினார்கள்.

பல எழுத்தாளர்கள் உங்களுக்கு நண்பர்களாக இருந்தாலும் எஸ்.ராமகிருஷ்ணன், ஜெயமோகன், கோணங்கி இந்த மூவரும் எதோ ஒரு வகையில் SPECIAL இல்லையா?

நாங்கள் நால்வரும் ஒரே காலகட்டத்தில் எழுத ஆரம்பித்தவர்கள். இந்த மூவருடனும் எனக்கு நெருங்கிய நட்பு இருந்தது. கோணங்கிதான் ராமகிருஷ்ணனை எனக்கு அறிமுகப்படுத்தியது. எஸ்.ராமகிருஷ்ணன் ஒரு கதையில் பூசணிப்பூக்கள் மலரும் சத்தத்தை ஓட்டை பிரித்து இறங்கும் திருடன் மட்டுமே கேட்க முடியும்னு எழுதியிருப்பார். அப்படி ஒரு மழைநாளின் நள்ளிரவில்தான் கோணங்கியும் ராமகிருஷ்ணனும் எங்கள் வீட்டிற்கு வந்தார்கள். கோணங்கி ராமகிருஷ்ணனை சுட்டிக்காட்டி 'மதுரை அமெரிக்கன் கல்லூரியில் ஆங்கில இலக்கியம் படிக்கிறான். பெரிய அறிவாளிடா' என அறிமுகப்படுத்தினான். 'எழுத்தாளன்னா அறிவாளியா இருக்க கூடாதுடா' என கிண்டலாக நான் சொன்னேன். ஆனால் ராமகிருஷ்ணனும் ஜெயமோகனும் பெரிய அறிவுக்களஞ்சியங்களாக இருந்தார்கள். அப்போது எங்களுடையது ஒரு கூரை வீடாக இருந்தது. எங்கள் வீட்டிற்குள் இரண்டடி உயரத்திற்கு மல்லாட்டைகளை (நிலக்கடலை) காயவைத்திருப்பார்கள். அதன் மேல் பாயை விரித்து படுத்தபடி இரவு முழுவதும் உலக இலக்கியங்களை பேசிக்கொண்டிருப்போம். காலை விடிந்து காபியோடு வந்து பார்க்கும் என் அம்மா வாயிலடித்துக் கொண்டு அழுவார்கள். ஏனென்றால் கிட்டதட்ட ஒரு மூட்டை மல்லாட்டைகளை உறித்து தின்றிருப்போம். இருட்டில் யார் தின்றார்கள் என்பது யாருக்கும் தெரியாது. எல்லோருக்குள்ளும் ஒரு டால்ஸ்டாயாக, தாஸ்யாவெஸ்கியாக, காப்காவாக, கார்க்கியாக மாறிவிட வேண்டுமென்ற தவிப்பு மட்டும் இருக்கும். அதன் நிமித்தம் எல்லோரும் தீவிரமாக படித்தார்கள். படித்தவற்றை விவாதிக்கும் ஒரு மையமாக எங்கள் வீடு இருந்தது. ஜெயமோகனும், ராமகிருஷ்ணனும் இன்று மிகப்பெரிய எழுத்தாளர்களாக பேசப்படுகிறார்கள். கோணங்கி இந்த வட்டத்திற்கு வரவில்லை என்றாலும் அவர்களுக்கு

இணையான பல கதைகளை எழுதியிருக்கிறான். குறிப்பாக மதினிமார் கதைகள், கொல்லனின் ஆறு பொண்மைக்கள் போன்ற தொகுப்பில் உள்ள கதைகள் உலகத்தரம் வாய்ந்தவை. இவர்கள் மூவரும் என் வாழ்க்கையில் தொடந்து வந்துகொண்டே இருக்கிறார்கள். ஜெயமோகன் 'அறம்' கதைகளை அவர் வலைதளத்தில் எழுதிக்கொண்டிருந்த வேளையில் அதைப் படித்துவிட்டு அவருடன் உரையாடினேன். அப்போது அவர் இந்த கதைகளை வம்சி பதிப்பகத்தின் மூலம் கொண்டு வர முடியுமா எனக் கேட்டார். இன்று ஒரு தமிழ்பதிப்பகத்தால் அதிகம் விற்கப்பட்ட ஒரு கதை தொகுப்பாக அந்தப் புத்தகம் இருக்கிறது. அதற்கான ராயல்டியைக் கூட ஜெயமோகன் வாங்க மறுத்துவிட்டார். அந்தப் புத்தகம் கொடுத்த ஒரு பொருளாதார பின்புலத்தின் காரணமாக எங்களால் ஒரு 500 புத்தகங்கள் பதிப்பிக்க முடிந்தது. அதே போல ராமகிருஷ்ணனும் அவரது கதைகளை எங்கள் பதிப்பகத்தின் வாயிலாக வெளியிட்டிருக்கிறார்கள். இத்தனை வருட காலத்தில் இவர்களோடு முரண்பாடு வந்ததில்லையா என கேட்டால், ஆயிரம் முரண்பாடுகள் வந்திருக்கிறது எனச் சொல்வேன். ஜெயமோகனின் பல கதைகளை நான் சொல்லியிருந்தாலும் அவரது அரசியல் செயல்பாடுகளோடு நான் மாறுபாடுகிறேன். விஜய் மல்லையா பற்றிய அவரது கருத்து, டீமானிடேசனுக்கு ஆதரவன நிலைப்பாடு என பல இடங்களில் அவர் சறுக்கியிருக்கிறார். எஸ்.ராமகிருஷ்ணனிடம் அரசியல் சார்ந்த எந்தவித நிலைப்பாடும் இருந்ததில்லை. அதை பலமுறை அவரிடம் சுட்டிக்காட்டியிருக்கிறேன். ஆனால் இவையெல்லாம் ஒரு இன்ச் கூட எங்கள் நட்பில் விரிசலை ஏற்படுத்தியதில்லை.

பவா செல்லத்துரைக்குள் ஒரு கதைசொல்லி இருப்பதை நீங்கள் எப்போது உணர்ந்தீர்கள்?

சின்ன வயதில் இருந்தே படித்த கதைகளை மற்றவர்களிடம் சொல்லும் பழக்கம் எனக்கிருந்தது. யாராவது தூங்கிக்கொண்டிருந்தால் கூட எழுப்பி ஒரு கதை சொல்லிவிடுவேன். அப்படி திருவண்ணாமலையில் ஜே.பி என்ற நண்பரோடு பேசிக்கொண்டிருந்த போது அவர் என்னை நிறுத்தி 'நாம பேசுன இந்த ஒரு மணி நேரத்துல

ஒரு பன்னிரண்டு கதைகளை எங்கிட்ட சொல்லியிருக்க. இதை ஏன் ஒரு மைக் முன்னாடி நீ சொல்லக்கூடாது?' எனக் கேட்டார். அப்படிதான் ஒரு சிறு இடத்தில் நான் கதை சொல்ல ஆரம்பித்தேன். அதைக் கேட்டவர்கள் உங்கள் குரல் தனித்துவமாக இருக்கிறது. நீங்கள் கதைகளை வேறொன்றாக சொல்கீறீர்கள் எனப் பாராட்டினார்கள். அப்படித்தான் கதைசொல்லல் என்கிற 'FORMAT' க்குள் நான் வந்தேன். அந்த காலகட்டத்தில் என் மகன் வம்சி கேமரா ஒன்று வாங்கியிருந்தான். அதனால் நான் சொல்லும் கதைகளை ரெக்கார்டு செய்து அதை யூடியூப்பில் பதிவேற்றினான். அது இந்த அளவு கவனிக்கப்பட்டு உலகம் முழுவதும் அதற்கான வாசகர்கள் வருவார்கள் என்ற எந்தவித கணிப்பும் அப்போது எங்களுக்கு இல்லை. சிறுகதைகள் சொல்லத்தொடங்கி இப்போது ஒரு நாவலை சொல்லும் அளவிற்கு இந்தப் பணி மாறியிருக்கிறது.

ஒரு பெரும் எழுத்தாளராக வந்திருக்க வேண்டிய உங்களை இந்த கதைசொல்லல் மட்டுப்படுத்திவிட்டது என்று சொல்லலாமா?

ஊரில் மட்டுமல்ல! எங்கள் வீட்டிலேயே இப்படியான நிறைய விமர்சனங்கள் இருக்கிறது. என் கதைகளை படித்தே என் மனைவி என்னைத் திருமணம் செய்துகொண்டார். அவர்களுக்கெல்லாம் நான் எழுதாமல் இருப்பதில் பெரும் வருத்தம் இருக்கிறது. நண்பர் ஒருவரிடம் நான் எழுத நினைத்திருந்த மூன்று நாவல்களின் கதைக்கருவை போனில் சொல்லிக்கொண்டிருந்தேன். கிட்சனில் இருந்த என் மனைவி அதை கேட்டுவிட்டு என் உடல் எல்லாம் அதிர்கிறது. தயவு செய்து இவற்றை எழுதிவிடு. இந்த நிலப்பரப்பை உன்னைவிட யாராலும் சிறப்பாக எழுதிவிட முடியாது என கேட்டுக்கொண்டார். எழுத முடியவில்லை என்பது இல்லை. ஆனால் படைப்பூக்கமான நாட்களையும் தருணங்களையும் நானே வலிந்துதான் பலி கொடுக்கிறேன். அதற்கு ஈடாக பல களப்பணிகளை ஆற்றியிருக்கிறேன். என் நண்பர்களின் உதவிகளோடு நாலைந்து பேருக்கு சொந்தமாக வீடு கட்டிக்கொடுத்திருக்கிறேன். இந்த செயல்பாடுகளைச் செய்யாமல் இருந்திருந்தால் இன்னுமொரு இருபத்தைந்து கதைகள் எழுதியிருக்க முடியும். ஆனால்

இந்தக் களப்பணிகளுக்காக என்னை மன்னிக்க முடியும் என நினைக்கிறேன்.

உங்களின் நட்பு வளையம் மிகப்பெரியது. இப்படியான பெரும் நண்பர்களை கிடைக்க என்ன மாதிரியான பவர் உங்களிடம் இருப்பதாக நினைக்கிறீர்கள்?

எந்த பிரத்தியேகமான குணங்களும் எனக்கு இருப்பதாக நான் கருதவில்லை. ஆனால் ஏதோ ஒரு வகையில் எனக்கு அவர்களையும் அவர்களை எனக்கும் பிடிப்பதாக நினைக்கிறேன். உதாரணத்திற்கு பாரதிராஜா எப்போது திருவண்ணாமலை வந்தாலும் எங்கள் வீட்டிற்கு வராமல் போக மாட்டார். உண்மையில் நான் பாரதிராஜாவோடு போனில் ஒரு ஐந்தாறு முறைக்கு மேல் பேசியதில்லை. ஆனால் அவரது பொம்மலாட்டம் படத்தைப் பார்த்தபோது அது அவரின் மிகச்சிறந்த படங்களுள் ஒன்று என எனக்குப்பட்டது. அந்த படத்தை பற்றிய என் எண்ணத்தை பாலுமகேந்திராவிடம் சொன்ன போது அவர் உடனடியாக கிளம்பி பாரதிராஜாவை சந்தித்திருக்கிறார். 'எனக்கு திருவண்ணாமலையில் ஒரு மகளும் மருமகனும் இருக்கிறார்கள். அவர்கள் உன் படத்தை பார்த்துவிட்டு பாராட்டினார். ஒரு நல்ல படத்தை நீ எடுத்தால் என்ன நான் எடுத்தால் என்ன? என் வாழ்த்துகள்' எனச் சொல்லி பாராட்டியிருக்கிறார். உடனே பாரதிராஜா சுவரில் தொங்கிக்கொண்டிருந்த பொம்மலாட்டம் போஸ்டரை கிழித்து அதில் தன் கையெழுத்தை போட்டு பாலுமகேந்திராவிடம் கொடுத்திருக்கிறார். பாரதிராஜாவோ பாலுமகேந்திராவோ போலியான புகழுரைகளுக்கு மயங்குபவர்கள் அல்ல. ஆனால் உண்மையான ஒரு படைப்பை நாங்கள் கொண்டாடத் தவறதில்லை. அப்படியான நட்புகள் இத்தனை வருட காலமும் நீடித்துகொண்டிருப்பதை அதிர்ஷ்டமாகவே கருதுகிறேன்.

உங்கள் நண்பர்கள் பலர் பத்திரிகையில் சொல்லியதாக படித்துள்ளேன். உங்கள் வீட்டின் படுக்கையறை வரை யார் வேண்டுமானும் வரலாம். அங்கிருக்கும் ஒரு சட்டையை மாற்றி போட்டுக்கொண்டு போகலாம். இப்படியான ஒரு சுதந்திரம் உங்கள் வீட்டில் எப்படி நிலவுகிறது?

அப்பா அம்மா காலத்தில் இருந்து இது நிலவுகிறது. நான் ஷைலஜாவை கல்யாணம் செய்து கொண்டு வந்தபிறகு

இன்னும் பல மடங்கு பெருகியது. ஜெயமோகன் ஒரு நாள் எங்கள் வீட்டிற்கு வந்திருந்தபோது எங்கள் வீட்டு மாடியில் இருந்து ஒரு பையன் இறங்கிப்போவதை பார்த்து 'யார் இந்த பையன்?' என கேட்டார். நான் 'தெரியல ஜெயமோகன். இப்பதான் நானே பார்க்கிறேன்' என்று சொன்னேன். கைலாஷ் சிவன் என்கிற ஒரு கவிஞன் தான் அந்தப் பையன். அவன் வந்திருப்பதை எனக்கு சொல்லவும் இல்லை. வீட்டில் உள்ளவர்களுக்கும் தெரியவில்லை. எங்கள் வீட்டில் படிக்கட்டுக்கு போகும் வழியில் ஒரு அறை இருக்கும். அந்த பையன் அங்கு வந்து தங்கிவிட்டு தினமும் அதிகாலையில் எழுந்து கோயிலுக்கு சென்று அங்கு கிடைக்கும் அன்னதானத்தை சாப்பிட்டுபடி சுற்றிவிட்டு இரவு வெகுநேரம் கழித்து வீட்டிற்கு வந்து அந்த அறையில் தூங்கியிருக்கிறான். கிட்டத்தட்ட மூன்று நாட்களாக இப்படி செய்திருக்கிறான். அவன் ஒருவருடம் எங்கள் வீட்டில் இருக்கப்போகிறேன் என்று சொல்லியிருந்தாலும் நான் ஒன்றும் சொல்லியிருக்கப்போவதில்லை. ஜெயமோகன் சொன்னபிறகு அவனை கூப்பிட்டு விசாரித்தேன். 'ஒன்னுமில்லை பவா. உங்கள தொந்தரவு செய்ய வேண்டாம்னுதான் நான் வந்தது பற்றி சொல்லவில்லை என்று சொன்னான். என் மாமியார் அவனிடம் 'ஏம்பா .. நீ வந்திருக்கிறத சொல்லியிருந்தா வேளாவேளைக்கு சாப்பாடு கொடுத்திருப்பேன்ல்ல' என்று சொன்னவுடன், 'அப்படியா. அப்ப நாளையில இருந்து சாப்பிடுறேன். நான் சைவப் பிள்ளை. மோர் இல்லாம ஒரு சைவ பிள்ளை சாப்பிட மாட்டாம்மா. அத மட்டும் மனசுல வச்சுக்கோங்க' என்று சொல்லிவிட்டு போனான். இப்படியான எல்லா அத்துமீறல்களும் எங்கள் வீட்டில் நடக்கும். க.சீ.சிவக்குமார் எங்கள் வீட்டிற்கு வந்தால் நல்லா முறுகலாக தோசை வேணும். இல்லாட்டி வேண்டாம் என ஆடர் போடுவான். நா.முத்துக்குமார் சென்னையில் இருந்து வர கிளம்பும்போதே 'அண்ணே... பெட்ரூம்ல இருந்து வெளிய வந்துருங்கண்ணே.. என சொல்லிவிடுவான். அவன் எங்கள் வீட்டில் இருக்கும் நாட்களில் எல்லாம் எங்கள் படுக்கையறையில் தான் தங்குவான். அதனால் நாங்கள் எங்கள் டிரஸ்ஸை எல்லாம் எடுத்துக்கொண்டு வேறு அறையில் தங்கிவிடுவோம். இப்படிதான் இலக்கியவாதிகளை

நடத்த வேண்டும் இலக்கியத்தை வளர்க்க வேண்டுமென நாங்கள் திட்டமிட்டுச் செய்வதில்லை. எங்கள் வீடே அப்படியான ஒரு கலாச்சாரத்திற்கு பழகிவிட்டது. அதே போல எங்கள் வீட்டிற்கு சினிமாவில் இருந்து பிரபலமான ஒருவர் வந்தாலும் சரி, சாதாரண ஒருவர் வந்தாலும் சரி எல்லோரையும் ஒரே மாதிரிதான் நடத்துவோம். இவை ஒன்றும் பெரிய பொருளாதார வீழ்ச்சியை எங்களுக்குக் கொடுத்துவிடவில்லை.

நடிகர் மம்மூட்டி பொதுவாக நிறைய பேரிடம் நெருக்கமாக பழக மாட்டார். அவருடைய நட்பு எப்படி உங்களுக்கு கிடைத்தது?

'மறுமலர்ச்சி' என்கிற படம் திருவண்ணாமலையில் படமாக்கப்பட்டது. தங்கர் பச்சான் அந்த படத்திற்கு ஒளிப்பதிவு செய்தார். அதற்கான படப்படிப்பிற்கு வந்தபோதுதான் அவரை முதன்முதலில் சந்தித்தேன். முதல் சந்திப்பிலேயே ஒரு நல்ல நட்பு எங்களுக்குள் உருவானது. அடுத்த நாள் காலை ஷூட்டிங் போவதற்கு முன் என் ரூமிற்கு வரும்படி சொன்னார். மம்மூட்டி டிரைவர் வைத்துக்கொள்வதில்லை. தன் காரை அவரேதான் ஓட்டுவார். அடுத்தநாள் அவர் அறைக்கு சென்றபோது ரூமிலிருந்து ஷூட்டிங் ஸ்பாட் வரை என்னை அவர் காரில் அழைத்துச் சென்றார். அவரின் அபாரமாக படிக்கும் திறமையை அன்றுதான் நான் தெரிந்துகொண்டேன். எல்லாவற்றையும் பகிர்ந்துகொள்ளும் ஒருவனாக என்னை ஏற்றுக்கொண்டார். நான் வியந்துபோய் கண்கலங்க அவரின் பேச்சைக் கேட்ட ஒரு தருணம் இருக்கிறது. தங்கர் பச்சானின் ஒரு நூல் வெளியீட்டு விழா சென்னையில் நடந்தது. அந்த புத்தகத்தை மம்மூட்டிதான் வெளியிட்டார். நான் அந்த விழாவிற்கு வந்திருப்பது அவருக்குத் தெரியாது. ஒரு பார்வையாளனாகவே அந்த விழாவிற்கு சென்றிருந்தேன். அந்த மேடையில் அவர் பேசும்பொழுது, நான் பொதுவாக நண்பர்கள் அற்றவன். ஷூட்டிங் முடிந்தால் நேராக வீட்டிற்கு போய்விடுவேன். இப்போது யோசித்துப் பார்த்தால் எனக்கு நண்பன் என்றால் ஒருவன் தான் இருக்கிறான். அவன் திருவண்ணாமலையில் இருக்கிறான். பெயர் பவா செல்லத்துரை என்று சொன்னார். இதே போல இன்னொரு

முறை நாங்கள் ஒரு விழா முடித்துவிட்டு வீட்டில் இரவு வெகுநேரம் கழித்து சாப்பிட்டுக்கொண்டிருந்தோம். அப்போது மம்முட்டியிடம் இருந்து எனக்கு ஒரு போன் வந்தது. போனை எடுத்தவுடம் 'முழுச்சிருக்கியா?' என கேட்டார். நான் 'இப்போதான் சார் சாப்பிட்டுக்கொண்டு இருக்கிறேன்' என சொன்னேன். நான் திருவனந்தபுரத்தில் இருந்து ஊட்டிக்கு தனியாக கார் ஓட்டியபடி போய்க்கொண்டிருக்கிறேன். இந்த தனிமை ஏதோ மாதிரி இருக்கிறது. நீ என்னைப் பற்றி ஒரு கட்டுரை எழுதியிருக்கிறாயே அதை வாசித்துக்காட்ட முடியுமா? என கேட்டார். நான் அவசர அவசரமாக அந்த புத்தகத்தைத் தேடி எடுத்தேன். ஆனால் பதட்டத்தில் என்னால் வாசிக்க முடியவில்லை. பிறகு என் மனைவி ஷைலஜா அதை வாசிக்கத் தொடங்கினாள். பாதி வாசித்திருக்கையில் போனில் இருந்து ஒரு விசும்பல் சத்தம் கேட்டது. மம்முட்டி போனில் 'நான் காரை நிறுத்திவிட்டேன். என்னால் அழுகையை அடக்கமுடியவில்லை. ஒரே நாளில் என்னை ஒரு பணக்காரனாக மாற்றிவிட்டாயே' எனச் சொன்னார். அவர் எவ்வளவு பெரிய உச்சத்தை தொட்டவர் என்பது எல்லோருக்கும் தெரியும். அவர் பார்க்காத புகழ் இல்லை. அவரை பற்றி எத்தனை கட்டுரைகள் எழுதப்பட்டிருக்கும். ஆனாலும் எல்லாம் கிடைத்த அந்தக் கலைஞனுக்கு ஏதோவொன்று கிடைக்காமல் இருந்திருக்கிறது. என் எழுத்து ஏதோவொரு வகையில் அந்த வெற்றிடத்தை நிரப்பிவிட்டதாக நினைக்கிறேன். அதுவே அந்த விசும்பலுக்கு காரணம்.

இன்னொருமுறை கோணங்கியின் தம்பி முருகபூபதி திருவண்ணாமலையில் ஒரு நாடகம் போட்டான். அதைப் பார்க்க அவரை அழைத்தேன். அந்த நாடகம் பார்த்தபின் அவருக்கு ரொம்ப பிடித்துவிட்டது. அந்த நாடகக் கலைஞர்களோடு உரையாட வேண்டுமெனச் சொன்னார். ஒரு வகுப்பறையில் அவர்களை சந்திக்க ஏற்பாடு செய்தேன். அந்த நடிகர்களிடம் நாடகத்தை புகழ்ந்து பாராட்டிவிட்டு உங்கள் நாடகத்தில் இருக்கும் ஒரே சிக்கல் உங்கள் மொழிதான். எனக்கு தமிழ் நன்றாக தெரியும். ஆனால் எனக்கே புரியவில்லை எனச் சொன்னார். அந்த குருப்பில் இருந்த துடிப்பான இளைஞன் ஒருவன் 'உங்களுக்கே புரியலை என்றால்? நீங்கள் என்ன அவ்வளவு பெரிய ஆளா? என கேட்டுவிட்டான். ஆனால்

மம்மூட்டி அவனிடம் 'ஆமாம். நான் பெரிய ஆள்தான்' என சொன்னார். நான் சினிமா நடிகன் என்பதைத் தூக்கி அப்படி வை. நாடகத்துறையில் இப்ப வரைக்கும் என்னென்ன நடக்கிறது என எனக்கு தெரியும். பிரான்சில் நேற்று நடந்த ஒரு நாடகத்தைப் பற்றி கூட எனக்கு தெரியும். உனக்கு தெரியுமா?' என ஆரம்பித்து நாடகக் கலையை இத்தனை வருடம் எவ்வளவு உன்னிப்பாக கவனித்துவருகிறேன் என பேச ஆரம்பித்துவிட்டார். அது கைகலப்பாக ஆகும் வரை சென்றுவிட்டது. ஆனால் அதன் பிறகு அவரோடு காரில் வரும்போது அப்படி துடிப்பான பையன்களை பிடிக்கும் பவா. நாமும் அப்படி ஒரு காலத்தில் இருந்தவர்கள்தானே என சிரித்துக்கொண்டே சொன்னார்.

உங்கள் வீட்டிற்கு வந்த நண்பர்களோடு நடந்த சுவாராஸ்யமான சம்பவங்களை பகிர்ந்துகொள்ள முடியுமா?

அப்படிச் சொல்வதென்றால் கிட்டத்தட்ட பத்து எபிசோடுகள் வரை போகும். ஒரு இலக்கியவாதியின் வருகை என்பது வீட்டிற்கு வரும் சொந்தக்காரர்களின் வருகையை போல கிடையாது. அது பிரத்யேகமானது. உதாரணத்திற்கு ஒரு நிகழ்வை சொல்கிறேன். கவிஞர் விக்ரமாதித்யன் ஒரு நாள் எனக்கு போன் செய்து வீட்டிற்கு வருவதாக சொன்னார். நான் 'ரொம்ப சந்தோசம் அண்ணாச்சி. வாங்க' என்று பதில் சொன்னேன். கதர் வேட்டியும் கதர் சட்டையும் அணிந்தபடி ஒரு நாள் வீட்டிற்கு வந்தார். எங்கள் வீட்டில் எங்கள் அறைக்கு பக்கத்தில் மகன் வம்சிக்கு ஒரு சிறு அறை இருக்கும். அந்த அறையை விக்ரமாதித்யனிடம் காட்டிவிட்டு 'அண்ணாச்சி நீங்க ஒரு மாசம் கூட இங்க தங்கிக்கங்க. கீழே வந்து மூன்று வேளையும் சாப்பிட்டுக்கொள்ளுங்கள்' என்று சொன்னேன். நான் சொல்லி முடித்ததும் என் மனைவி ஷைலஜா 'அண்ணாச்சி... ஜெயகாந்தன், பால் சக்காரியா என பலர் வந்துருக்காங்க. ஆனால் யாரும் எங்க வீட்டுல தண்ணி அடிக்க முடியாது அண்ணாச்சி' என்று சொன்னாள். அவள் சொல்லிமுடிக்கும் முன்னே 'அய்யையோ!.. நான் வாங்கிட்டு வந்துட்டேனே' என ஒரு பாட்டிலை எடுத்து காண்பித்தார். விக்ரமாதித்யனின் குடிப்பழக்கம் என்பது இலக்கிய உலகில் பிரசித்தி பெற்ற

ஒன்று. மூன்று பெக்குகளுக்கு மேல் போய்விட்டால் டைனிங்க் டேபிள் மேல் ஏறி நின்று அண்ட்டிராயரோடு ஒரு ஆட்டம் போடுவார். இதைத் தெரிந்த என் மனைவி அவரிடம் 'பாட்டிலை அப்படியே வச்சுக்கோங்க. ஊருக்குப் போனபிறகு குடித்துக்கொள்ளுங்கள்' என சொல்லிவிட்டாள். கிட்டதட்ட ஐந்து நாட்கள் குடிக்காமல் எங்களோடு இருந்தார். என் குழந்தைகளிடம் கவிதைகளை வாசித்துக் காண்பித்தார். ஐந்தாவது நாள் நான் அவரிடம் 'அண்ணாச்சி நிலத்துக்கு போறேன். வர்றீங்களா? எனக் கேட்டேன். உடனே என் பைக்கில் ஏறி உட்கார்ந்துகொண்டார். எங்கள் நிலத்தை சோமு என்பவர் பயிர் வைத்து பார்த்துக்கொண்டிருந்தார். அண்ணாச்சியிடம் சோமுவை அறிமுகப்படுத்தி வைத்தேன். 'நீ வேலையெல்லாம் முடிச்சுட்டு வா. நான் சோமுகூட பேசிட்டு இருக்கேன்' என அண்ணாச்சி சொல்ல, நான் கொஞ்ச நேரம் கழித்து நிலத்திற்கு சென்றேன். அங்கு சோமு அண்ட்டிராயரோடு நிற்க, அவர் வேட்டி தரையில் விரிக்கப்பட்டு அதன் மேல் சரக்கும் சைடிஷுமாக இருந்தது. இருவரும் மூனாவது ரவுண்டுக்கு மேல் இருக்கிறார்கள். நான் வந்தவுடம் ஒரு அலட்சியமான பார்வையோடு விக்ரமாதித்யன் நிமிர்ந்து என்னை பார்த்தார். 'பவா நீ போயிடு. எனக்கு சோமு போதும்' எனச் சொல்லிவிட்டார். பைக்கில் வீட்டிற்கு திரும்பி வரும் வழியெங்கும் அவரின் கவிதைகளை யோசித்தபடியே வந்தேன்.

'தேவாங்கு உயிர்வாழும் முடிக்கயிற்றுக்காக';
'குற்றாலத்துக்காரனுக்கு சென்னை கொடுக்கிறது
ஒரு பக்கெட் தண்ணீர்';
'தேக்கு பூத்திருக்கும் காட்டிற்கு
இவன் தினந்தோறும் போவான் விறகு வெட்ட';

இப்படி மகத்தான வரிகளை எழுதியவர்தான் விக்கிரமாதித்யன். அவரை குடித்துவிட்டு ஆட்டம் போடுகிறவன் என ஒதுக்கிவிட முடியாது. அப்படியானால் ஐரோப்பாவில், ரஷ்யாவில் மகத்தான எழுத்தாளர்கள் எல்லாருக்கும் குடிப்பழக்கம் இருந்திருந்திருக்கிறது. ஒரு கலைஞனுக்கு கொடுக்கும் மகத்தான இடம் உங்கள் கௌரவமான வாழ்க்கையை குலைக்கும் என்றால்

கொஞ்சம் குலைத்துவிட்டுப் போகட்டும் என்றுதான் சொல்வேன்.

உங்களுக்குள் ஒரு நடிகன் இருப்பதை ராஜுமுருகன் நடிக்க அழைப்பதற்கு முன்பே உணர்ந்தீர்களா?

சத்தியமாக தெரியாது சார். ராஜுமுருகன் கூட தப்பாக கணக்கு போட்டுவிட்டார்னு தான் நினைச்சேன். இன்று வரையிலும் என் குடும்பத்தில் இருப்பவர்கள் எனக்கு நடிக்க வராது என உறுதியாக நம்புகிறார்கள். ஆனால் எனக்கு அந்த தைரியத்தை கொடுத்தவர் இயக்குனர் மிஷ்கின் என்றுதான் சொல்வேன். அவர்தான் என்னை முதன்முதலில் 'பிசாசு' படத்தில் நடிப்பதற்காக கூப்பிட்டார். நாளை எனக்கான காட்சி என்றால் இன்றைக்கு எனக்கு பிறந்தநாள். மொத்த யூனிட்டையும் அழைத்து கேக் வெட்டி கொண்டாடினார். அதன்பிறகு நாளை ஷூட்டிங் வந்துவிடுங்கள் என்று சொன்னார். நான் சிரித்துக்கொண்டே 'அதெல்லாம் வேண்டாம் மிஷ்கின்' என சொல்லிவிட்டேன். ஆனால் ஒரு நிமிடத்தில் நான் சொல்வதை உணர்ந்துகொண்டார். அவர் உதவியாளரை கூப்பிட்டு 'பவாவ தொந்தரவு பண்ணாதீங்க. வேற ஆர்ட்டிஸ் போட்டுக்கலாம்' என சொல்லிவிட்டார். ஆனால் 'சைக்கோ' படம் எடுக்கும்போது மீண்டும் என்னை நடிக்க கூப்பிட்டார். நான் அதேபோல 'எனக்கு நடிக்க வராது மிஷ்கின்' எனச் சொன்னேன். ஆனால் அவர் 'நீங்க நடிக்க வேண்டாம். பவாவின் அகம் ஒன்னு இருக்கு. எனக்கு அதுதான் வேணும்' என்று சொன்னார். அதனால் அந்த படத்தில் நடித்தேன். சமீபத்தில் கௌதம் வாசுதேவ் மேனனின் 'வெந்து தணிந்தது காடு' படத்தில் நடித்தேன். அந்த படத்தில் நடிக்கும் போது அந்த நம்பிக்கை இன்னும் பலமானது. என் குடும்பத்தில் உள்ளவர்கள் எல்லாம் ஏதாவது பயிற்சிப்பட்டறை போய் நடிப்பு கற்றுக்கொள்ளுங்கள் என்று சொல்வார்கள். ஆனால் நான் அதற்கெல்லாம் போவதில்லை. ஏனென்றால் நான் நடிகன் இல்லை என்பது எனக்கு தெரியும். இந்த திரைத்துறை என்பது ஒரு தற்காலிகம்தான். நடிப்பு கற்றுக்கொள்ள செலவளிக்க வேண்டிய நேரத்தில் ஒரு நூறு சிறுகதைகளை படித்துவிடமுடியும் என்பதுதான் எனக்கு மகிழ்ச்சியை கொடுக்கிறது.

இயக்குனர் ராம் அவர்களின் படத்திலும் நடித்திருக்கிறீர்கள். அவருக்கும் உங்களுக்குமான நட்பு பற்றி?

முத்துக்குமார் தான் ராமை எங்கள் வீட்டிற்கு அனுப்பி வைத்தான். ஒரு பைக் பின்னால் ஸ்டவ் உட்பட நிறைய பொருட்களை வைத்துக்கொண்டு ஒரு நாள் இரவு எங்கள் வீட்டிற்கு வந்தான். ‘இங்க பவா செல்லத்துரை யாரு?’ என கேட்டான். நான் தான் என சொல்ல, முத்துகுமார் அனுப்பி வைத்தாகச் சொன்னான். அப்படிதான் ராம் எங்களுக்கு அறிமுகம் ஆனான். ராம் தமிழில் முக்கியமான இயக்குனர் என்பது எல்லோருக்கும் தெரியும். ஆனால் அவன் மிகத்தீவிரமான ஒரு வாசகன். எல்லாவற்றிலும் ஒரு வித்தியாசமான பார்வை அவனிடத்தில் இருக்கும். நான் தமிழில் முக்கியமான எழுத்தாளர் என ஒருவரை சுட்டிக்காட்டினால் அவன் ‘அண்ணா, விக்கிரமன் படக் கதைகளுக்கு ஒரு படிமேலான கதைகள் இவை’ என ஒரு மாற்றுப்பார்வையை முன்வைப்பான். எந்த கட்டத்திலும் சமரசம் செய்துகொண்டு கொஞ்சம் பணம் சம்பாதித்துவிட வேண்டுமென அவன் ஒருபோதும் நினைத்ததில்லை. திரைத்துறையில் இருந்துக்கொண்டு இப்படியான ஒரு துறவு மனப்பான்மையில் இருப்பது அபூர்வம். அவன் இயக்கிய ‘பேரன்பு’ படத்தில் கிட்டதட்ட பதினைந்து நாட்கள் மம்மூட்டியுடன் சேர்ந்து நடித்தேன். ஆனால் படம் வெளிவரும்போது என்னுடைய பெரும்பாலான காட்சிகள் நீக்கப்பட்டுவிட்டது. எனக்கு அதைப் பற்றி எல்லாம் கவலை இல்லை. மம்மூட்டியோடு அந்த பதினைந்து நாட்கள் செலவழித்த நிமிடங்கள் தான் எனக்கு முக்கியமான பட்டது. அந்தப் படம் முழுவதும் கொடைக்கானலுக்கு அருகில் இருக்கும் ஒரு பகுதியில் படமாக்கப்பட்டது. மிக ஆபத்தான சரிவுகள் கொண்ட பகுதியாக இருந்ததால் முதல் நாளே மம்மூட்டி படப்பிடிற்கு வர மாட்டேன் என சொல்லிவிட்டார். பிறகு தயாரிப்பு டீமில் இருந்து அவரிடம் சென்று பேசி சமாதானம் செய்தார்கள். முதல் ஷாட்டை வைத்துவிட்டு ராம் வந்து என்னிடம் ‘எப்படி நடிக்கிறான் இந்தாளு. இதுக்காக இன்னும் நாலு திட்டு கூட வாங்கிக்கலாம்’ என்று சொன்னான்.

தமிழ் சினிமா இலக்கியவாதிகளை சரியாக பயன்படுத்திக் கொள்ளவில்லை என்ற குற்றச்சாட்டு இருக்கிறது. இதை பற்றி உங்கள் கருத்து?

இதை குற்றச்சாட்டாக நான் எடுத்துக்கொள்ளவில்லை. இலக்கியவாதிகள் எல்லோரையும் சினிமாவில் பயன்படுத்த முடியாது என்பதை பாலுமகேந்திராவில் இருந்து மிஷ்கின் வரை சொல்லிக் கொண்டேயிருக்கிறார்கள். ஏனெனில் இரண்டும் வேறுவேறு துறைகள். ஆனால் என்ன செய்யலாம் என்றால் சில நல்ல கதைகளை எடுத்து அதை சினிமாவாக்கலாம். இலக்கியம் வேறு சினிமா வேறு என்பதை இலக்கியவாதிகளும் சினிமாக்காரர்களும் புரிந்துகொள்ள வேண்டும். இரண்டிலும் இருக்கும் வித்தியாசம் என்னவென்றால் இலக்கியத்தில் பணவறட்சி அதிகம் இருக்கிறது. சினிமாவில் பணப்புழக்கம் அதிகம் இருக்கிறது. அதனால்தான் சினிமா கொஞ்சம் கவர்ச்சிகரமானதாக தெரிகிறது. நான் புரிந்துகொண்ட வரையில் சினிமாக்காரர்கள் எந்த இடத்தில் சறுக்குகிறார்கள் என்றால் ஒரு படம் எடுக்குற வரையில் தீவிர வாசிப்பில் இருந்தவர்கள் படம் எடுத்தபிறகு அவர்கள் கைவிடும் முதல் பழக்கம் வாசிப்பாகவே இருக்கிறது. அதுவே அவர்களுக்கு ஏற்படும் நெருக்கடிகளுக்கு காரணம்.

ஆனால் உங்கள் நண்பரான ஜெயமோகன் இலக்கியத்துறை திரைத்துறை இரண்டிலுமே இருக்கிறார் இல்லையா?

உண்மைதான். ஆனால் திரைத்துறையில் ஜெயமோகன் பெரிய சாதனைகள் ஒன்றும் செய்ததில்லை. ஜெயமோகன் சினிமாவில் தன் கலைத்திறமையை பயன்படுத்தி அவர்களுக்கு வேண்டிய ஒன்றை எழுதிக்கொடுப்பதோடு விலகிவிடுவார். அவர் மனம் ஒரு போதும் அந்தத் துறையில் தோய்ந்ததில்லை. ஜெயமோகன் முழுக்க முழுக்க புனைவிலக்கியத்தில் உச்சத்தை தொட்டவர் என்றுதான் சொல்ல வேண்டும். சமீபத்தில் அவருடைய நேர்காணல் ஒன்றை பார்த்தேன். அதில் அவரிடம் சாகித்திய அகாதமி வாங்காததை பற்றி வருத்தமில்லையா? என்ற கேள்வி கேட்கப்படுகிறது. அதற்கு ஜெயமோகன் ‘ஒரு சாதாரண எழுத்தாளனுக்கு அந்த வருத்தம் இருக்கலாம். ஆனால் எனக்கு இல்லை. இருபத்து ஆராயிரம் பக்கங்கள் கொண்ட வெண்முரசை

எழுதிய எனக்கு சாகித்திய அகாதமி ஒரு பொருட்டல்ல' என பதில் சொல்லியிருப்பார். வரலாறு என்றைக்கும் சினிமாவில் எழுதிய ஒரு நபராக ஜெயமோகனை ஞாபகம் வைத்திருக்கப்போவதில்லை.

பொதுவாக எழுத்தாளர்களுக்கு வாழ்க்கையை நடத்துவதற்கு கூட வருமானம் வருவதில்லை எனச் சொல்கிறார்கள். அது உண்மைதானா?

வறுமைக்கும் ஏழ்மைக்கும் எழுத்தாளர்களை தின்னக்கொடுத்திருக்கிறோம் என்பது உண்மைதான். நான் நிறைய இடங்களில் சொல்லியிருக்கிறேன். எனக்கு கிடைத்த புகழ் வெளிச்சத்தில் ஒரு பங்கு கூட புதுமைப்பித்தனுக்கு கிடைக்கவில்லை. யாரவது ஒருவர் ஒரு நாலாயிரம் ரூபாய் அனுப்பியிருந்தால் புதுமைப்பித்தன் இன்னும் ஒரு பத்து ஆண்டுகள் வாழ்ந்திருக்ககூடும். எஸ்.ராமகிருஷ்ணனைப் போல எழுத்தை மட்டுமே தொழிலாக கொண்டவர்களுக்கு அந்த கஷ்டம் இருக்கும் என்று நினைக்கிறேன். அதனால்தான் அவர்கள் சினிமாவிற்கு எழுதி அதை ஈடுசெய்துவிடலாம் என நினைக்கிறார்கள். நாகரிகம் அடைந்த ஒரு சமூகமும் அரசும் இந்தப் பிரச்சனையை கூர்ந்து கவனிக்க வேண்டும் என நினைக்கிறேன். கடந்த ஒரு ஆறேழு வருடங்களில் அப்படியான நிலைமை இல்லை என்று நினைக்கிறேன். இன்றைய அரசு இலக்கியவாதிகளுக்கு வீடு கட்டிக்கொடுப்பதாக அறிவித்திருக்கிறது. அதே நேரத்தில் இப்படி இலக்கியவாதிகளுக்கு சலுகைகள் கொடுப்பதால் இலக்கியவாதிகள் தரம் குறைந்து இரண்டாம் பட்சம் ஆகிவிடுவதில்லை. இங்கு வருவதற்கு முன்புதான் எஸ்.ராவின் பேட்டி ஒன்றை கேட்டுக்கொண்டிருந்தேன். அதில் அவர் கியூபா அதிபர் பிடல் காஸ்ட்ரோ ஒரு ப்ளைட்டையே நிறுத்தி வைத்து காத்துக்கொண்டிருக்கிறார். அவரது குழுவில் இருந்த அதிகாரிகள் எதற்காகக் காத்திருக்கிறோம் எனத் தெரியாமல் முழிக்கிறார்கள். ஃபிடல் அவர்களிடம் காப்ரியல் கார்சியா மார்க்வெஸ் வந்துக்கொண்டிருக்கிறார். அவர் வந்தபிறகு கிளம்பலாம் எனச் சொல்கிறார். இரண்டு நாட்களுக்கு முன்பு தான் மார்க்வெஸ் எழுதிய புதிய நாவல் ஒன்று வெளியாகி இருக்கிறது. அதை ஃபிடல் படித்திருக்கிறார். அதைப்பற்றி

மார்க்வெஸிடம் பேச வேண்டும் என்பதற்காகவே ப்ளைட்டை நிறுத்தி வைத்திருக்கிறார். ஒரு நாட்டின் ஜனாதிபதி ஒரு எழுத்தாளருக்கு கொடுக்கும் மரியாதை இது. கேரளாவில் தகழிக்கு ஞானபீடம் அறிவித்தவுடன் வாழ்த்து தெரிவிக்க அவர் வீட்டில் பெரிய கியூ ஒன்று கூடிவிட்டது. முதலமைச்சராக இருந்த இ.கே.நாயனார் ஒரு சால்வையை வைத்துக்கொண்டு அந்த வரிசையில் ஐம்பதாவது ஆளாக அவரைப் பார்க்க நின்றுகொண்டிருந்தார். ஒரு எழுத்தாளனை இந்த தேசம் எந்த மாநிலம், எந்த மாவட்டம், எந்த நகரம், எந்தத் தெரு, எந்த வீடு கௌரவித்து அவனது மேன்மையை அவனது ஆன்மாவைப் புரிந்துகொள்கிறதோ அந்தச் சமூகம் இன்னும் நாகரீகம் அடைந்த சமூகமாக மாறும் என நான் நினைக்கிறேன்.

எழுத்தாளர், கதைசொல்லி, நடிகர், சமூக செயல்பாட்டாளர் என பலபரிணமங்களில் பயணிக்கக் கூடியவர் நீங்கள். இதில் உங்களுக்கு மனநிறைவைத் தந்த பயணம் எது?

எழுத்தாளன்.

எங்கள் நில விளைச்சலிலிருந்து எடுத்து இங்கேயே ஊன்றப்பட்டவன் நான்

குமுதம் WOW TAMIZHAA-காக
தளவாய் சுந்தரம்

இன்று ஒரு எழுத்தாளர், கலை இலக்கிய அரசியல் செயல்பாட்டாளர், கதை சொல்லி, இயற்கை விவசாயி, நடிகர் என்று பல கிளைகள் கொண்ட விருட்சமாக நீங்கள் நின்றிருக்கிறீர்கள். இதனுடைய விதை உங்களுடைய சின்ன வயதில் சிறுவன் பவா செல்லதுரையாக இருக்கும்போது ஊன்றப்பட்டிருக்கலாம். அப்படி உங்களைப் புரிந்துகொள்ள முடியுமா?

இந்த விதை எங்கள் நிலத்தில் ஊன்றப்பட்டது. நான் சிறுவயதிலிருந்து நிலத்திலேயே ஊறிக் கிடந்த ஆள். நான், சு.வேணுகோபால் மாதிரி ஒன்றிரண்டு நபர்களை தவிர தமிழ்நாட்டில் பெருவாரியான எழுத்தாளர்களுக்கு நிலம் சம்பந்தப்பட்ட அனுபவமே இல்லை. நான் சின்ன வயதிலேயே நிலத்தில் பொறண்டு உருண்டு அடிப்பட்டு உதைப்பட்டு அங்கியே இருக்குற ஆள். விவசாயத்தை எல்லாம் நீங்கள் லிஸ்ட்டில் சேர்க்கவே கூடாது. மற்றதெல்லாம்

தொகுப்பு : பேரா. சு.பிரேம் குமார் ◆ 89

கை கால் மாதிரியென்றால் விவசாயம்தான் உயிர். சு.வேணுகோபாலுக்கு தக்காளி நாத்தும், மிளகா நாத்தும் எப்படி அவருடைய உடம்புக்குள்ள, சுவாசத்துக்குள்ள போயி அவர ஒரு நல்ல எழுத்தாளராக மாற்றியிருக்கிறதோ அந்த மாதிரி எங்க நிலத்தில் நான். தண்ணீர் கட்டினது ராத்திரியில் மோட்டைப் பிடிங்கிவிட்டதும் என் நிலத்தின் செழிப்பும் அந்த காத்து பட்டதும்தான் என்னை இப்படி வைத்திருக்கிறது. நான் விருட்சமாக வளர்ந்திருக்கேன்னு எனக்குத் தோன்றவில்லை ஆனால் எனக்குப் பிடித்தமான சில விஷயங்களை செய்துகொண்டிருக்கிறேன். இளம்பகவத் IAS என்று என்னுடைய நண்பர் நூலகத்துறையில் இயக்குனர் பதவியில் இருக்கிறார். அவரிடம் ஒருநாள், ‘சார் ஒரே வருஷத்துல IAS, GROUP-1 இப்படி எட்டு COMPETITIVE EXAM நீங்க பாஸ் பண்ணியிருக்கீங்க. எப்படி சார்’ன்னு கேட்டேன். என்னிடம் ரொம்ப அழகா ஒரு பதில் சொன்னார். அந்த வருஷம் மட்டும் நான் 12 EXAM பெயிலாயிருக்கிறேன். அது வெளியில் யாருக்குமே தெரியாது. மீடியாக்கும் வராது. எட்டு எக்ஸாம் பாஸ் பண்ணதுதான் தான் தெரியும். அது மாதிரி எனக்கு இப்ப நீங்கள் சொன்ன பரிணாமங்களில் அதை விட்டுட்டு எனக்குத் தெரியாத என்னால அடைய முடியாத நூறு பரிணாமங்கள் இருக்கும். உதாரணமாக எனக்கு ஒரு வட்டம் போடத் தெரியாது. பல்லவன்னு எங்கள் ஊரில் ஒரு ஓவியர் இருக்கார். அவர மாதிரி என்னால் ஓவியம் வரைய முடியாது. கல்யாண்ஜி படம் வரைவார். கவிதையும் எழுதுறார். இவர் எப்படி ரெண்டும் பண்ணுறார்னு தோணும். அந்த மாதிரி இசை பற்றி எனக்குத் தெரியாது. பாட வராது. நீங்க சிரிக்கலைன்னா சொல்றேன். எனக்கு நடிப்பு வரவே வராது. ஆனால் நான் ஒரு 25 படங்களில் நடித்துவிட்டேன்.

எல்லாருடைய ஆளுமைகளிலுமே அவருடைய அப்பா அம்மா ஒரு தாக்கத்தைச் செலுத்தியிருப்பார்கள். அந்த வகையில் உங்கள் பெற்றோர்கள் உங்க மேல் என்ன தாக்கம் செலுத்தியிருக்கிறார்கள்?

மிக அதிகமாக. நான் பல இடங்களில் சொல்லியிருக்கிறேன், எழுதியிருக்கிறேன். என்னுடைய அப்பா சுதந்திர போராட்டத்தில் சிறிய அளவில் பங்கெடுத்த தியாகி. பெங்களூரில் அவரோடு

கூட இருந்த இரண்டு மூன்று பேர் போராட்டத்துல செத்து போயிருக்காங்க. சுதந்திரத்திற்குபின் அவருக்கு வாத்தியாராக வேலை கிடைத்துவிட்டது. வாழ்நாள் முழுவதும் அவருக்குள்ள சில நியாயங்கள் ஒலித்துக்கொண்டே இருந்தது. அதை உரத்துப் பேசிக்கொண்டே இருப்பார். ஒரு சின்னப் பையனா அப்போ எனக்கு அது போர் அடிக்கும். என்னடா இந்த ஆள் வீட்டில உக்கார்ந்துட்டு எப்பப் பார்த்தாலும் ஒரு ஞாயம் பேசிட்டு இருக்கார் என்ற அளவுக்குத் தோணும். இப்போ ச்சே... அந்தக் குரல கேக்க முடியாது போச்சே' ன்னு ஏக்கம் வருது. உயிரோட இருக்கும்போது பல காரணங்களால ஒருத்தனை விமர்சிக்கத் தயங்குகிறோம். ஆனா செத்துட்ட பிறகு, 'ஆமாம் அவன் என்ன செஞ்சான்னு தெரியாதா?' ன்னு விமர்ச்சிக்கிறோம். அப்படி இருக்குற சமயத்துல என்னுடைய சொந்த ஊர்ல ஒரு கோவில் கர்ப்பகிரகத்துக்குள்ள என்னுடைய அப்பாவுடைய போட்டோ வச்சு கும்பிடுறதை ரொம்ப அபூர்வமாகப் பார்த்தேன். கடைசி காலம் வரையிலும் ஒரு சைக்கிளை ஓட்டிக்கொண்டு போன அவருடைய தாக்கம் எனக்குள் நிறைய இருக்கு. ஆனால் எங்கப்பா பெரிய வாசிப்பாளர் கிடையாது. அவருடைய அணுகுமுறை எல்லாமே முழுக்க ஜனங்களோட இருக்கும் உரையாடல்தான். எங்கள் வீட்டில் காலை தூங்கி எழுந்து பார்த்தால் பத்திருபதுபேர் உக்காந்திருப்பார்கள். அவர்கள் எல்லோருக்கும் என் அப்பா ஞாயம் சொல்லிக்கொண்டிருப்பார். ஒரு கொலை கூட ஒருத்தன் செய்திட்டு வந்து என் அப்பாவை முதலில் சந்திக்கிறானென்றால் அவன் பக்கம் நிப்பார். அதுதான் என் அப்பா. அப்புறம் என் அப்பா இலக்கியம் படிக்காவிட்டாலும் எப்போதுமே வீட்டுக்குள் ஒரு இலக்கியச் சூழல் நிலவும். அந்த இலக்கியச் சூழல் வாசிப்பிலிருந்து வந்தது இல்லை. வாழ்க்கையில் இருந்து வந்தது. ஒரு கவித்துவமான இலக்கியச் சூழல் அது. வாழ்க்கையின் அனுபவங்களை நிறைய பேர் அப்பாவிடம் வந்து சொல்வார்கள். புத்தகங்களில் இல்லாத மகத்தான இலக்கியங்களை இப்படி என்னை அறியாமலே கேட்டுக் கேட்டு வளர்ந்த பையன்தான் நான். ஒவ்வொரு நாளும் அப்பாவைப் பற்றிய மதிப்பீடுகள் உயர்ந்துகொண்டே போகிறது.

என் அம்மா எழுதப் படிக்கவே தெரியாதவர். அவரிடம் கையெழுத்து வாங்கவே நாங்கள் கஷ்டப்படுவோம். ஆனால் என் அம்மாவை எல்லாரும் டீச்சர் அம்மா, வாத்தியார் அம்மா என்றுதான் கூப்பிடுவார்கள். அவர்களிடம் நான் யாரிடமும் பார்க்காத ஒரு ஈகை குணத்தைப் பார்த்திருக்கிறேன். யார் வீட்டுக்கு வந்தாலும் சாப்பிடு, சலிக்க இருந்துட்டு போ'ன்னு சொல்லுவாங்க. என் அம்மா இறந்த பிறகு அவங்க குணத்த பிரதிபலிக்கிற மாதிரி ஒரு நல்ல ஃபோட்டோ தேடுனேன். அப்போது ஆர்.ஆர்.சீனிவாசன் ஒரு தகரப் பெட்டி மேல் தட்டு வைத்து என் அம்மா சாப்பிட்டுட்டுக் கொண்டிருந்தி கையில் நாலைந்து பருக்கை ஒட்டிக்கொண்டிருக்க அதோட ஒரு ஃபோட்டு எடுத்திருக்கிறான். அதை என் வீட்டில் வைத்திருக்கிறோம். அந்தப் பருக்கை ஒட்டிய கையைப் பார்க்கும்போது எப்போ பார்த்தாலும் யார் வீட்டிற்கு வந்தாலும் சாப்பாடு போட்டுக்கொண்டே இருக்கும் அம்மாவுடைய ஞாபகம் எனக்கு வரும். அந்தப் பழக்கம் இப்போதும் தொடர்கிறது. எங்க வீட்டில் ஒரு சின்ன டைனிங் டேபிள் இருக்கும். நண்பர்கள் உட்கார்த்து சாப்பிடும்போது என் பசங்க ரெண்டு பேரும் சாப்பாடு, டீ எடுத்து வந்து கொடுப்பாங்க அவங்க இரண்டு பேருக்குமே கலை - இலக்கியம் மீது பெரிய ஆர்வம் வந்துவிட்டது. மகன் வம்சிக்கு போட்டோகிராபியில் தீவிர ஆர்வம். மகள் மானசி மொழிபெயர்ப்பில் ஆர்வமிருக்கிறது. அதை நோக்கி பயணிக்க ஆரம்பித்துவிட்டார்கள். அப்பா, அம்மா இரண்டு பேரும் எனக்கு தெரியாமலேயே என்மீது மிகப் பெரிய ஆளுமையைச் செலுத்தியிருக்கிறார்கள்.

நீங்கள் குழந்தைகள் மேல் ஒரு தாக்கத்தை செலுத்திருயிருப்பீர்கள் என்பது உண்மை. ஆனால் அவர்கள் உங்கள் மேல் ஏதாவது தாக்கத்தைச் செலுத்தியிருக்கிறார்களா?

வம்சி, மானசி இரண்டு பேரும் படிக்கும்போதே அவர்கள் இருவருக்கும் இந்தக் கல்விமுறையில் இருக்கும் ஒவ்வாமைகளை நான் கண்டுபிடித்துவிட்டேன். நானே அவர்களை கொண்டுபோய் டியூசனோ அல்லது கோச்சிங் சென்டரிலோ சேர்த்திருந்தாலும் அவர்கள் படித்திருக்க மாட்டார்கள். எனக்கு கிடைக்காத ஒரு கிப்ட் அவர்களுக்கு

கிடைத்தது என்றால் அது இரண்டு பேருமே ஆங்கிலத்தில் படிக்கும் வாய்ப்பு கிடைத்ததைத்தான் சொல்வேன். மிஷ்கின் என்னுடைய குழந்தைகளுக்கு சிறு வயதிலேயே ஆங்கில புத்தங்கங்களை பரிசளிப்பார். வழக்கமான ஒரு வீடுகளில் வளரும் பிள்ளைகள் போல அவர்கள் வளரவில்லை. ஒரு வேளை லௌகீகமான தோல்விகளை அவர்கள் வாழ்க்கையில் சந்திக்க கூடும். ஆனால் அது பராவாயில்லை என்றே நினைக்கிறேன். அவர்களுக்கு வீடும் நிலமும் இருக்கிறது. ஆனால் இரண்டு பேரும் என் பெயரை எந்த இடத்திலும் பயன்படுத்த விரும்புவதில்லை. மைக், வெளிச்சம் இரண்டும் அவர்களுக்கு அலர்ஜியான விசயங்கள். இந்த கதை சொல்லல் போன்றவற்றில் கூட அவர்களுக்கு உடன்பாடில்லை. பிரபலமாக இருக்க வேண்டும் என்ற அவசியமில்லை, ஒரு மென் இருட்டில் இசை கேட்டுக்கொண்டு படித்தால் போதுமென்று நினைப்பவர்கள்.

நீங்கள் காதலித்து திருமணம் செய்துகொண்டவர். உங்கள் மனைவியை முதன்முதலில் பார்த்த தருணம் ஞாபகம் இருக்கிறதா?

ஏன் இல்லை. எல்லாருக்கும் ஞாபகம் இருக்குமே. நான் நண்பர் கருணாவுடன் இணைந்து கலை இலக்கிய இரவு என்கிற புது வடிவத்தை திருவண்ணாமலையில் ஆரம்பித்தோம். முற்போக்கு எழுத்தாளர் சங்கம் பின்னணியில் இருக்க நாங்கள் இருவரும் முன்னால் நின்று வேலை பார்ப்போம். கிட்டத்தட்ட பத்தாயிரம் பேர் பார்வையாளர்களாக பங்கேற்பார்கள். அப்படி நடந்த ஒரு கூட்டத்தில் தான் நான் ஷைலஜாவை சந்தித்தேன். அதன்பின் ஷைலஜாவும் அவருடைய அக்கா ஜெயஶ்ரீயும் எங்கள் வீட்டிற்கு வருவார்கள். வழக்கமாக இது மாதிரி ஆட்களை பார்த்தால் புத்தகங்களை பரிமாறிக் கொள்வோம். அந்த மாதிரி எங்கள் இருவருக்குள்ள ஒரு love affair வந்தது. நாங்கள் இருவரும் inter-caste, inter-religious inter-state inter-language எல்லாமே வேறுவேறானது. இருந்தும் பெரிய எதிர்ப்புகள் எதுவும் எங்கள் வீட்டிலேயும் வரவில்லை, அவர்கள் வீட்டிலேயேயும் வரவில்லை. பிறகு நாங்கள் கல்யாணம் செய்துகொண்டோம். எல்லா குடும்பங்களிலும் வரும் முரண்பாடுகள், சண்டைகள்,

சச்சரவுகள், பிரச்சினைகள் எங்கள் குடும்பத்திலேயேயும் உண்டு. ஒரு கட்டத்தில் இரண்டு பேருமே writer இரண்டு பேருமே translator இரண்டு பேருமே ஒரே குடும்பத்திலிருந்து art & literature-ல இருக்கும்போது தன்னை அறியாமல் ஒரு ego வரும். அந்த egoவும் எங்களுக்குள்ள வந்தது. ஆனால் இவை எல்லாவற்றையும் தாண்டி ஒரு நதி காட்டுக்குள்ள எப்படி ஓடிக்கொண்டே இருக்கும்மோ அந்த மாதிரி வாழ்க்கை ஓடிக்கொண்டு இருக்கிறது என்று சொல்லலாம்.

உங்கள் வாழ்க்கையில் அவங்களுடைய பங்கு?

மிகவும் பெரிய பங்கு இருக்கு. எனக்குத் தெரிந்த ஒரு பையன் பாடிக்கொண்டே இருப்பான். பிரமாதமான சிங்கர். ஆனா கல்யாணம் பண்ண முதல் நாளே அவன் மனைவி, 'என்ன சும்மா பாடிட்டே இருக்க, சோறு போடப்போகுதா நிறுத்து' என்று சொன்னாள். அன்று நிறுத்தியவன்தான். 25 வருடங்களாக நின்றுவிட்டான். அப்படி பல பேரை எனக்குத் தெரியும். ஆனால் என் மனைவி அப்படி எல்லாம் இல்லை. நான் இயங்குவதற்கு பெரிய SPACE கிடைத்ததிற்கு ஷைலஜா மனைவியாக வந்தது மிகப் பெரிய காரணம். எனக்குத் தெரிந்து இருவரும் மற்றவருடைய விஷயங்களில் பெரிதாகத் தலையிட்டுக்கொள்வது கிடையாது. ஒருவேளை ஷைலஜா மாதிரி ஒருவரைக் கல்யாணம் பண்ணாமல் ஒரு நார்மலான ஒருவரைக் கல்யாணம் பண்ணியிருந்தால் இந்தளவுக்கு art & literature கூட நான் இருந்திருக்க முடியுமான்னு தெரியவில்லை.

பவா செல்லத்துரை என்றால் திருவண்ணாமலைதான் ஞாபகம் வரும். திருவண்ணாமலையோடு உங்களுக்கிருக்கும் பிணைப்பு?

மிகப்பெரிய பிணைப்பு இருக்கு. நான் பல தடவை சொல்லியிருக்கிறேன். தாம்பரம் வந்தாலே எப்படா திரும்பி ஊருக்கு போவோம்னு எனக்கு தோணும். என்னுடைய நிலப்பரப்பு எனக்கு மிகவும் பிடித்தமான ஒண்ணு. தமிழ்நாடு முழுக்க நான் சுற்றியிருக்கிறேன். இராமநாதபுரம், கரிசல் பூமியெல்லாம் எப்படி மனிதர்கள் வாழுறாங்கன்னு எனக்கு தோணும். ஏன்னா எங்க பாத்தாலும் வேலிக்காத்தான் மரமாவே இருக்கும். பச்சப்பச்சேல்லுனு ஒரு வயல் கூட இருக்காது. தஞ்சாவூர் ஒரு காலத்துல எங்க பாத்தாலும்

அப்படி பச்சை பசேல்னு இருக்கும்னு சொல்வாங்க. அந்த மாதிரியான நிலப்பரப்பும் ஒரு மனிதனுக்கு தெகட்டிவிடும். வெள்ளைத் தோல் உள்ள வெள்ளைக்காரிங்க ஆண்களை பெரிதாக ஈர்க்காது. ஆனா மாந்தளிர் மாதிரி டஸ்கியான டோன்ல இருக்குற பெண்கள் ரொம்ப அழகான பெண்களாக கவர்ச்சியான பெண்களாக இருப்பாங்க. அதுமாதிரி ஒரு நிலப்பரப்புன்னா பச்சப்பசேல்னு வயல் வெளிகள் மட்டும் கிடையாது. அதுல கொஞ்சம் குன்று இருக்கணும். கொஞ்சம் கல்லு இருக்கணும். கொஞ்சம் மொறம்பு இருக்கணும். சின்னச் சின்ன ஆறுகள் இருக்கணும். ஓடை இருக்கணும். புதரு இருக்கணும் பனந்தோப்பு இருக்கணும். தெனந்தோப்பு இருக்கணும். பனஞ்சாலை இருக்கணும். இதெல்லாம் கலந்த ஒரு நிலப்பரப்புதான் திருவண்ணாமலை. மிகவும் வறண்ட ஏரியாவும் கிடையாது. மிகவும் வளமான ஏரியாவும் கிடையாது. தர்மபுரி வேலூர் கூட சேர்த்துக்கொள்ளலாம். இந்த நிலப்பரப்பு தான் என் மனதுக்குள்ள ரொம்பப் பதிவான நிலப்பரப்பு. நான் ஒரு பெரிய நாவல் ஒன்று எழுதிக்கொண்டிருக்கிறேன். அந்த நாவலில் திருவண்ணாமலையை முழுக்க சொல்லிட முடியுமான்னு தெரியல.

உங்களுடைய நட்பு வட்டத்தைப் பற்றிப் பேசுவோம். திருவண்ணாமலையில் உங்களுடைய இளவயது நண்பர்கள், உங்கம் மீது தாக்கம் செலுத்தியவர்கள் பற்றி சொல்லுங்கள்.

நட்பு, நண்பன் என்றால் எனக்கு ஒரு ஆள்தான் ஞாபகம் வருகிறான். அது எஸ். கருணா. துரதிஷ்டவசமாக இறந்துட்டான். கருணாவுக்கு அடுத்தது பல்லவன்; பல்லவனுக்கு அடுத்தது சந்தரு; சந்துருக்கு அடுத்தது இவர், அப்படி ஒரு லிஸ்ட் எனக்கு இல்லை. இவர்கள் எல்லாரும் என்னுடைய நண்பர்கள் தான். ஆனா அவன் மட்டும் தான் என்னுடைய நண்பன். பிற்காலத்தில் கருணாவுக்கும் எனக்கும் எது போட்டும் இட்டு நிரப்ப முடியாத ஒரு பகைமையும் விரோதமும் பெரிதாக வளர்ந்துவிட்டாலும் கருணாவுக்கும் எனக்கும் இருந்த அந்த நட்புதான் உயர்ந்த நட்பாக இருந்தது. கிருஸ்துவிற்கு முன்னால் கிருஸ்துவிற்கு பின்னால்'னு சொல்ற மாதிரி கருணாவுக்கு முன்னால் கருணாவுக்கு பின்னால் அப்படிதான் சொல்ல முடியுது. இதைக் கேட்குறவங்க,

நாங்க பேசிக்காத நாட்களில் ஒருவரைப் பற்றி ஒருவர் என்னவெல்லாம் பேசுனீங்கன்னு குறை சொல்லலாம். ஆனால் அந்த இடத்தை இட்டு நிரப்ப இன்னொரு ஆள் என் வாழ்க்கையில் வரவே இல்லைன்னுதான் சொல்லனும்.

ஆரம்ப கால வாசிப்பில் உங்களுக்கு ஆதர்சமாக இருந்த எழுத்தாளர்கள் யார்?

முதலில் ஜெயகாந்தன் தான் படிக்க ஆரம்பிச்சேன். அதன் பின் அடுத்தடுத்து சுந்தர ராமசாமி, வண்ணதாசன், வண்ணநிலவன், ராஜேந்திரசோழன், பூமணி இவங்களையெல்லாம் படிச்சேன். இவங்கள படிக்கிறப்போ ஜெயகாந்தனுடைய கதைகளில் பிரச்சார நெடி தூக்கலா இருக்குற மாதிரி தோணுச்சு. அதுவே இன்னொரு மனநிலையில் 'அப்படி இருந்தா என்ன?' அப்படிங்க கேள்விக்கு வந்து நின்னுச்சு. ஒரு நேர்கோட்டுல அசோகமித்திரனையும் ஜெயகாந்தனையும் நிறுத்தி ரெண்டு பேர்ல யார் பெஸ்ட்டுன்னு கேட்டீங்கன்னா நான் கண்டிப்பா ஜெயகாந்தன் கைய தான் பிடிப்பேன். கலையில் அசோகமித்திரனுடைய நுட்பம் ஜெயகாந்தனுடைய நுட்பத்தை விட 100 மடங்கு பெரிதாகக் கூட இருக்கலாம். ஆனால் எனக்கு அசோகமித்திரன் வேண்டாம் என சொல்லிவிடுவேன். ஏனெனில் ஜெயகாந்தன் கொஞ்சம் உரத்த குரலில் பேசினாலும் கூட அந்த குரல் தமிழ்நாட்டில் இன்று இல்லவே இல்லை. எவ்வளவு விஷயங்களுக்காக அவர் பேசியிருக்கார். எவ்வளவு தர்க்கங்களை உருவாக்கிருக்கார். எத்தனை பிராமணர் வீடுகளில் அவர் வெடிகுண்டை வீசியிருக்கார்னு யோசிச்சுப் பார்த்தால் கலையில் 10 சதவிகிதம் குறைவாக இருந்தாலும் மக்களின் வாழ்க்கையிலும் அன்றாடங்களிலும் ஊடுருவியிருந்த ஜெயகாந்தன் முக்கியமாகப் படுகிறார். இன்று CONTEMPRORY ஆக எழுதும் திருச்செந்தாழை, செந்தில் ஜெகன்னாதன், முத்துராசக்குமார், மயிலன் சின்னப்பன் இப்படி பல எழுத்தாளர்களை நான் படித்துக்கொண்டே தான் இருக்கேன். ஒவ்வொருவரும் தமிழ்நிலத்திற்கு அபூர்வமான பங்களிப்பை செய்துகொண்டிருக்கிறார்கள். எழுதுபவர்கள் எக்காலத்திலும் வாசிப்பை கைவிட்டுவிடக்கூடாது என நினைக்கிறேன்.

எழுத்தாளராக அறியப்பட்ட நீங்கள் இப்போது கதை சொல்லியாக மாறியிருக்கிறீர்கள். எழுத்தில் இருக்கும் போதாமைதான் இதற்கு காரணமா?

என் எழுத்தில் போதாமை இருப்பதாக நினைக்கவில்லை. யாராலும் எழுத முடியாத ஒரு ஆறு, ஏழு கதைகளை நான் எழுதியிருப்பதாக நினைக்கிறேன். தன் கதையை தானே சிறந்தது என சொல்லிக்கொள்வார்காளா? என பலர் விமர்சனம் செய்திருக்கிறார்கள். மேடைகளில் சொல்லி திட்டு வாங்கியிருக்கிறேன். ஆனால் ஒரு படைப்பாளியால் அப்படி சொல்லிக்கொள்ள முடியும். ஒரு ஓவியனுக்கு தெரியும் தன் ஓவியங்களில் எது சிறந்தது என்று. வீடும் சந்தியாராகமும் என் மாஸ்டர்பீஸ் என்று பாலுமகேந்திரா சொல்வதைப் பல முறை கேட்டிருக்கிறேன். அதனால் என் எழுத்திற்கும் நான் கதை சொல்லியானதிற்கும் எந்த சம்பந்தமும் இல்லை. இன்னும் சொல்லப்போனால் கதை சொல்லல் என்பது ஒரு புதுவடிவம் என்பது கூட அப்போது எனக்குத் தெரியாது. நான் பொதுவாக நண்பர்களிடம் கதை சொல்லிக்கொண்டிருப்பேன். அதையே மைக் முன்னால் சொல்ல ஆரம்பித்தேன். அது பெருவாரியான வாசகர்களை சென்று சேர்ந்தது. விஞ் ஞான தொழில்நுட்பமான யூடியூப் போன்ற ஊடகங்கள் அதை உலக அளவில் எடுத்துச் சென்றுவிட்டது. இதை எதையுமே நாங்கள் திட்டமிட்டுச் செய்யவில்லை. அதே போல எல்லா கலைவடிவத்தின் மேலும் ஒரு கட்டத்தில் எனக்கு சலிப்பு ஏற்பட்டுவிடும். கதை சொல்லலிலும் அது நிகழ்ந்திருக்கிறது. நான் கதைசொல்லி கிட்டத்தட்ட ஆறு மாதத்திற்கு மேலாகிவிட்டது. இலக்கிய நிகழ்வுகளை கலை இலக்கிய இரவு, முற்றம் என புதுப்புது வடிவங்களுக்கு மாற்றியதுபோல இந்த கதைசொல்வதையும் வேறுவடிவத்திற்கு மாற்றமுடியுமா எனவும் யோசித்துக்கொண்டிருக்கிறேன்.

கதை சொல்லியாக உங்களுக்கு முன்மாதிரி என்று யாரை சொல்வீர்கள்?

கி.ராஜநாராயணன் கதை சொல்வார் என கேள்விப்பட்டிருக்கிறேன். ஆனால் நான் நேரடியாக கேட்டதில்லை. ஜெயமோகன் நான் கதைசொல்லும் பாணியை கேரளாவில் டால்ஸ்டாய், தாஸ்தாயெவெஸ்கி கதைகளை

சொல்லும் சதாசிவம் என்கிற இடதுசாரி செயல்பாட்டாளரோடு ஒப்பிட்டு எழுதியிருக்கிறார்கள். சதாசிவத்தின் கதை சொல்லல் நடந்தால் கிட்டத்தட்ட பத்தாயிரத்திரத்துக்கு அதிகமானோர் கதை கேட்ட வருவார்கள். ஆகவே ஒரு அரசியல் தலைவர் பேசுவதற்கு முன் கூட்டத்திற்கு முன் அவரை கதை சொல்ல வைக்கும் ஒரு மரபு கேரளாவில் இருப்பதாக குறிப்பிட்டிருந்தார். தமிழ்நாட்டில் அப்படியான ஒரு மரபு இல்லை. ஆனால் நான் பல இலக்கிய உரைகளை என் கதைசொல்லும் பாணிக்கு முன்மாதிரியாக கருதுவதுண்டு. குறிப்பாக ஜெயகாந்தன், தனுஷ்கோடி ராமசாமி, வேலராமமூர்த்தி, எஸ்.ராமகிருஷ்ணன் போன்றோர் இலக்கிய உரைகளில் கதைகள் சொல்வதை கேட்டிருக்கிறேன். ஜெயமோகனின் மேடை பேச்சைப் பாருங்கள். அவரால் ஒரு கதையை விவரித்துக் கூற முடியாது. ஏனெனில் அவரது மூளை தத்துவங்களால் நிறைந்தது. ஆனால் எஸ்.ராமகிருஷ்ணன் மூளை கதைகளால் நிரப்பப்பட்டது. அதனால்தான் அவரால் கதைகளை விவரித்துக் கூற முடிகிறது. நான் யாருடைய பாணியையும் பின்பற்றவில்லை. நான் தனியாக மைக்கைப் பிடித்துக் கதைகளைச் சொல்ல ஆரம்பித்தேன். அதே நேரத்தில் நான்தான் முதல் கதைசொல்லி என உரிமை கோரவுமில்லை. நான் தினம்தினம் சந்திக்கும் மனிதர்களில் சிலர் 'பிக்பாஸ்ல வந்தவர்தான நீங்க?' என கேட்பார்கள். சிலர் நான் நடித்த ஏதாவது படத்தை சொல்லி கேட்பார்கள். உங்கள் கதைகளை கேட்டிருக்கேன்னு சிலர் சொல்லுவாங்க. ரொம்ப குறைவான எண்ணிகையில 'நீங்க எழுதுன கதையப் படிச்சிருக்கேன் சார்'ன்னு சொல்லுவாங்க. ஒவ்வொருத்தருக்கும் ஒவ்வொரு மாதிரியாக நான் அடையாளப்படுத்தப்படுகிறேன்.

பெரும்பாலும் வாசித்த கதைகளைதான் சொல்வதாக சொல்கிறீர்கள். எப்படி இவ்வளவு கதைகளையும் ஞாபகம் வைத்துக்கொள்கிறீர்கள்?

ஐபிஎஸ் அதிகாரியாக இருந்த திலகவதி அவர்களுக்கு ஒரு அபார திறமை உண்டு. முப்பது வருடத்திற்கு முன் அவர்களை சந்தித்த போது நான் என்ன கலர் சட்டை போட்டிருந்தேன் என்பதை சரியாக சொல்லுவார். ஆனால் என்னால் அப்படி எல்லாம் சொல்ல முடியாது. ஆனால்

அவர் முப்பது வருடதிற்கு முன்னால் எழுதிய ‘களை’ என்கிற கதையை என்னால் கூற முடியும். இயற்கையாக ஒருவருக்குள் இருக்கும் ஒரு திறமை என்றுதான் இதைச் சொல்ல தோன்றுகிறது. ஆனால் சில வேளைகளில் கதைகளை மாற்றியும் சொல்லியிருக்கிறேன். முப்பது வருடத்திற்கு முன்னால் படிக்கும்போது அந்த கதை எப்படி பதிவாகி இருந்ததோ அதை அப்படியே சொல்லியிருப்பேன். அதை சிலர் எனக்கு சுட்டி காட்டியிருக்கிறார்கள். எப்படி இருந்தாலும் அந்தக் கதைகளை படிக்க அவர்களை ஒரு வகையில் உந்தித் தள்ளியிருக்கிறேன் என்பதில் எனக்கு சந்தோசம் தான்.

கதை சொல்வதற்கு ஒரு கதையை எப்படித் தேர்வு செய்கிறீர்கள்?

யூடியூப்பில் இந்த கதையை சொல்லிவிட வேண்டும் என்ற நோக்கத்தோடு எந்த கதையையும் நான் படித்ததில்லை. ஒரு இருபது கதையை படிக்கும்போது ஒரு கதை, ‘சே.. இந்த கதை எவ்வளவு பிரமாதமாக இருக்கு. அதை பகிர்ந்துகொள்ள வேண்டும்’ எனத் தோன்றும். அப்படித்தான் தேர்வு செய்கிறேன். அப்படி தேர்ந்தெடுத்த கதையையும் வேண்டுமென்றால் மட்டுமே இன்னொரு முறை படித்துக்கொள்வேன். யூடியூப்பில் நான் 100 கதைகள் சொல்லியிருந்தால் குறைந்தபட்சம் 1000 கதைகளாக படித்திருப்பேன் என்பதை புரிந்துகொள்ள வேண்டும். எனக்குப் பிறகு ஒரு ஐம்பது பேராவது கதை சொல்ல கிளம்பினார்கள். பாரதி பாஸ்கர், ரம்யா, சிவா என பலர் கதை சொல்ல ஆரம்பித்தார். ஆனால் யாரும் இப்போது கதை சொல்வதில்லை. ஏனென்றால் கதை சொல்வது என்பது பெரிய உழைப்பை கோரும் பணி. நீங்கள் கஷ்டப்பட்டு கதை சொல்லி அதை யாரும் பார்க்கவில்லை என்றால் எல்லோருக்கும் ‘எதுக்கு இந்த சமூகத்துக்கு கதை சொல்ல வேண்டும்?’ என்ற மனநிலை வந்துவிடும். எந்த நோக்கமும் இல்லாமல் படைப்பு மனநிலையில் மட்டும் கதை சொல்லலாம் என இருந்தால் எத்தனை கதைகளை வேண்டுமானலும் சொல்லலாம். எனக்கு இதய அறுவசை சிகிச்சை முடிந்து இரண்டு மாதங்கள்தான் ஆகியிருக்கிறது. ஆனால் கதைகள் சொல்லவேண்டுமென்ற படைப்பு மனநிலையோடு இப்போது

இருக்கிறேன். ஒரு பத்து கதைகளை சொல்லிவிட்டால் இந்த வருடம் முழுவதும் நான் சொல்லும் கதைகளை கேட்பவர்களோடு உரையாடவும் கைகுலுக்கவும் படைப்பு முயங்கி வந்த தருணங்களை பகிர்ந்து கொள்ளவும் முடியும். அது எப்போதுமே எனக்கு நிகழும்.

நீங்கள் சொன்ன கதைகளைக் கேட்டு அதன் எழுத்தாளர்கள் உங்களை பாராட்டியிருக்கிறார்களா?

பெரும்பாலான எழுத்தாளர்கள் வெவ்வேறு தருணங்களில் பாராட்டியிருக்கிறார்கள். பெரும் எழுத்தாளர் என நான் நினைத்த பலர் அவர்களின் புத்தகங்களை அனுப்பி ஒரு கதையாவது சொல்லுங்க என சொல்லியிருக்கிறார்கள். அதே நேரத்தில் பலர் என் கதைகளை நீங்கள் இதுவரை சொல்லவில்லை என சண்டையும் போட்டிருக்கிறார்கள். அம்பையின் கதைகளை சொல்லியிருந்தாலும் பெண் எழுத்தாளர்களின் கதைகளை நான் சொல்வதில்லை என்ற குற்றச்சாட்டும் இருக்கிறது. தமயந்தி, ஜா.தீபா, திலகவதி ஆகியோர்களின் கதைகளை சொல்ல வேண்டும் என திட்டம் இருக்கிறது. இன்னுமொரு ஹார்ட் அட்டாக் வராமல் இருந்தால் ஒரு பத்து வருசத்தில் ஐநூறு கதைகளை சொல்லிவிட முடியும் என நினைக்கிறேன்.

சொல்ல முடியாத கதைகள் அல்லது எழுத்தாளர்கள் இருக்கிறார்களா?

மௌனி, திலீப்குமார், அசோகமித்திரன் இவர்களின் கதைகளை பெரும்பாலும் சொல்லிவிட முடியாது. இதை சொல்வதால் பலர் என்னை திட்டக்கூடும். ஆனால் எனக்கு தெரிந்து அதிகம் சொல்லகூடிய கதைகளை எழுதியவர் ஜெயமோகன் தான். எஸ்.ராவின் கதைகளில் பாதி கதைகளுக்கு மேல் சொல்லமுடியாதவை. சமீபமாக எழுதுபவர்களில் செந்தில் ஜெகன்னாதன், திருச்செந்தாழை, நரன் இவர்களின் சில கதைகளை சொல்லியிருக்கிறேன். ஆனால் இவர்களின் பல கதைகள் வாசிக்கத் தகுந்தவை. இலக்கிய அறிமுகமே இல்லாமல் இருக்கும் 99 சதவிகித மக்களில் ஒருசிலரையாவது இந்த எழுத்தாளர்களின் கதைகளே தேடிச் செல்ல ஒரு பாதையை அமைத்துக்கொடுப்பதே நான் கதை சொல்வதன் நோக்கம்.

கதைசொல்லியாக ஒரு கதையை சொல்லும்போது வரிக்கு வரி அப்படியே சொல்வதில்லை. உங்கள் அனுபவங்களும் அந்த கதைசொல்லலில் வந்துவிடுகிறது. ஒரு கதையைப் படித்ததில் இருந்து அதைச் சொல்லும் வரையிலும் உங்களுக்குள் என்ன நிகழ்கிறது?

ஒரு உருமாற்றமே நிகழும். உதாரணத்திற்கு கு.அழகிரிசாமியின் ‘திரிபுரம்’ கதையில் ஒரு அம்மாவும் மகளும் ரோட்டில் கிடக்கும் ஒரு வெள்ளரிப்பிஞ்சை எடுக்கலாமா வேண்டாமா என்கிற மனஊசலாட்டத்தில் இருப்பார்கள். அதை சொல்லிக்கொண்டே வருகையில் என் வாழ்க்கையில் நிகழ்ந்த அந்த கதையோடு தொடர்புடைய ஏதாவது ஒரு சம்பவம் நினைவிற்கு வரும். கதையை அந்த இடத்தில் நிறுத்தி என் அனுபவங்களையும் நான் படித்த கதைகளையும் சொல்ல ஆரம்பிப்பேன். இதை நான் திட்டமிட்டுச் செய்வதில்லை. அதுவாக நிகழ்கிறது. கதை சொல்லும்போது நான் வேறொன்றாக மாறிவிடுவதாக நினைக்கிறேன். நான் கோனலூர் ஏழுமலை, புரசை கண்ணப்ப தம்பிரான், பெருவட்டூர் ராஜகோபால் போன்ற பல கூத்துக்கலைஞர்களை நெருக்கமாக கவனித்திருக்கிறேன். அவர்கள் எல்லாருமே நாலு அல்லது ஐந்தடி உயரமே இருப்பார்கள். பார்ப்பதற்கு சாதாரண ஆட்களை போல ஒரு அழுக்கு வேட்டியோ அல்லது லுங்கியோ மட்டும் இடுப்பில் இருக்கும். அதுவரை நம்மோடு சேர்ந்து ஒரு பீடி பிடித்துக்கொண்டிருப்பார்கள். ஆனால் உள்ளே போய் ஆடுகளத்தில் நிற்கும்போது ஒரு பிசாசு பிடித்த பெரும் கலைஞர்களாக விஸ்வரூபம் எடுப்பார்கள். சிவாஜியை பற்றி இதே மாதிரியான ஒரு அனுபவத்தை பாலச்சந்திரன் சுள்ளிக்காடு எழுதியிருக்கிறார். அப்படித்தான் நானும் மேடையில் கதைசொல்ல ஆரம்பிக்கும்போது எனக்கு முன்னே இருக்கும் எல்லாரும் மறைந்துவிடுகிறார்கள். அந்தக் கதையோடு சம்பந்தபட்ட நபர்களும் சம்பவங்களும் மட்டுமே என் கண்முன்னே தெரிவார்கள். அந்த சம்பவங்களையும் சேர்த்தே கதை சொல்கிறேன். நீங்கள் கதையை விட்டுவிட்டு வேறு எங்கோ சென்றுவிட்டீர்கள் என சிலர் அதை விமர்ச்சிக்கவும் செய்திருக்கிறார்கள். ஆனால்

அதுவே என் பாணி. ஒரு கதையில் ஒரு பெண் கர்த்தரிடம் ‘கர்த்தாவே மறைவாய் குளிக்க ஒரு இடம் தாரும்’ என வேண்டிக்கொள்வாள். அதை சொல்லும்போது ஆட்கள் பார்த்துவிடுவார்கள் என்பதற்காக காலை வேளைகளில் குளிக்க முடியாமல் இரவில் குளிக்கச் செல்லும் எத்தனையோ பெண்கள் ஞாபகம் வருகிறார்கள். இதைவிடவும் காலையில் மலம் கழிக்க முடியாமல் இரவில் தன் மூன்று பெண்களையும் கூட்டிச் செல்லும் அம்மாக்களை பார்த்திருக்கிறேன். எவ்வளவு பெரிய துயரம் இது. இதெயெல்லாம் சேர்த்தே நான் கதை சொல்லுகிறேன்.

ஒரு நடிகர் நடிக்கும்போது ஒரு கதாபாத்திரம் மட்டுமே செய்கிறார். ஆனால் நீங்கள் கதை சொல்லும்போது வெவ்வேறு கதாபாத்திரங்களாக வெவ்வேறு மனநிலைகளில் விவரிக்கிறீர்கள். இது எப்படி நிகழ்கிறது?

என்னால் அதை சொல்ல முடியவில்லை. என் வாழ்க்கை, என் நிலம், நான் சந்தித்த நபர்கள், வாசித்த புத்தகங்கள், உரையாடிய சக படைப்பாளிகள் என எல்லாமும் சேர்ந்து கொடுத்த ஒரு உரத்தின் வழியேதான் அப்படி ஒரு மனநிலைக்கு என்னால் போக முடிகிறது. ஜெயகாந்தனின் ‘ஒரு வீடு ஒரு மனிதன் ஒரு உலகம்’, ஜெயமோகனின் ‘வெள்ளையானை’, எஸ்.ராமகிருஷ்ணனின் ‘இடக்கை’ என பல கதைகளை சொல்லிமுடித்த பின் அதே மனநிலையோடு பல நாட்கள் இருந்திருக்கிறேன். தூங்க முடியாமல் இரவு முழுவதும் சிகரெட் பிடித்திருக்கிறேன். என்னைப் பிடித்த பேயிடம், ‘போதும் மலையேறிப் போயிடு’ என மன்றாடியிருக்கிறேன். அதெல்லாம் ஒரு கலைஞர்களுக்கே வாய்க்கக்கூடிய மகத்தான தருணங்கள். எல்லோராலும் அதை உணந்துவிட முடியாது.

அந்த மாதிரியான பாதிப்பை அதிகம் கொடுத்த கதை எது?

கல்பட்டா நாராயணனின் ‘சுமித்ரா’ என்ற நாவலை பெங்களூரில் இருக்கும் நிமான்ஷ் என்ற ஒரு மருத்துவமனையின் அரங்கத்தில் வைத்து சொன்னேன். அந்தக் கதையை சொல்வதற்கு சில மணிநேரங்களுக்கு முன்பு ஒரு குறுஞ் செய்தி எனக்கு வந்தது. காமம் மேலெழும்பும் போதெல்லாம் ஒரு நாளில் பத்துமுறை பதினைந்து முறை குளிர்ந்த நீரில் குளித்துவிட்டு வரும் சுமித்ராவை எப்படி மேடையில்

சொல்ல முடியும் என அந்த கடிதம் தொடங்கியிருந்தது. இப்படியான ஒரு பத்து ஆபூர்வ தருணங்களை குறிப்பிட்டு அதையெல்லாம் சொல்லிவிட முடியுமா என அந்த வாசகி கேட்டிருந்தார். சுமித்ராவின் அந்தரங்க தருணத்தை ஏன் மேடையில் சொல்லுகிறீர்கள் எனக் கேட்டிருந்தார். அந்தக் கதையை எழுதிய எழுத்தாளர், அதைச் சொல்ல வந்த நான் என எங்கள் இருவரையும் தாண்டிய முக்கியமான ஒருவராக அந்தக் கடிதத்தை எழுதிய வாசகியைப் பார்த்தேன். அதனால் நான் அந்த கடிதத்தை அப்படியே கதை சொல்வதற்கு முன் மேடையில் வாசித்து காண்பித்தேன். அதன்பிறகு அந்த கதையை சொல்லிமுடித்தேன். அந்த இரவு முழுவதும் ஒரு சுமித்ராவாக என்னை உணர்ந்துகொண்டிருந்தேன். எம்.முகுந்தன் அவர்கள் எழுதிய மய்யழிக்கரையோரம் என்ற நாவலையும் அப்படி ஏதாவது ஒரு தருணத்தில் சொல்லிவிட வேண்டுமென்று நினைக்கிறேன்.

உங்கள் கதைகளை கேட்டுவிட்டு பலர் உங்களிடம் பேசியிருப்பார்கள். அந்த வகையில் உங்களை நெகிழ்ச்சியடையச் செய்த ஏதாவது நிகழ்வு இருக்கிறதா?

ஒரு எழுத்தாளனாக பெறமுடியாத பலவிதமான அனுபவங்களை, மகத்தான தருணங்களை ஒரு கதைசொல்லியாக பெற்றுவிட்டேன். சமீபத்தில் துபாய் சென்றிருந்த பொழுது என்னை பார்த்துக்கொள்வதற்காக ஒரு தம்பி என்னுடன் கூட இருந்தார். சில நாட்கள் கழித்தே அந்த தம்பியும் ஒரு எழுத்தாளர் என தெரிய வந்தது. 'தெரிசை சிவா' என்ற அந்த தம்பியின் ஒரு கதையை படித்து நான் அதிர்ந்துவிட்டேன். 'சடலசாந்தி' என்ற அந்த கதையை யூடியூப் வழியே சொன்னேன். ஒரு வாரத்திற்கு பிறகு அவரிடம் இருந்து ஒரு அழைப்பு வந்தது. அவர் குரல் நெகிழ்ச்சியாக இருக்க, நான் 'என்ன சிவா, ஏன் ஒரு மாதிரி பேசுறீங்க?' என்று கேட்டேன். அவர் என்னிடம் நாப்பது வருசம் உட்காராத எங்கப்பாவ உட்கார வச்சிட்டீங்க சார்' என தழுதழுக்க சொன்னார். தெரிசை சிவாவின் அப்பா நாகர்கோவில் அருகில் இருக்கும் ஒரு குக்கிராமத்தில் ஒரு வைத்தியரிடம் கம்பவுண்டராக 40 வருடங்கள் வேலை பார்த்து வருகிறார். ஒரு நாளும் அந்த வைத்தியர் அவரை

உட்கார சொன்னதில்லை. ஆனால் நான் சொன்ன தெரிசை சிவாவின் கதையை கேட்ட அந்த வைத்தியர் அவர் அப்பாவை கூப்பிட்டு 'உன் பையனின் ஒரு கதையை பவா செல்லத்துரை சொல்லியிருக்கிறார். உட்காந்து கேள்' என அந்த வீடியோவை போட்டதாக சொன்னார். என் கதையை சொல்லி இத்தன வருடம் உட்காராத என் அப்பாவை உட்கார வைத்துவிட்டீர்கள் என சிவா சொன்னார். இதைவிட ஒரு கதைசொல்லிக்கு வேறு என்ன கிடைத்துவிடப்போகிறது. இது போதும் என நினைக்கிறேன். பல நண்பர்கள் என்னை பார்ப்பதற்காகவே வெளிநாட்டில் இருந்து இந்தியா வந்திருக்கின்றனர். சுவிட்சர்லாந்தில் இருக்கும் ஆனந்தி சுரேஷ் என்கிற வாசகி என் கதைகளை கேட்டு என் மகன் பெயரில் இரண்டு ஏக்கர் நிலம் வாங்கி கொடுத்திருக்கிறார்கள். இப்படி பல அனுபவங்கள். நான் டிரஸ் வாங்குவதை நிறுத்தி பத்து வருடங்களுக்கு மேல் ஆகிறது. என் நண்பர்களே என உடைகளை வாங்கி அனுப்பி விடுகிறார்கள். சமூகத்தில் எல்லா தரப்பில் இருந்தும் எனக்கு வாசகர்கள் கிடைத்திருப்பது ஒரு கதைசொல்லியாக பெருமிதமாக உணருகிறேன்.

கலைஞர்களின் வாழ்க்கை இப்படித்தான்

சினிஉலகம் சேனலுக்காக
சூர்யா

தமிழ்நாட்டில் சினிமா என்பது தொன்றுதொட்டு நம்மோடு இணைந்த ஒன்றாக உள்ளது. வாழ்வியலும் சினிமாவும் கலந்த வாழ்க்கைதான் நம் மரபாக இங்குள்ளது. இப்போது சினிமா எப்படி இருக்கிறது?

சமீபத்தில் தமிழ்நாட்டின் முக்கிய எழுத்தாளர் ஒருவரின் கட்டுரையை படிக்க நேர்ந்தது. தமிழ்நாட்டு மக்களின் ஒட்டுமொத்த மனநிலையும் சினிமா, சாப்பாடு இந்த இரண்டில் மட்டுமே உள்ளதாக அவர் எழுதியிருந்தார். அதை நினைத்து நினைத்து சிரித்துக் கொண்டிருந்தேன். ஆனால் யோசித்துப் பார்த்தால் அப்படிதான் இருக்கிறது. சினிமா என்கிற ஒரு கேளிக்கை இல்லையென்றால் மக்கள் மனநோயாளிகளாக மாறிவிடுகிற அளவுக்கு ஒவ்வொருவரின் சொந்த வாழ்க்கையிலும் சமூக வாழ்க்கையிலும் அழுத்தம் இருக்கிறது. அந்த அழுத்தத்தை குறைக்கிற ஒரு விசயமாக சினிமா மாறியிருக்கிறது அல்லது சினிமா எப்போதுமே அப்படிதான் இங்கு இருந்திருக்கிறது இது ஆரோக்கியமானதா என்கிற விவாதத்திற்குள் நான் போகவிரும்பவில்லை. இதில்

5 லிருந்து 10 சதவிகித மனிதர்கள் சினிமாவை விட இன்னும் ஆழமான ஒன்றாக நான் கருதும் இலக்கியத்திற்குள்ளும் வாசிப்பிற்குள்ளும் வருகிறார்கள். சின்ன வயதிலிருந்தே நானும் சினிமா பார்ப்பேன். சிவாஜி கணேசன் திரையில் அழும்போது நானும் அழுதிருக்கிறேன். அப்படியான உணர்ச்சிகரமான நபர்தான் நானும். ஆனால் இன்று 2கே-கிட்ஸ் விரல் நுனியில் தகவல்களை வைத்துக்கொண்டு அலைவதைப் போல சினிமா கவர்ச்சிகரமான ஒன்றாக எனக்கு எப்போதும் இருந்ததில்லை. அதே நேரத்தில் ஒரு காட்சிக்கு பின்னால் எத்தனை பேரின் உழைப்பு இருக்கிறது என்பதை நேரில் பார்க்கும்பொழுது முதல்தடவை கடற்கரையில் கொண்டுபோய் ஒரு குழந்தையை நிறுத்தும்பொழுது கடலைப் பார்த்து அந்த குழந்தை கொள்ளும் பிரம்மிப்பும் வியப்பும் எனக்குள்ளும் எழுந்திருக்கிறது.

இலக்கியம் சினிமா இந்த இணைவு எப்படி இருப்பதாக நினைக்கிறீர்கள்?

தமிழ்நாட்டைப் பொறுத்தவரை சினிமா ஒரு ஊடகமாகவும் இலக்கியம் ஒரு ஊடகமாவுமே இருக்கிறது. புதுமைப்பித்தன் காலத்திலிருந்து இன்றைய ஜெயமோகன் காலம் வரை சினிமாவிற்குள் நுழைவதை இலக்கியவாதிகள் கேலியும் கிண்டலுடனுமே அணுகியிருக்கிறார்கள். இதில் இரண்டு விசயங்கள் இருக்கிறது. சினிமாவிற்குள் நுழைந்து ஏதோ ஒரு வகையில் வெற்றி பெறும் எழுத்தாளர்களை சினிமாவிற்குள் வராத எழுத்தாளர்களால் ஏற்றுக்கொள்ள முடிவதில்லை. அதனால் அவர்களை வசைபாடினார்கள். அதே நேரத்தில் அப்படி எதிர்த்தவர்களுக்கு சினிமாவில் எழுத வாய்ப்பு வந்த போது எந்தத் தயக்கமும் இன்றி உள்ளே வந்து தோற்றுப் போனார்கள்.

எனக்கு பாலுமகேந்திரா சார் உடன் நெருக்கமான உறவு இருந்தது. அவர் இறந்த பின் அவரது அஸ்தியின் ஒரு பகுதியை இயக்குனர் பாலா எங்களுக்கு அனுப்பி வைத்தார். அவருக்கான நினைவிடம் ஒன்று எங்கள் நிலத்தில் உள்ளது. அவர் உயிருடன் இருந்தபோது பல முறை படத்தின் ஸ்கிரிப்டுகளை என்னோடு பகிர்ந்து கொள்வதற்காக திருவண்ணாமலைக்கு வந்திருக்கிறார். அவற்றைக் கேட்டு

நான் சொல்லும் கருத்துகள் மாஸ் ஆடியன்ஸ் ஒப்பீனியனாக எடுத்துக் கொள்வார். அப்படி அவர் சொன்ன இரண்டு மூன்று ஸ்கிரிப்டுகளை கேட்டுவிட்டு 'இதை பண்ணாதீங்க சார்' ன்னு சொல்லியிருக்கேன். உதாரணத்திற்கு ஜெயமோகன் எழுதிய 'அனல்காற்று' கதையை படமாக எடுக்க வேண்டுமென முயற்சி செய்தார். அதை வேண்டாம் என்று நான்தான் தடுத்தேன். ஏனென்றால், அந்தக் கதை ஒரு சித்திக்கும் ஒரு மகனுக்குமான உறவைப் பற்றியது. திருவண்ணாமலையில் ஒரு ஹோட்டலில் உட்காந்து அந்தக் கதையை அவர் சொல்லிமுடித்ததும் நான் எதுவும் பேசாமல் அமைதியாக இருந்தேன். 'ஏன் பேசாம இருக்குறீங்க?'ன்னு கேட்டார். நான் அதற்கு 'சார் இதை எடுக்கவே முடியாது, எடுக்கக் கூடாது' என்று சொன்னேன். அதற்கு மீண்டும் 'ஏன்?' என கேட்டார். 'சார். இங்க சித்தி அம்மாவுக்கு இணையான ஒரு உறவு. அப்படி பார்த்தா ஒரு மகனுக்கும் ஒரு அம்மாவுக்குமான உறவைச் சொல்ற மாதிரியான கதையை ஒரு தமிழ் மனம் எழுத்துல கூட மறைமுகமாகப் படிச்சிரும். ஆனா ஒரு பெரிய திரையில் அதை பார்க்குறப்ப ஒருத்தன் அதிர்ந்துவிடுவான். அந்த cultural shock-ஐ யாராலும் ஏத்துக்க முடியாது சார்' என்று சொன்னேன்.

ஆனால் அவர் நிதானமாக என்னிடம் 'மூன்றாம் பிறை' படம் எத்தனை தடவ பார்த்திருக்கீங்க? என்று கேட்டார். நான் 'ஒரு மூன்று முறை இருக்கும் சார்' என்றேன். அந்த படத்தில் 'ஸ்ரீதேவியை கமலஹாசன் எங்கிருந்து கூட்டிக்கொண்டு வருவார்னு சொல்ல முடியுமா?' என கேட்டார். யோசித்துவிட்டு நான் ஞாபகமில்லை என்று சொன்னேன். கமல்ஹாசன் ஸ்ரீதேவியை முதல்முதலில் பார்ப்பது ஒரு விபச்சார விடுதியில். ஆனால் படம் பார்த்த யாருக்கும் அது நினைவில் இருக்காது. ஒரு நல்ல இயக்குனர் திரைக்கதையில் கையாளும் BEST TREATMENT மூலம் அப்படியான காட்சியை கொண்டுவந்துவிட முடியும். அதேபோல இந்தக் கதையை விரசமில்லாமல் என்னால் எடுக்க முடியும்ன்னு சொன்னார். ஆனால் அவர் எவ்வளவு சொல்லியும் நான் என் கருத்தில் மாறாமல் இருந்தேன். அதன்பின் வெவ்வேறு காரணங்களால் அந்தக் கதையை எடுக்காமல் விட்டுவிட்டார்.

தமிழ்நாட்டில் எப்போதுமே இலக்கியவாதிகளுக்கும் சினிமாத் துறையினருக்கும் நெருங்கிய உறவு இருக்கவில்லை. ஜெயகாந்தன் காலகட்டத்தில் கூட அவரின் சில கதைகளை இயக்குனர் ஸ்ரீதர் படமாக எடுத்தார். ஆனால் ஜெயகாந்தனுக்கு அப்படங்கள் பிடிக்கவில்லை. அதனால் ஜெயகாந்தனே தன் கதைகளை சினிமாவாக எடுத்தார். அவர் எடுத்த 'உன்னைப் போல் ஒருவன்' படத்திற்கு தேசிய விருதும் கிடைத்தது. இதை பாலுமகேந்திராவிடம் ஒரு முறை சொன்னேன். ஆனால் பாலுமகேந்திரா 'IT IS VERY WRONG' என என்னிடம் சொன்னார். ஜெயகாந்தன் ஒரு கதை எழுதுகிறார். அது எனக்கு பிடிக்கவில்லை. அதற்காக ஜெயகாந்தனை விட நல்ல கதையாக நான் எழுதுகிறேன் என்று ஆரம்பித்தால் என்னால் எழுத முடியுமா? ஜெயகாந்தன் தன் அடுத்த படத்தில் கேமராமேன் சரியாக வேலை செய்யவில்லை என்றால் கேமராவை தான் இயக்குகிறேன் என குதிக்க முடியுமா? சினிமா இலக்கியம் இரண்டும் வேறு வேறு துறைகள். அவர் செய்ய வேண்டியது நல்ல கதைகளை கொடுப்பது. பாலுமகேந்திராவின் இக்கருத்து எனக்கு சரி என்று பட்டது. அவர் சொன்னபடியே ஜெயகாந்தனால் அடுத்தடுத்த படங்கள் கொடுக்க முடியவில்லை.

மேடைப்பேச்சுகளில் பல நண்பர்களை பற்றி நீங்கள் பேசியிருக்கிறீர்கள். வாழ்க்கையில் நாலு நண்பர்களையாவது சம்பாதிக்க வேண்டும் என்பது தமிழில் அடிக்கடி கேட்கும் ஒரு சொல்லாடல். நண்பர்களை சம்பாதிப்பது எவ்வளவு முக்கியம் என நினைக்கிறீர்கள்?

இங்க யாருமே எப்படியாவது நாலு நல்ல நண்பர்களை சம்பாதிச்சரணும்னு குறிக்கோளோட வாழ்றது கிடையாது. காட்டாறு மாதிரி ஓடுற வாழ்க்கையில் நாலு நல்லவங்க வர்றாங்கன்னுதான் சொல்லணும். ஆனா என்னோடு இத்தன வருட வாழ்க்கையில் நான் கற்றுக்கொண்டது என்னவென்றால் நல்ல மனுசன் கெட்ட மனுசன் அப்படின்னு ஒன்னு இல்லன்னுதான் தோணுது. நடிகர் சிவக்குமார் என்கிட்ட அடிக்கடி ஒன்னு சொல்வார். இந்த உலகத்துல யோக்கியன் என்று ஒருத்தன் கிடையாது. 'இல்ல சார். உங்கள சொல்றாங்களேன்னு' அவர்கிட்ட கேட்டா, மீடியாகாரங்க

அப்படி என்ன கட்டமைச்சிட்டாங்கடான்னு சொல்வார். இங்க யாரும் அப்படி கிடையாது. யேசு கிறிஸ்து கூட அப்படி கெடையாது. ஒரு மனிதனோட ஒட்டுமொத்த வாழ்க்கையில சில தருணங்களில் அவன் நல்லவனா இருக்கலாம். சில தருணங்களில் கெட்டவனா இருக்கலாம். ஒட்டுமொத்த வாழ்க்கையிலும் ஒருத்தன் நல்லவனா இருக்கணும்னா அதுக்கு சிலையாத்தான் இருக்கணும். ஏன்னா மனித மனம் அப்படி. ஒரு சமயம் வக்கிரப்படும். இன்னொரு சமயம் குரூரப்படும் சில சமயம் சாந்தமா இருக்கும். இன்னும் சில சமயம் மன்னிக்கும் தன்மையோடு இருக்கும். எல்லாம் சேர்ந்ததுதான் மனிதர்கள். என்னுடைய வாழ்க்கையில் நல்ல மனிதர்கள் அப்படின்னு யாரும் இல்லை. கெட்ட மனிதர்கள் அப்படின்னும் யாரும் இல்லை. எல்லாம் சேர்ந்துதான் இருக்கிறார்கள். சரியாக சொல்லவேண்டுமென்றால் ஜி.நாகராஜனின் 'மனிதன் ஒரு மகத்தான சல்லிப்பயல்' என்ற வார்த்தையைத்தான் சொல்ல வேண்டும். மகத்தானவனும் அல்ல. வெறும் சல்லிப்பயலும் அல்ல. இரண்டு சேர்ந்ததே மனிதன்.

இன்னும் சொல்லப்போனால் இப்போது இந்த லைட்டுகளுக்கு மத்தியில் நான் உட்கார்ந்திருக்கிறேன். ஆனால் ஊருக்கு சென்றால் மல்லாட்டை செடிகளுக்கு தண்ணீர் பாய்ச்சிக்கொண்டிருப்பேன். இந்த வெளிச்சங்கள் என்மீது படும்போது நான் மேன்மையானாக மாறிவிடுவதுமல்ல. மல்லாட்டை செடிகளுக்கு மத்தியில் இருக்கும்போது குறைந்துபோவதுமில்லை. இரண்டுமே என் இயல்புகள்தான். கர்நாடகாவில் சுப்பண்ணா என்றொரு மிகப்பெரும் நாடக நடிகர் இருந்தார். அவருக்கு தேசிய அளவில் விருது கிடைத்தபோது அவரை பேட்டி எடுக்க அவர் வீட்டுக்கு மீடியா ஆட்கள் சென்றிருக்கிறார்கள். ஆனால் வீட்டிற்குள் அவரை காணவில்லை. திடீரென எங்கோ ஒரு பாக்கு மரத்தின் உச்சியில் இருந்து அவர் குரல் கேட்டிருக்கிறது. பாக்கு பறித்துக்கொண்டிருக்கிறேன். வந்துவிடுகிறேன் உட்காருங்கள் என மீடியாக்காரர்களிடம் சொல்ல அவர் பாக்கு மரத்தில் இருந்து இறங்கி வருவதுபோல கேமராமேன் படம் பிடித்ததாக சொல்வார்கள். மேடையில் இயங்கும்போது பெரும் நாடக

நடிகர். மரத்தில் ஏறி பாக்கு பறித்துக்கொண்டிருந்த போது ஒரு விவசாயி. இரண்டும் சேர்ந்ததே சுப்பண்ணா.

இதை உணர்ந்துகொள்ளாமல் பலரும் தப்பான ஒரு பிம்பத்திற்குள் போய் மாட்டிக்கொள்கிறார்கள். எப்போதும் ஒரு வெளிச்சத்திற்குள்ளே இருக்க வேண்டுமென நினைக்கிறார்கள். ஆனால் பெட்ரூமிற்குள் போக்கஸ் லைட்டை கொண்டு போக முடியாது என்பதை புரிந்துகொள்ள வேண்டும். அதே மாதிரி மேடைகளிலும் வெளிஉலகத்திலும் கிடைக்கும் புகழை பாராட்டை வீட்டிற்குள் கொண்டுவரக்கூடாது. வாசலில் நுழையும்போது செருப்பை கழட்டிவிடுவதைப் போல, ரூமிற்கு நுழைந்ததும் சட்டையை கழட்டி ஹேங்கரில் மாட்டிவிடுவதை போல ஒரு நிர்வாண மனநிலையில்தான் வீட்டிற்குள் தனியனாக இருக்க வேண்டும். நாம் யார்? நாம் எங்கிருந்து வந்தோம்? எப்போது நம் மீது வெளிச்சம் வந்தது? என்பதை அப்போதுதான் கேட்டுக்கொள்ள முடியும். எவ்வளவு பெரிய புகழ் பெற்ற மனிதனுக்கு ஒரு நாள் இந்த வெளிச்சம் அணைக்கப்படும் என்பது அப்போதுதான் புரியும். நடிகர் மம்மூட்டி ஒரு சக மலையாள நடிகரை பற்றி ஒரு புத்தகத்தில் எழுதியிருக்கிறார். அந்த நடிகர் தன் கடைசி பத்து வருடங்களில் தினமும் காலை 5 மணிக்கு எழுந்து குளித்து உடையணிந்து மேக்கப் செய்துகொண்டு கண்ணாடி முன்னால் உட்காந்துவிடுவார். கிட்டத்தட்ட சாயாந்தரம் 6 மணி வரை அப்படியே உட்கார்ந்துவிட்டு அதன்பின்னே மேக்கப்பை அகற்றுவார். யாரும் தன்னை கூப்பிட மாட்டார்கள் என்பது உள்ளூர தெரிந்திருந்தாலும் தான் நடித்த மேடை, தான் ஆட்டுவித்த இதயங்கள், அந்த புகழ் வெளிச்சம் இதை நினைத்தபடியே நாட்களை கழித்தார் என எழுதியிருப்பார். கலைஞர்களின் வாழ்க்கை இப்படித்தான் முடிகிறது.

கலைப்படம், வணிகப்படம் என இரண்டுவிதமான சினிமாக்கள் இங்கே சொல்லப்படுகிறது. இது பற்றி?

இந்த விவாதம் பலகாலமாக நடந்துகொண்டிருக்கிறது. ப்ரிவியூ ஷோவில் ஒரு படத்தை பார்த்துவிட்டு பிரமாதமான கலைப்படைப்பு என யாராவது சொல்லிவிட்டால் அந்த படத்தை எடுத்தவர்கள் நடுநடுங்கிப் போய்விடுவார்கள். பிறகு

இது கமர்சியல் கலந்த ஆர்ட்பிலிம் என சமாளிப்பார்கள். ஏனெனில் கலைப்படங்கள் வியாபார ரீதியாக இங்கு வெற்றி பெறுவதில்லை. தரமணி திரைப்படக் கல்லூரியில் பேராசிரியராக இருக்கும் வெங்கடேஷ் சக்கரவர்த்தி ஒரு கட்டுரையில் இப்படி எழுதியிருப்பார். வாழ்நாள் முழுவதும் சத்தியஜித்ரே படங்கள் மட்டுமே பார்த்திருந்த ஒருவனை ஒரு விஜய் படத்திற்கோ அஜித் படத்திற்கு கூட்டிப்போனால் அவனால் அரைமணி நேரம் கூட அப்படங்களை பார்க்க முடியாது. அதேபோல ஒருவிஜய் ரசிகரையோ அஜித் ரசிகரையோ கூட்டிவந்து ரித்விக் கட்டாக் படங்களை பார்க்கச் சொன்னால் அவன் அரைமணி நேரத்தில் ஓடிவிடுவான். இந்த இருவருக்கும் சினிமா ரசனை என்பது வேறு வேறாக இருக்கிறது. அதுதான் ஆர்ட் பிலிம், கமர்சியல் பிலிம் என்ற வேறுபாட்டை உருவாக்குகிறது. இந்தப் பிரிவினை இருக்கக் கூடாது என்றே நினைக்கிறேன். உதிரிப்பூக்கள், முள்ளும் மலரும் போன்ற படங்களை இப்படிப் பிரிக்க முடியாது. ஜெய்பீம் படத்தில் நான் நடித்திருக்கிறேன். உலகம் முழுவதும் அந்தப்படம் பேசப்பட்டாலும் வணிக ரீதியாகவும் அது வெற்றி பெற்றிருக்கிறது. ஆர்ட் பிலிம், கமர்சியல் பிலிம் இடையேயான கோடுகள் அழிக்கப்பட்டு நல்ல படம் என்பதை நோக்கி நகர வேண்டும்.

ஜெய்பீம் போன்று இன்று எளிய மக்களின் கதைகள் வர ஆரம்பித்துவிட்டன. ஒரு காலத்தில் வெற்றி பெற்ற படங்கள் இன்று அவை சுயசாதிப் பெருமைகளை பேசுகின்றன. அது தவறு என்ற அரசியல் பார்வை வந்திருக்கிறது. இதை எப்படி பார்க்கிறீர்கள்?

இதுவரை தமிழ்சினிமாவில் காட்டப்பட்டக் காட்சிகளை கொஞ்சம் யோசித்துப் பார்க்கலாம். தலித் என்றால் துண்டை எடுத்து மடித்து வைத்துக்கொண்டு சொல்லுங்க சாமி என்று சொல்வது அல்லது காலடி மண்ணை எடுத்து நெற்றியில் பொட்டு வைத்துக்கொள்வது இப்படி அபத்தமான காட்சி அமைப்புகள்தான் இருந்துள்ளது. ‘இது இல்லடா நாங்க. எங்களுக்கு ஒரு வாழ்வியல் இருக்கு. ஒரு இனவரவியல் இருக்கு. அதுக்குள்ள இவ்வளவு சந்தோசங்கள் இருக்குன்னு’ இப்போதுதான் வர ஆரம்பிச்சிருக்கு. பல விமர்சகர்கள்

என்னுடைய கதைகளில் தலித் வாழ்க்கையின் பரிதாபமோ, கீழ்மையோ, கெஞ்சுதலோ இல்லை. மாறாக ஒரு தலித் பெருமிதம் இருப்பதாக குறிப்பிட்டிருக்கிறார்கள். ‘வேட்டை’ என்றொரு கதை நான் எழுதியிருக்கிறேன். ஒரு குருவிக்காரரின் வேட்டை பற்றியது அந்தக் கதை. அந்தக் கதையில் அரசாங்கம் காட்டிற்குள் யூகலிப்டஸ் போன்ற மரங்களை நட்டு வளர்க்க ஆரம்பிற்கும். அதை அவனால் பொறுத்துக்கொள்ள முடியாது. ஒரு காட்டுக்கு, ஒரு வனத்துக்கு தெரியாதா? என்ன மாதிரி மரத்த அது வளக்கணும்னு. இவனுங்க யாரு இதையெல்லாம் வைக்க? எனக் கேட்பான். ஜப்பான் என்கிற அவனது பெயர் பட்டாவில் இல்லாவிட்டாலும் அந்தக் காடே தனக்குச் சொந்தம் என்கிற பெருமிதம் அந்தக் குருவிக்காரனிடத்தில் இருக்கும். இதுபோன்ற உணர்வுகள் எம்ஜியார், சிவாஜி காலகட்டத்தில் இருந்து தமிழ்சினிமாவிற்குள் வந்ததே இல்லை. ரஞ்சித், மாரிசெல்வராஜ், ஞானவேல் போன்ற இயக்குனர்களின் வருகைக்குப் பிறகே உண்மையான வாழ்வியலைக் காட்டும் படங்கள் வர ஆரம்பித்திருக்கின்றன. இந்த மாற்றம் அடுத்த கட்டத்தை நோக்கி நகர்ந்துகொண்டே இருக்கும். அதே நேரத்தில் இந்த மாற்றத்தை எதிர்க்கும் விதமான சுயசாதிப் பெருமைகளைப் பேசும் படங்கள் வர ஆரம்பித்திருக்கின்றன. ஆனால் உற்றுக் கவனித்துப்பார்த்தால் அவைகள் ஆர்ட்பிலிமாகவோ அல்லது கமர்சியல் பிலிமாகவோ வெற்றி பெறவில்லை. மனித குலத்திற்கென்று சில இறையாண்மைகள் இருக்கிறது. அதற்கு நேர் எதிரான விழுமியங்கள் எப்போதும் வெற்றி பெறாது என்பதே உண்மை.

முன்பெல்லாம் காதல், காமம் இந்த இரண்டில் காமம் பற்றி வெளிப்படையாகப் பேசுவது தவறு என்ற புரிதல் இருந்தது. இன்று காதல் காமம் இரண்டும் சினிமாவிலும் சரி வாழ்க்கையிலும் சரி வெளிப்படையாக அணுகப்படுகிறது. இதை எப்படிப் பார்க்கிறீர்கள்?

சமீபத்தில் கவிஞர் விக்ரமாதித்யன் எழுதிய கவிதை ஒன்று சமூக வலைத்தளங்களில் பெரும் பேசுபொருள் ஆனது. ‘அழகான பெண்களை பார்க்கும்போது நான் கண்ணியமாக நடந்துகொள்வதா அல்லது கலைஞனாக நடந்துகொள்வதா

என நிலைத்தடுமாறுகிறேன்' என்று அந்தக் கவிதை இருந்தது. முற்போக்கு முகமூடிகளைப் போட்டுக்கொண்டிருக்கும் பலர் அதற்கு எதிர்ப்பு தெரிவித்திருந்தார்கள். என்னிடம் கேட்டால் ஒரு அழகான பெண்ணைப் பார்த்தால் நிலைதடுமாறுவேன் என்றுதான் சொல்வேன். உதாரணத்திற்கு சென்ற வாரம் நடந்த 'ரெஜினா' படத்தின் இசைவெளியீட்டு விழாவில் மேடையில் பேசும்பொழுது படத்தின் பெயரை 'சுனைனா' என சொல்லிவிட்டேன். அந்த படத்தின் கதைநாயகியான அவர் பேரழகி. இது ஒரு கலைஞனுக்குரிய மனோபாவம். அதுவே கலைஞனின் இயல்பு. ஒரு கலைஞன் நான் எப்படி இருக்க வேண்டும் என்று ஒரு கவிதையில் கேட்பதே அந்த கவிதையை தனித்துவமாக்குகிறது. சினிமாவில்தான் பொய்யான சில வரைமுறைகள் காட்சிப்படுத்தப்படுகின்றன. ஏதோவொரு படத்தில் கதாநாயகன் கதாநாயகியின் விரல் நகத்தை தொடும்போது 'வரம்புகள் மீறுதல் முறையோ' என வரிகள் கேட்கும். இப்படியெல்லாம் சினிமாவில் ஒரு காலத்தில் வந்துகொண்டிருந்தன. ஆனால் இன்றைய காலகட்டத்தில் திரிஷாவும் விஜய்யும் இருக்கும் படத்தில் இப்படி ஒரு காட்சி வைத்தால் மொத்த தியேட்டரும் சிரித்துவிடும். இதெல்லாம் ஒரு மீறலா இன்னும் எவ்வளவோ மேட்டர் இருக்கு என்று கத்திவிடுவார்கள். இப்போது வரும் படங்களில் எனக்குத் தெரிந்த அளவில் பெரிய வரம்பு மீறல்கள் இல்லை. இன்றைய இயக்குனர்கள் காலத்திற்கு ஏற்றமாதிரி காதலையும் காமத்தையும் சரியாகவே காட்சிப்படுத்துகிறார்கள். சரியான பாதையில்தான் தமிழ்சினிமா போவதாக நினைக்கிறேன்.

இப்படியொரு இலங்கைக்கு நான் வராமலேயே இருந்திருக்கலாம்

இலங்கை வசந்தம் தொலைக்காட்சிக்காக
இர்ஃபான்

உலகில் ஒவ்வொரு வகையிலான படைப்பாளிகள் இருக்கிறார்கள். ஒரு சிலர் எழுத்தோடு மட்டும் நின்றுவிடுவார்கள். சிலர் பேச்சாளர்களாக இருப்பார்கள். இன்னும் பல்வேறு தரப்பினர் சமூக சேவகர்களாகவும் ஆர்வலர்களாகவும் செயல்பட்டுக் கொண்டிருப்பார்கள். இவர்கள் எல்லோரையும் ஒன்று சேர்த்து ஒரு நபர் இருக்கிறார் என்றால் அவர் தமிழகத்தினுடைய 'பவா செல்லத்துரை' அவர்கள். ஒரு கதை சொல்லியாக, சிறந்த இலக்கிய ஆளுமையாக, ஒரு நடிகராக, சிறந்த சிந்தானாவாதியாக, நூல்களின் மீதிருக்கும் ஆர்வத்தினால் ஒரு பதிப்பாளராக தமிழ்சமூகத்திற்கு பல பொக்கிசங்களை வழங்கிக்கொண்டிருக்கிறார். வசந்தம் டிவியின் பதினைந்தாம்

ஆண்டு தொடக்க விழாவை முன்னிட்டு சிறப்பு பேட்டியாக அவருடன் ஒரு உரையாடல்.

இலங்கை பயணம் எப்படி அமைந்திருக்கிறது?

ரொம்ப சின்ன வயசுல இருந்தே இலங்கை மீது ஒரு ஈர்ப்பு இருந்துச்சு. ஆனா இங்க நடந்த பல்வேறு விரும்பத்தகாத விசயங்களால் பக்கத்துல இருந்தாலும் வந்து பாக்க முடியாத சூழல். போன வருடத்திற்கு முந்தைய வருடம் நான் முதன் முதலாக இலங்கைக்கு வந்தேன். ஆனா இரண்டு மூன்று நாட்கள் மட்டுமே இருக்க முடிந்த அந்த பயணத்தில் வவுனியா, கிளிநொச்சி, முல்லைதீவு இந்த பகுதிகளை மட்டும் பார்த்துவிட்டுத் திரும்பி விட்டேன். ஆனால் இந்த தடவை கொழும்பில் மட்டும் ஐந்து நாட்கள் தங்கும் வாய்ப்பு கிடைத்தது. நாளை யாழ்ப்பாணம் போகிறோம். இன்னும் ஒரு ஐந்து நாட்கள் இலங்கையில் இருப்பேன். இலங்கையின் முழுநிலப்பரப்பையும் பார்க்கும் வாய்ப்பு இந்தப் பயணத்தில் எனக்குக் கிடைத்திருக்கிறது. ஒவ்வொரு நிலப்பரப்பையும் ஊரையும் பார்க்கும் போதெல்லாம் இலங்கை படைப்பாளிகள் எழுதிய கதைகள் தான் எனக்குள் ஞாபகம் வந்தபடியே இருந்தன. ஒரு நாடு என்பது ஒரு நிலமோ அதிலுள்ள கட்டிடங்களோ மட்டும் அல்ல. அங்கு வாழும் படைப்பாளிகளும் சேர்ந்ததே ஒரு நாடு. ஏனென்றால் அவர்கள்தான் அடுத்த தலைமுறையினருக்கு அந்த நாட்டின் ஆன்மாவை வாழ்க்கையை கடத்திக்கொண்டு போகிறவர்கள். இந்த பயணத்தில் என் வாழ்நாளில் நான் பார்க்க முடியுமா என ஏங்கிக் கொண்டிருந்த சிவசேகரம், எம்.ஏ.நுஃமான், மௌனகுரு போன்ற மிகப் பெரும் ஆளுமைகளை ஒரே மேடையில் சந்தித்தது மறக்கமுடியாத ஒரு தருணமாக இருந்தது. எத்தனை கோடிகள் கொடுத்தாலும் கிடைக்காத ஒரு வரமாகவே இதைப் பார்க்கிறேன்.

சமூக வலைத்தளங்களின் ஆதிக்கம் நிறைந்துள்ள காலகட்டம் இது. அன்றாடம் கிடைக்கும் செய்தித்தாள்களில் இருந்து இலக்கியம் வரை வாசிப்பவர்களின் எண்ணிக்கை இன்று குறைந்து கொண்டே வருகிறது. இப்படியான ஒரு

காலகட்டத்தில் இன்றைக்கு எழுதிக்கொண்டிருக்கும் இளம் எழுத்தாளர்கள்வரை பல்வேறு கதைகளை வாசித்து அதற்கான நேரத்தையும் உழைப்பையும் செலவிட்டு கதைகளை சொல்லிக்கொண்டிருக்கும் இந்த அனுபவம் எப்படி இருக்கிறது?

இந்த வாழ்க்கையில வேறெதுவும் வேண்டாம்னு தோணுது. கிட்டத்தட்ட என் பதினைந்தாவது வயதில் நான் வாசிக்க ஆரம்பிச்சேன். இன்று வரை தொடர்ச்சியாக வாசித்துக்கொண்டிருக்கிறேன். ஆனால் பல்வேறு மனநிலைகள், குடும்பச் சூழல்கள், லௌகீகத்தில் ஏற்படும் தோல்விகள், மனப்பிரச்சனைகள் பல நேரங்களில் வாசிப்பை இல்லாமல் ஆக்கிவிடும். அப்படியான 'WRITERS BLOCK' எனக்கும் வந்திருக்கிறது. அந்த மாதிரியான காலகட்டங்களில் வாசிக்கவும் முடியாது எழுதவும் முடியாது. ஆனால் நடு கிணற்றுக்குள் விழுந்த ஒருவன் எப்படியாவது தத்தித் தத்திப் போய் ஒரு படியையோ ஒரு கட்டையையோ பிடித்துவிடுவதைப் போல மனம் வாசிப்பை நோக்கி போய் பிடித்துவிடும். தமிழின் முக்கிய படைப்பாளியான ஜி.நாகராஜன் உடல்நிலை சரியில்லாமல் ஆஸ்பத்திரியில் இருந்த போது அவரை பார்க்க வந்தவரிடம் 'எனக்கு ரொம்ப குளுருதுன்னு' சொல்வார். அதற்கு அந்த நபர் 'நாளை பார்க்க வரும்போது கம்பளி வாங்கி வருகிறேன்' என்பார். அதற்கு ஜி.நாகராஜன் 'சிதையில வச்சாதான் இந்த குளுரு அடங்கும்' என பதில் சொல்வார். அந்த மாதிரிதான். செத்தாத்தான் இந்த வாசிப்பு பழக்கம் அடங்கும்னு நான் நினைக்கிறேன். அதுவரை புதிய புதிய இலைகள்விட்டு துளிர்த்துக்கொண்டேதான் இருக்கும்.

எங்கிருந்து இந்த ஆர்வம் முதலில் துளிர்விட்டது?

நீங்க யாராவது ஒரு மரத்திடம் போய் நேர்காணல் செய்யும் போது உங்களுடைய முதல் இலை எங்கிருந்து வந்தது என கேட்க முடியாது. ஒருசெடி தன் முதல் பூவை எங்கிருந்து பூத்தது என சொல்ல முடியாது, எந்த மரங்களும் செடிகளும் அவற்றை குறித்துவைத்துக்கொள்வதில்லை. அதைப்போலத் தான் வாசிப்பு பழக்கமும் ஒருவனுக்கு எங்குத் தொடங்கியது எங்கு துளிர்விட்டதுன்னு துல்லியமாகச் சொல்ல முடியாது.

ஆனால் என் ஞாபகத்தில் ஜெயகாந்தனின் 'ஒரு மனிதனும் சில எருமை மாடுகளும்' என்கிற புத்தகத்தில் இருந்துதான் என் வாசிப்பு ஆர்வம் முளைவிட்டது. என் வாசிப்பிலும் வாழ்க்கையிலும் ஜெயகாந்தனின் தாக்கம் மிகப் பெரியது. ஜெயகாந்தனின் படைப்புகளில் கலைத்தன்மை குறைவு என சுந்தர ராமசாமி போன்ற எழுத்தாளர்கள் விமர்சித்தாலும் ஒரு எழுத்தாளன் எப்படி கம்பீரத்தோடும் ஆளுமையோடும் இருக்க வேண்டும் என்பதை இந்த தமிழ் சமூகத்திற்கு சொல்லிக் கொடுத்தவர் ஜெயகாந்தன்தான் என அதே சுந்தர ராமசாமி சொல்லுவார். அதிர்ஷ்டவசாமாக அவரின் கடைசி பத்து ஆண்டுகள் என்னிடம் நெருக்கமாக இருந்தார். அடிக்கடி என்னைத் தேடி எங்கள் ஊருக்கு வருவார். நாலைந்து நாட்கள் எங்களுடன் தங்கிவிட்டுச் செல்வார். நானும் அவரை தேடிப்போய் சந்திப்பேன். பல நிகழ்ச்சிகளில் இருவரும் ஒன்றாக சேர்ந்து கலந்துகொண்டோம். ஒரு எழுத்தாளன் என்றால் யாருக்கும் பணியாத ஒரு இடத்தில் இருக்க வேண்டும். வளைந்து கொடுக்காத முதுகெலும்போடு நிமிர்ந்து நின்று சிங்கம் மாதிரி கர்ஜிக்க வேண்டும் போன்றவற்றை அவரிடம் இருந்தே கற்றுக்கொண்டேன்.

உங்கள் காணொளிகளை பார்க்கும் போது எப்படி இவர் ஒரு கதையை இத்தனை கோணங்களில் இருந்து அணுகுகிறார் என்ற ஆச்சரியம் ஏற்படும். ஒரு புத்தகத்தை நீங்கள் எப்படி படிக்கிறீர்கள்? அதை படிக்க எவ்வளவு நேரம் ஒதுக்கிக்கொள்கிறீர்கள்?

தமிழ்நாட்டில் என்னைவிடவும் பலநூறு மடங்கு தீவிரமான வாசிப்பாளர்கள் உண்டு. ஆனால் அவர்கள் எல்லாருக்கும் ஒரு இயல்பு இருக்கு. பலர் தாங்கள் வாசித்ததை வெளியே சொல்ல மாட்டார்கள். ஒரு உவமையாக சொல்லவேண்டுமென்றால் நாய் மடியில் இருக்கும் பால் என்று சொல்லலாம். அது நாய் குட்டிகளுக்கு மட்டுமே உதவும். ஆனால் நான் வாசித்ததை மற்றவர்களுக்கு சொல்லிக்கொண்டே இருப்பேன். என் இயல்பே அப்படி. அதேபோல திட்டமிட்டு காலை 6 மணியிலிருந்து 8 மணி வரை இரவு 10 மணியிலிருந்து 12 மணி வரை என நான் ஒருநாளும் வாசித்ததில்லை. எப்பொழுதெல்லாம் நேரம்

கிடைக்கிறதோ அப்போதெல்லாம் நான் வாசித்துக்கொண்டே இருக்கிறேன். ஒருவன் எப்பொழுதெல்லாம் சுவாசிக்கிறான் எனக் கேட்க முடியாது. அதைப்போல எப்பொழுதெல்லாம் காற்று என் மீது வந்து மோதுகிறதோ அப்போதெல்லாம் என் சுவாசம் நிகழும்.

ஆனால் இதற்கு 'கண்டதைப் படித்தால் பண்டிதன் ஆகலாம்' என்ற அர்த்தமல்ல. உண்மையில் அந்த பழமொழி தவறு என சுந்தர ராமசாமி பல ஆண்டுகளுக்கு முன்னமே எனக்கு ஒரு கடிதத்தில் எழுதியிருந்தார். எதைப் படிக்க வேண்டும் என்பதில் ஒரு தேர்வு இருக்க வேண்டும் எனக் குறிப்பிட்டிருந்தார். ஒரு கதைசொல்லியாக எனக்கு கிடைத்த வெற்றியும் உலகம் முழுவதும் இதற்கு கிடைத்த வரவேற்புகள் அனைத்திற்கும் பின்னால் என் புத்தகத் தேர்வு இருப்பதாக நினைக்கிறேன். இலங்கைக்கு வந்த இந்த ஐந்து நாட்களுக்குள் பரிசாக கொடுத்த ஐம்பதிற்கும் மேற்பட்ட புத்தகங்கள் என் டேபிளில் கிடக்கின்றன. விசிட்டிங் கார்டு போல சந்திக்க வந்தவர்கள் கொடுத்துவிட்டார்களே என்ற காரணத்தால் அதையெல்லாம் நான் படிக்க முடியாது. நான் இலங்கைக்குச் சென்றால் வாங்க வேண்டும் என நினைத்த இரண்டு மூன்று புத்தகங்கள் இருக்கின்றன. அதைத் தான் நான் வாங்கி படிக்க ஆசைப்படுகிறேன். ஆக என் தேர்வு என்ன என்பதில் நான் கவனமாக இருக்கிறேன். ஒரு புத்தகத்தைப் படிப்பதற்கு முன்னால் அந்தப் புத்தகம் எதைப் பற்றிப் பேசுகிறது? அதைப் பற்றி யார் பேசியிருக்கிறார்கள் என்பதைத் தெரிந்துகொண்ட பிறகே தேர்வு செய்வேன். இல்லையென்றால் மூன்று நான்கு நாட்கள் செலவழித்து படிப்பது மூளையை அழுக்காக்கிவிடும். அப்படியெல்லாம் நிகழாமல் அதை சொஸ்தப்படுத்தி வைத்திருக்கிறேன்.

உங்கள் தேர்வுகளிலும் குறிப்பிட்ட வகைமை சேர்ந்தவர் நீங்கள் என சொல்ல முடியுமா?

கண்டிப்பாக. FICTION என்கிற புனைவிலக்கியம் தான் எனக்கு மிகவும் பிடித்த வகைமை. வரலாறு சார்ந்த புத்தகங்கள் மட்டுமே படிக்கும் நண்பர்கள் எனக்குண்டு. சிலர் சூழலியல் சார்ந்த புத்தகங்கள் மட்டுமே படிப்பார்கள்.

இன்னும் சில நண்பர்கள் இருக்கிறார்கள். FICTION சார்ந்த புத்தகங்களே படிக்க மாட்டார்கள். 'கதை உட்றியா?' என கேட்பார்கள். முழுவதும் புனைவில்லாத எழுத்தே அவர்கள் விருப்பமாக இருக்கும். ஆனால் எனக்கு சிறுகதைகளும் நாவல்களும் அதை ஒட்டிய கவிதைகளுமே என்றைக்கும் விருப்பமானதாக இருந்துள்ளது.

இத்தனையாண்டு கால வாசிப்பில் எந்த எழுத்தாளர் அல்லது எந்த புத்தகம் உங்களை மெய்சிலிர்க்க வைத்ததாக சொல்வீர்கள்?

குறிப்பிட்ட ஒரு எழுத்தாளர் அல்லது ஒரு கதை என்று சொல்ல முடியாது. நிறைய எழுத்தாளர்களையும் கதைகளையும் அப்படி வகை வகையாக என்னால் அடுக்க முடியும். புதுமைப்பித்தனின் பல கதைகளை படித்திருந்தாலும் 'பொன்னகரம்' என்ற ஒரு பக்க அளவிலே வரக்கூடிய ஒரு கதையைக் கடக்க முடியாமல் அவஸ்தைப் பட்டிருக்கிறேன். ஜெயமோகனின் 'ஏழாம் உலகம்' நாவலை வாசித்தபோது உண்மையிலேயே எனக்கு ஒரு வாரம் ஜுரம் வந்து பெட்டில் படுத்திருக்கிறேன். அப்படிப்பட்ட வலியை உள்ளடக்கியதாக அந்த நாவல் இருந்தது. 'மாஸ்டர்ஸ்' என்று அழைக்கப்படுகிற உலகின் ஆகப்பெரும் எழுத்தாளர்களுக்கு இணையான எழுத்தாளர்கள் தமிழில் இருக்கிறார்கள். இயக்குனர் மிஷ்கினும் நானும் சிறந்த நண்பர்கள். நானும் அவரும் போனில் பேசிக்கொள்ளும் பொழுது அவர் படித்த ரஷ்ய நாவல்களில் இருந்து ஒரு பகுதியை குறிப்பிட்டு எப்படி எழுதியிருக்கிறார்கள் என வியப்போடு சொல்வார். நான் அவரிடம் அதைவிட இரண்டு மடங்கு மூன்று மடங்கு சிறப்பான பகுதிகளை தமிழில் மௌனி, கு.பா.ரா, கி.ரா, கந்தர்வன் போன்றவர்கள் எழுதியிருப்பதாகச் சொல்லுவேன். துரதிஷ்டவசமாக அவற்றின் சரியான மொழிபெயர்ப்புகள் பொதுவெளியில் சென்று சேரவில்லை. கிட்டதட்ட 80 ஆண்டுகளுக்கு பிறகு இப்பொழுதுதான் சரியான மொழிபெயர்ப்புகள் வரத் தொடங்கியுள்ளன. ஆங்கிலத்தில் சரியான மொழிபெயர்ப்புகளுடன் அவை வரத் தொடங்கினால் ரஷ்ய இலக்கியங்களுடன் போட்டிப்போடும் அளவிற்கு தமிழ் இலக்கியங்கள் பேசப்படும்.

ஏனைய மொழிகளில் இருந்து தமிழுக்கு ஒரு படைப்பை மொழிபெயர்க்கும் போது அதே உயிர்ப்புடன் அந்த படைப்பு வாசகனை வந்தடைகிறதா?

மொழிபெயர்ப்புகளை இரண்டு வகையாக நாம் புரிந்துகொள்ள வேண்டும். ஆங்கிலத்திலிருந்து தமிழுக்கு வரும் பெரும்பான்மையான புத்தகங்கள் ஆங்கிலத்தில் எழுதப்பட்டவை அல்ல. நாம் படித்த பல ரஷ்யநாவல்கள் முதலில் ஆங்கிலத்தில் மொழிபெயர்க்கப்பட்டு அதன்பின் ஆங்கிலத்தில் இருந்து தமிழுக்கு மொழிபெயர்க்கப்படுகின்றன. அப்படியானால் நாம் படிக்கும் அந்த மொழிபெயர்ப்பு உண்மையில் மூன்றாவது மொழிபெயர்ப்பே. அப்படி வரும்போது ஒவ்வொரு இடத்திலும் அந்த எழுத்தாளரின் ஆன்மாவிலிருந்து 10லிருந்து 25 சதவிகிதத்தை அந்த மொழிபெயர்ப்பாளன் கொன்றெடுக்கிறான். மூலமொழி சிதையாமல் அப்படியே நிகழும் மொழிபெயர்ப்பு மிக அரிதாகவே நடக்கிறது. அது கடினமும் கூட. ரஷ்ய நாவல் ஒன்றைப் படிக்கும்போது 'குதிரைகள் மாஸ்கோ வீதிகளில் ஓடின' எனப் படித்தால் எனக்கு குதிரை ஓடும் சத்தம் கேட்க வேண்டும். குதிரை லாயத்தின் வாசனை என்னை வந்தடைய வேண்டும் அந்தளவிற்கு மொழிபெயர்ப்பின் வீரியம் இருக்க வேண்டும். அதுவே சிறந்த மொழிபெயர்ப்பு. இதற்கு நேரெதிராக இன்னொரு தரப்பும் உண்டு. ஒரு நாவலை மொழிபெயர்க்கும்போது அதை தமிழுக்கு ஏற்றவாறு தமிழ்வயப்படுத்த வேண்டும் என்பவர்களும் இருக்கிறார்கள். இதற்கெல்லாம் சட்டம் ஒன்றும் கிடையாது. எந்தக் கோர்ட்டும் இப்படித்தான் மொழிபெயர்க்க வேண்டும் என தீர்ப்பு சொல்ல முடியாது. இவை முழுக்க முழுக்க மன உணர்வு சம்பந்தப்பட்டது. வாசகனின் தனிப்பட்ட அனுபவம் சார்ந்தது. தாஸ்தாவெஸ்கியையும் டால்ஸ்டாயையும் படிக்கும் பொழுது அவர்கள் அந்த மொழியில் எந்த உணர்வுகளை கடத்தினார்களோ அதே உணர்வை தமிழில் நான் அடைய முடிந்தால் அதுவே நல்ல மொழிபெயர்ப்பு. அவ்வளவுதான்.

ஒரு புத்தகத்தை கையிலேந்தி படித்துக்கொண்டிருந்த காலமெல்லாம் கடந்துபோய் இப்போது இபுக்ஸ் என்ற

அளவில் புத்தகங்கள் வரத்தொடங்கிவிட்டன. இதைப் பற்றி உங்கள் கருத்து என்ன?

இபுக்ஸ் படிப்பதற்காகவே பல நண்பர்கள் எனக்கு TABLETS களை பரிசளித்திருக்கிறார்கள். துரதிஷ்டவசமாக ஒரு கதையைக் கூட அதை வைத்து என்னால் படிக்க முடிந்ததில்லை. போனில் யாராவது கதைகளை அனுப்பினால் கூட அதை பிரிண்ட் அவுட் எடுத்தே இதுவரை படிக்கிறேன். எல்லா இடங்களிலும் உங்களுடனே பயணிக்கும் ஒரு புத்தகத்தின் உணர்வை ஒரு இபுக்கால் கொடுக்கவே முடியாது. பெரும்பாலும் நான் படுத்தபடியே தான் புத்தகங்களை வாசிப்பேன். கடக்க முடியாத ஒரு வரியை படிக்கையில் புத்தகத்தை ஒரு குழந்தை போல நெஞ்சில் ஏந்தியபடி வைத்துவிட்டு தலைசாய்த்துவிடுவேன். புத்தகத்தை கையில் எடுத்து படிக்கும்போது வருகிற அந்த மன உணர்வை, புத்தகங்களில் இருந்து கசிகிற அந்த அச்சு ஆபீஸின் வாசனைகளை வேறெதுவும் தர முடியாது. இபுக்ஸ் போன்ற தொழிநுட்பங்கள் இன்னும் இன்னும் கூர்மையடைந்து அடுத்த கட்டத்தை நோக்கி நகர்ந்துகொண்டே இருந்தாலும் கடைசி மனிதன் வாசிக்கிற வரையிலும் புத்தகம் படிக்கும் ஒரு மன உணர்வை அச்சாகி வரும் ஒரு புத்தகமே தர முடியும் என நம்புகிறேன்.

நீங்கள் கதைசொல்லியாக பெரும் வெற்றி பெற்றவர். நீங்கள் படித்த கதைகளை சொல்லும்போது அதில் இருக்கும் விடயங்களை மட்டுமே சொல்கிறீர்களா? அல்லது அதை தாண்டி ஏதேனும் மெருகூட்டல்கள் அதில் நிகழ்கிறதா?

ஒரு வாசகனாக, கதைகேட்பவனாக நீங்கள் ஒரு கதைசொல்லியிடம் இருந்து எதை எதிர்பார்ப்பீர்கள்? ஒரு கதையை அப்படியே சொல்வதையா அல்லது அந்த கதையில் சொல்லாமல் விடுபட்டவைகளையும் மீறல்களையுமா கண்டுபிடுத்து சொல்வதையா? நான் இரண்டாவது வகையிலேயே எப்போதும் கதை சொல்கிறேன். ஆனால் அதேநேரம் நான் கதைசொல்கையில் அது அந்த எழுத்தாளருடைய எழுத்தை ஒரு சதவிகிதம் கூட மட்டுபடுத்தக்கூடியதாக, அவர் படைப்பை ஒரு சதவிகிதம்

கூட மீறியதாக இருந்துவிடக்கூடாது என்கிற அறமும் உள்ளுணர்வும் இருக்கிறது. பிரபஞ்சனின் ஒரு கதையை சொல்கிறபோது திடீரென என் வாழ்க்கையில் ஏழாம் வகுப்பில் எனக்கும் என் அப்பாவிற்கும் நடந்த ஒரு சம்பவம் நினைவில் வரும். அந்த அனுபவத்தையும் கதை சொல்லும் போது சேர்த்தே சொல்கிறேன். அது பிரபஞ்சனின் கதைக்கு நான் சேர்க்கும் மகுடம்தானே தவிர, பிரபஞ்சனின் மகுடத்தில் இருந்து ஒரு வைரக்கல்லை எடுத்து என் பாக்கெட்டில் போட்டுக்கொள்வதாக நினைத்துக்கொள்ள கூடாது. ஒரு எழுத்தாளரின் படைப்பில் இருக்கும் ஒரு கதையை அப்படியே நகலெடுப்பதை ஒரு மிஷின் செய்துவிடக் கூடும். ஆனால் ஒரு கதைசொல்லியின் வேலை என்பது ஒரு படைப்பாளனின் கதையை அவனினும் மேன்மைபடுத்தி சொல்வதில்தான் இருக்கிறது.

இன்னொரு சவாலும் கதைசொல்வதில் இருக்கிறது. ஒரு எழுத்தாளர் ஒரு நோக்கத்தோடு ஒரு புத்தகத்தை எழுதியிருப்பார். அந்த நோக்கத்தை புரிந்துகொள்ளாமல் வேறொரு விடயத்தை கதையாக சொல்லி அதனால் விமர்சனங்களை சந்தித்ததுண்டா?

நீங்கள் சொல்வதை கேட்கும் போது நெஞ்சு நடுங்குகிறது. அப்படி ஏதாவது நிகழ்ந்தால் அந்த படைப்பாளியை எப்படி எதிர்கொள்வது? எவ்வளவு பெரிய துரோகமாக அது இருக்கும்? ஆனால் 40 வருட வாசிப்பை கொண்ட ஒருவன் அப்படி செய்யமாட்டான் என நம்புகிறேன். எனக்குத் தெரிந்து என் கதையின் அடிநாதத்தையே நீங்கள் மாற்றிவிட்டீர்கள். நான் அப்படி எழுதவில்லை என்று சொன்ன ஒரு படைப்பாளியும் இல்லை. தமிழில் எனக்கு மிகவும் பிடித்த ஆனால் யாரலும் பெரிதாக கண்டுகொள்ளப்படாத பேசப்படாத ஒரு படைப்பாளி திலிப்குமார். அவரின் ஒரு மூன்று கதைகளை நான் சொல்லியிருக்கிறேன். ஆனால் ஒரு முறை அவரே என்னை தொடர்பு கொண்டார். 'என் கதைகளை சொல்லிவிட முடியும் என நம்புகிறீர்களா?' எனக் கேட்டார். நான் சொன்ன அவருடைய கதைகளை மீண்டும் கேட்டுப்பார்த்தேன். அவர் சொன்னதில் உண்மை இருப்பதாக எனக்குப் பட்டது. அவர்

கதைகளுக்கு என்னால் நியாயம் செய்ய முடியவில்லை எனத் தோன்றியது. உடனடியாக அந்த கதைகளை யூடியூப்பில் இருந்து நீக்கச் சொன்னேன். அடுத்தநாள் புத்தகத்தை வைத்து அந்தகதைகளை வரிவரியாக வாசித்து யூடியூப்பில் பதிவேற்றம் செய்ய வைத்தேன். அதை பார்த்துவிட்டு மீண்டும் திலீப்குமார் என்னை தொடர்பு கொண்டார். என் கதைகள் சொல்வதை காட்டிலும் வாசிக்கக் கூடியவை. அதை சரியாக செய்துவிட்டீர்கள். இதுதான் என் கதைகளுக்கான வடிவம். நன்றி பவா எனப் பாராட்டினார்.

சாதாரணமாக ஒரு நூலை வெளிவிடுகிற போது விமர்சனம் என்ற பெயரில் நூல் ஆய்வு செய்வார்கள். இப்போது நீங்கள் கையிலெடுத்திருக்கும் கதைசொல்லல் என்கிற யுக்தி அதிக வாசகர்களை சென்றடைவதாக இருக்கிறது. அப்படி இருக்கையில் ஒரு புத்தகத்தை எழுதுபவர் அதை கொண்டு சேர்க்க பவா செல்லத்துரையை நாடலாம் என நினைப்பார்கள். அது உங்களை ஒரு வியாபாரியாக மாற்றிவிடும் வாய்ப்பிருக்கிறது. இதை எப்படி எதிர்கொள்கிறீர்கள்?

அப்படி என்னை ஒரு வியாபாரியாக மாற்ற சகல முயற்சிகளையும் நடந்தது. ஆனால் நான் சின்ன வயதில் இருந்தே மார்ச்சிய இடதுசாரி இயக்கங்களில் வளர்ந்த ஒருவன். கலை என்பது மக்களுக்கானது என்பதே தவிர ஒருபோதும் அது வியாபாரத்திற்கானது அல்ல என்பதில் தீர்மானமாக இருந்தேன். என் கதைகளை பதிவேற்றும் யூடியூப் சேனல்கள் என்னுடையது அல்ல. ஸ்ருதி டீவி போன்ற பல சேனல்கள் என் கதைகளை பதிவேற்றிக்கொள்கிறார்கள். அவர்களுக்கு எப்படியான வருமானத்தை ஈட்டித்தருகிறது என்பதை பற்றியெல்லாம் நான் தெரிந்துகொள்வதும் இல்லை. நான் இந்த கதை சொல்வதின் மூலம் நூறு ரூபாய் கூட சம்பாதித்ததில்லை. உலகம் முழவதும் என்னை தொடர்ந்து கொண்டிருக்கும் என் நண்பர்களுக்கும் இது நன்றாகவே தெரியும்.

2கே கிட்ஸ் என்று சொல்லப்படுகிற இன்றைய தலைமுறைக்கு ஏற்ப பல சமூக வலைதளங்கள் வந்துகொண்டே இருக்கின்றன. அதன் மூலம் வெவ்வேறு வகையான எழுத்துமுறைகள்

வந்துவிட்டன. இவையெல்லாம் வாசிப்பை குறைக்கின்றன. இதை எப்படி பார்க்கிறீர்கள்?

புத்தக வாசிப்பு குறைந்துவிட்டது என்ற கருத்தை நான் முற்றிலும் மறுக்கிறேன். உங்களை விட அதிக வாசகர்களை நான்தான் சந்திக்கிறேன். தமிழ்நாட்டில் நடைபெறும் பெரும்பாலான இலக்கிய கூட்டங்களிலும் புத்தகத் திருவிழாக்களிலும் பங்கெடுத்துக் கொண்டிருக்கிறேன். புதிய வாசகர்களை தினமும் சந்தித்தபடியே இருக்கிறேன். நான் கொழும்பில் வந்து இறங்கியவுடன் ஒரு ஹோட்டலில் நண்பர்களுடன் சாப்பிடச் சென்றேன். அங்கிருந்த யாரோ ஒரு நபர் என்னை அடையாளம் கண்டுகொண்டு 'நீங்கள் பவா செல்லத்துரை தானே?' என கேட்டார். நான் 'ஆம்' என்று சொன்னவுடன் நாங்கள் சாப்பிடும் வரை காத்திருந்து என்னுடன் உரையாடினார். நான் சொல்லும் கதைகளை கேட்பதாகவும் நான் பரிந்துரைக்கும் புத்தகங்களை படிப்பதாகவும் சொல்லிவிட்டு நாங்கள் சாப்பிட்ட உணவிற்கான மொத்த பணத்தையும் அவரே கொடுத்தார். முதல் நாளே இப்படியான அனுபவம் எனக்கு கிடைத்தது. இன்று இலங்கையில் எனக்கு ஐந்தாவது நாள். இந்த ஸ்டுடியோவிற்குள் நுழைவதற்கு முன்பு கூட ஒரு வாசகரை சந்திக்க நேர்ந்தது. இவர்கள் எல்லோரையும் நான் சொல்லும் கதைகளை கேட்பதோடு நின்றுவிடுபவர்களாக ஒருபோதும் நினைக்கவில்லை. அக்கதைகளின் வழியே சென்று ஒரு புத்தகத்தை வாங்கி வாசிப்பவர்களாக மாறுவதாக நினைக்கிறேன். அது எனக்கு கிடைத்த பாராட்டாகவே கருதுகிறேன்.

ஜெயகாந்தனின் அந்திமகாலத்தில் அவரோடு நெருக்கமாக இருந்ததாக குறிப்பிட்டீர்கள். பொதுவாக ஜெயகாந்தனின் வாசகர்களை எடுத்துப் பார்க்கும்போது அவருடைய கடைசியான காலகட்டப்பகுதியில் சரியான படைப்புகள் அவரிடம் இருந்து வரவில்லை என்ற குற்றச்சாட்டு இருக்கிறது. இதை நீங்கள் எப்படி பார்க்கிறீர்கள்?

ஒரு செடி பூத்துக் குலுங்கி தன் பூத்தலை நிறுத்திய பிறகு நீ ஏன் பூக்கவில்லை என நாம் செடியை பார்த்து கேட்டுக்கொண்டே இருக்க முடியாது. ஒரு எழுத்தாளன் கடைசி வரையிலும் எழுதிக்கொண்டிருக்க வேண்டும் என எந்த

கட்டாயமும் இல்லை. ஆனால் ஜெயகாந்தனுக்கு அவரின் கடைசி இருபது வருடங்களில் இந்த தமிழ்சமூகத்தாலும் வாசகர்களாலும் பெரும் வன்முறை நிகழ்த்தப்பட்டதாகவே நான் கருதுகிறேன். அவர் சென்ற இடங்களில் எல்லாம் நீங்கள் ஏன் எழுதுவதில்லை என்ற கேள்வி தொடர்ந்து கேட்கப்பட்டுக்கொண்டே இருந்தது. அவர்களிடத்தில் 'மொதல்ல நான் எழுதுனத படிச்சுட்டீங்களா?' எனக் கேட்டார். 'எல்லாவற்றையும் படித்துவிட்டோம்' என்று சொன்ன மிகச் சில வாசகர்களிடம் 'மீண்டும் எல்லாவற்றையும் படிங்க' எனச் சொன்னார். அதன்பிறகும் அதே கேள்வி கேட்கப்பட 'ஒரு காலத்தில் பிசாசு ஒன்னு பிடிச்சு ஆட்டுச்சு. அப்ப எழுதுனேன். இப்ப அந்த பிசாசு மரம் ஏறிருச்சு. அத வுட்ரு' என பல்வேறு வகையில் பதில் சொல்லிக்கொண்டே இருந்தார். கடைசியில் மிக நேர்மையாக ஒரு பதில் சொன்னார். எழுத்தின் மூலம் சம்பாதித்த என் பெயரை மறுபடியும் எழுதியே நான் கெடுத்துக்கொள்ள விரும்பவில்லை என்று சொன்னார். அதற்கு உதாரணம் அவர் கடைசியாக எழுதிய 'ஜெய ஜெய சங்கரா' என்ற நாவல். படு குப்பையான நாவல் அது. அந்த நாவலை ஜெயகாந்தன் எழுதினார் என்று சொன்னால் இன்று யாரும் நம்ப மாட்டார்கள். அவரின் வீழ்ச்சி அந்த நாவலில் இருந்து ஆரம்பிக்கிறது. நல்ல வேளையாக அதன்பின் அவர் எழுத்தை தொடரவில்லை. அதற்கு பதிலாக அரசியல் கட்சிக்குள் போனார். எலெக்சனில் நின்றார். அவையெல்லாம் வேறு. ஆனால் ஒரு படைப்பாளியாக அவரது உச்சகட்ட படைப்பாற்றல் சமயத்தில் அவர் எழுதிய சிறுகதைகள், குறுநாவல்கள், நாவல்கள் அவற்றிற்கு இணையான அவரது நேர்காணல்கள், முன்னுரைகள் எல்லாமும் தமிழ்ச் சமூகத்தில் இன்னும் நூறு வருடத்திற்கு பேசப்படும் என்பதை அவரது ஒரு வாசகனாக நான் நம்புகிறேன்.

ஒரு படைப்பாளியாக இருந்தாலும் நிறைய திரை ஆளுமைகளோடு உங்களுக்கு தொடர்பு இருக்கிறது. திரைப்படங்களிலும் நீங்கள் நடித்துக்கொண்டிருக்கிறீர்கள். இது தொடருமா?

தொடருமா என்பது தெரியவில்லை. பல நேர்காணல்களில் இதற்கான பதிலை நான் சொல்லியிருக்கிறேன். பெரும்பாலான

திரைப்பட இயக்குனர்கள் என் நண்பர்கள். சிலர் வாசகர்களாக என் கதைகளை கேட்பவர்கள். அவர்கள் ஒரு திரைக்கதையை எழுதும்பொழுது இந்த கதாபாத்திரத்திற்கு நான் பொருந்துவேன் என நினைக்கிறார்கள். அப்படி நினைப்பவர்கள் என்னைத் தொடர்பு கொள்கிறார்கள். 'சார் நான் உங்கள் வாசகன். நான் ஒரு திரைக்கதை எழுதியிருக்கிறேன். அதில் உங்களைப் போல ஒரு செக்யூரிட்டி கதாபாத்திரம் இருக்கிறது. ஒரு இரண்டு நாள் வந்து அந்த கதாபாத்திரத்தில் நடித்துக்கொடுப்பீர்களா?' எனக் கேட்கிற பொழுது என்னால் மறுக்க முடிவதில்லை. உலகத்திலேயே எனக்கு வராத ஒரு விடயம் என்றால் அது நடிப்புதான். அதை நான் அவர்களிடம் சொன்னாலும் 'நீங்க வாங்க. அதெல்லாம் நாங்க பார்த்துக்கொள்கிறோம். உங்கள் இயல்புதான் எங்களுக்கு வேண்டும்' என அழைக்கிறார்கள். இன்னும் சிலர் 'உங்களிடத்தில் தனித்துவமான குரல் இருக்கிறது. அதற்காக கூப்பிடுகிறோம்' என்று சொல்கிறார்கள். நான் மின்வாரியத்தில் வேலை செய்து ஓய்வு பெற்ற ஒருவன். எனக்கு பென்சன் வருகிறது. சினிமாவில் சம்பாதித்து தான் என் வீட்டில் அடுப்பெரிய வேண்டும் என்ற எந்த கட்டாயமும் இல்லை. இருந்தபோதும் தமிழ்நாட்டில் வேறெந்த துறையிலும் இல்லாத அளவிற்கு அதிகமான ஊதியம் திரைத்துறையில் மட்டுமே கிடைக்கிறது. ஒரு மாதத்தில் 4 அல்லது 5 படங்களில் நடித்தால் அதில் வரும் வருமானம் என் இலக்கிய செயல்பாடுகளுக்கு நிறைய உதவியாக இருக்கிறது. இவ்வளவு சௌகரியம் இருக்கும் துறையை அவர்களே வந்து கூப்பிடும் போது நாம் ஏன் தவிர்க்க வேண்டும் என்ற எண்ணம் இருப்பதால் நான் தொடர்ந்து நடித்துக்கொண்டிருக்கிறேன்.

உங்கள் செயல்பாடுகளில் உங்கள் மனைவியின் ஒத்துழைப்பு எப்படி இருக்கிறது?

பூரண ஒத்துழைப்பு என்றே சொல்ல வேண்டும். என் இலக்கிய காரணங்களுக்காத்தான் என்னை திருமணம் செய்து கொண்டார்கள். என்னை விடவும் மொழிபெயர்ப்பு, நாவல் என அதிக புத்தகங்கள் எழுதியிருக்கிறார்கள். இலக்கிய சார்ந்த எங்களுக்குள் எந்த சண்டையும் வந்ததில்லை.

ஆனால் எங்களை ஆதர்சமான தம்பதிகளாக நான் சொல்லவில்லை. எல்லா குடும்பங்களிலும் இருக்கிற கணவன் மனைவிக்கிடையிலான இடையூறுகள், லௌகீக சண்டைகள், சிக்கல்கள் எங்கள் குடும்பத்திலும் உண்டு. ஆனால் அவைகள் என் இலக்கிய செயல்பாட்டிற்கு எந்த தடைகளாகவும் இருந்ததில்லை. ஒரு காலகட்டம் வரையிலும் என் மனைவிக்கும் என் இரண்டு பிள்ளைகளுக்கும் என் கதை சொல்லலில் பெரிய ஈர்ப்பு இருந்தது. என்னுடைய பையனே என்னுடைய நிறைய கதைகளை ஒளிப்பதிவு செய்து கொடுத்திருக்கிறான். என் மகள் நான் கதைசொல்லும் வேளைகளில் முன்வரிசையில் உட்கார்ந்து கதை கேட்டிருக்கிறாள். எல்லா பயணங்களிலும் என் மனைவி உடனிருந்திருக்கிறார். ஆனால் ஒரு கட்டத்தில் கதை சொல்வது என்கிற வடிவம் அவர்களுக்கு பிடிக்கவில்லை. டால்ஸ்டாய், தாஸ்தாவ்யெஸ்கி போன்றவர்களை வாசிக்க வேண்டும் என்ற கருத்தியல் ரீதியாக மாறுபட்ட இடத்திற்கு சென்றுவிட்டார்கள். அதனால் நான் எதையும் நிர்பந்திக்கவில்லை. அவர்களின் இந்த மாற்றத்தையும் நான் வரவேற்கிறேன்.

எழுத்தாளர் இச்சமூகத்திற்கு இன்னும் கொடுக்க வேண்டியிருக்கிறது

உயிர் எழுத்து மாத இதழுக்காக
லண்டன் சங்கர்

பவா செல்லதுரை லண்டனில் செப்டம்பர் மாதத்தில் முதல் இரண்டு வார காலம் எங்களுடன் இருந்தார். கதையாடல்கள், இலக்கியச் சந்திப்புகள், உரையாடல்கள் ஆகியனவற்றிற்கு இடையில் நேரம் ஒதுக்கிக் கொடுத்ததால் இந்த நேர்காணல் சாத்தியமாயிற்று. பவா செல்லத்துரையின் வாசகர்களாகவே கேள்விகளைத் தயாரித்தோம்.

இரண்டு பகுதிகளாக நேர்காணல் நிகழ்ந்தது. முதல் பகுதி ஹார்பண்டனில் வசிக்கும் நண்பர் வடிவேல் வீட்டிலும், இரண்டாவது பகுதி என்ஃபீல்டில் வசிக்கும் நண்பர் திரு வீட்டிலும், இயல்பாக நடந்து முடிந்தது.

கேள்விகள் இப்படித் தான் இருக்க வேண்டும் என்கிற பெரிய திட்டமிடல் ஏதுமின்றி, சில வரையறைகளுக்கு உட்பட்டு கேள்விகளைத் தயாரித்தேன். இந்த கேள்வி பதில்கள் இளமையாக இருக்கும். பவாவிடம் குறுக்குக் கேள்விகளையும், பொருத்தமற்ற கேள்விகளையும்

கேட்கக் கூடாது என்றும், கூடவே பவாவை சங்கடத்திலும் குழப்பத்திலும் ஆழ்த்தி விடக்கூடாது என்பதில் மட்டுமே கவனமாக இருந்தேன்.

பவா எந்த மாதிரியான கேள்விகளை வேண்டுமானலும் கேளுங்கள் சங்கர் என இயல்பு மாறாத புன்னகையுடன் சொன்னார். இந்தக் கேள்விக்கு இப்படித் தான் பதில் இருக்க வேண்டும் என்கிற எந்தவித முன் தயாரிப்புமின்றி, தேவையானவற்றைத் தேவையான விதத்தில் மட்டுமே பேச வேண்டும் என்ற உணர்வுடன், நிதானமாக, யாரையும் காயப்படுத்தாமல் கண்ணியமாக இருக்க வேண்டும் என்கிற மேம்பட்ட புரிதலுடன் இருந்தது பவாவின் பதில்கள். இதயத்திலிருந்து வரும் சொற்கள் அப்படித் தான் இருக்க முடியும்.

தமிழகத்தில் படைப்பிலக்கியத்தின் குரலாக இயங்கி வரும், தமிழ் இலக்கிய மாத இதழான உயிர் எழுத்து பத்திரிகையின் ஆசிரியர் எனது நண்பர் சுதீர் செந்தில் இந்த நேர்காணலுக்கு ஊக்கம் கொடுத்து, உயிர் எழுத்தில் பிரசுரம் செய்வதாகக் கூறினார். நேர்காணல் எழுத்து வடிவம் பெறும் போது சுவையான கட்டுரை போன்று வடிவம் பெறுவதோடு, பல்வேறுபட்ட உடன்படுகிற மற்றும் எதிர்மறைக் கருத்துகள் வெளிவருவதற்கு உரிய வாய்ப்புகளை உருவாக்கி தரும் என்பது நிதர்சனம்.

பல இளைய தலைமுறை இளைஞர்களுக்கு வழிகாட்டியாக இருக்கிறீர்கள். அவர்கள் உங்களுக்கு நன்றி உடையவர்களாக இருக்கிறார்களா?

இளைய தலைமுறையினருக்கு யாரும் வழிகாட்டியாக இருக்க முடியாது என்பதை நம்புகிறவன் நான். எழுத்தாளன் தன் வாழ்வில் ஏற்பட்ட அனுபவங்களைத் தரிசனங்களை இந்தச் சமூகத்தோடு பகிர்ந்து கொள்கிறான். அப்படியான பகிர்தலில் வாசகன் எழுத்தாளனோடு தொடர்பை ஏற்படுத்திக் கொள்கிறான். அப்போது வயது வித்தியாசம் இல்லாமல் அந்த எழுத்தாளனோடு ரிலேட் ஆகிறான். அப்படிப் பார்க்கிறபொழுது நான் எழுதியதை விட, அதை வாசித்த வாசகர்களைவிட என் குரல் வழியாகக் கதைகளைக் கேட்டு என்னோடு ரிலேட் ஆனவர்கள்தான் அதிகம். அதற்காகவே நான் அவர்களுக்கு

எல்லாம் வழிகாட்டியாக இருக்கிறேன் என்கிற தகுதியை எடுத்துக் கொள்ள முடியாது. நான் அவர்களோடு தொடர்ந்து உரையாடுகிறேன் அல்லது சமூகத்தோடு உரையாடுகிறேன். அப்படியான உரையாடல்களில் தனக்கு ரிலேட் ஆகின்ற இடத்திலிருந்து வாசகர்கள் என்னோடு பயணிக்கிறார்கள், உரையாடுகிறார்கள், விவாதிக்கவும் செய்கிறார்கள். என்னோடு முரணும் படுகிறார்கள். அப்படி முரண்படுகிறவர்கள் அங்கங்கு ஸ்ட்ரக் ஆகி நின்று விடுகிறார்கள்.

இந்தப் பத்து வருடங்களில் என்னோடு பயணித்தவர்களின் எண்ணிக்கை பத்தாயிரத்திற்குக் குறையாமல் இருக்கும். ஆனால் இப்பொழுது ஒரு 200, 300 பேர் மட்டுமே என்னோடு பயணிக்கிறார்கள். மீதமுள்ள ஒன்பதாயிரத்தி எழுநூறு பேரும் அவர்கள் வாழ்க்கையில் ஏற்படக்கூடிய சந்தோஷங்கள் துயரங்கள் ஆகியவற்றைப் பிடித்துக் கொண்டு ஆங்காங்கே நின்று விடுவார்கள். மீதம் உள்ளவர்கள் என்னைப் பின்தொடர்ந்து வந்து கொண்டே இருப்பார்கள். அவர்கள் என்னைப் பின்தொடர்கிறார்கள் என்கிற பெருமிதம் என்னிடம் கிடையாது. என்னோடு உரையாடுகிறார்கள். என்னோடு அவரவர் வாழ்க்கையைப் பகிர்ந்து கொள்கிறார்கள். நான் அவர்களிடம் இருந்து கற்றுக் கொள்கிறேன். என்னிடமிருந்து சில விஷயங்களை அவர்கள் கற்றுக் கொள்கிறார்கள். அந்தப் பகிர்தல் தான் எழுத்தாளன் இந்தச் சமூகத்திற்குக் கொடுக்க வேண்டியிருக்கிறது. ஆகையால் எழுத்தாளனை பின் தொடர்பவன் அல்லது வழிமொழிபவன் அல்லது எழுத்தாளனின் பேச்சைக் கேட்டு வாழ்க்கையை அமைத்துக் கொள்பவன் என்பதெல்லாம் மித் மட்டுமே. பொய் மட்டுமே. இவை எதுவுமே வேண்டாம். நாம் நம்முடைய அனுபவப் பகிர்தலை இந்த வாழ்க்கையை இன்னும் கொஞ்சம் அர்த்தமுள்ளதாக ஆக்கிக் கொள்ள முடியுமா என்று பார்க்கலாம்.

எழுத நினைக்கும்போது யாரையேனும் மனதில் நினைத்துக் கொண்டு எழுத துவங்குவீர்களா?

எந்த எழுத்தாளனும் யாரையும் மனதில் நினைத்துக் கொண்டு எழுதுவதாக எனக்குத் தோன்றவில்லை. எப்போதோ கிடைத்த அனுபவத்தை விதை நெல்லாக

மாற்றி மனதிற்கு உள்ளே அதை அடைகாத்து அந்த விதை நெல்லை பக்குவப்படுத்துகிறான். சில விதை நெல்களைப் பக்குவப்படுத்துவதற்கு ஒரு நாள் போதும். ஒரு வாரம் போதும். ஒரு மாதம் போதும். ஆறு மாதம் போதும். நேரம் எடுத்துக் கொண்டாலும்கூட. கதையை எழுத்தாளன் அடைகாக்கிற காலம் இருக்கிறது அல்லவா, அது மிகவும் நீண்டது. உடனடியாக எழுதிவிட வேண்டும். உடனடியாகப் பிரசவித்துவிட வேண்டும். உடனடியாக இந்த உலகம் தன்னைப் பாராட்டி விட வேண்டும் போன்ற உணர்வுகள் இருக்கலாம். அதை நான் தப்பு என்று கூறவில்லை. அது சில எழுத்தாளர்களுக்கு இருக்கலாம். எனக்கு என்னுடைய பச்சை இருளன், சத்துரு, ஓனான்குடி சுற்றிய ராஜாவின் நினைவுகள், கோழி, நீர், இந்த எல்லாக் கதைகளும் மனதிற்குள் கிட்டத்தட்ட 20 வருடங்களுக்கு மேலாக அடைகாத்தவை. அந்தக் கதைகளை நீங்கள் வாசிக்கும் பொழுதே என் அணுக்கச் சூடு அந்தக் கதைகளில் இருப்பதை உங்களால் உணர முடியும். உடனடியாக எழுதி விட வேண்டும் என்கிற எந்த அவசரமும் எனக்கு இருந்தது இல்லை. எந்தப் பிரசவமும் எனக்குத் தேவையில்லை. இந்த இடத்தில் தான் ஒரு வணிகப் பத்திரிகை எழுத்தாளனும் ஒரு சிறு பத்திரிகை எழுத்தாளனும் வேறுபடுகிறார்கள். ஒரு வணிக எழுத்தாளனுக்கு உடனடியாக அந்தக் கதைகளைப் பிரசுரம் செய்து ஒரு சின்னக் காசு பெரிய காசு எல்லாம் ஒன்னும் வராது. அதை ஒரு பத்திரிகையில் பிரசுரித்து ஒரு தொகுப்பு ஒன்றை தயார் செய்து அவன் அப்படிப் பயணித்து விடுகிறான். ஆனால் சிறு பத்திரிகை எழுத்தாளனுக்கு அவனது கதை பிரசுரம் ஆவதற்கு எவ்வளவு நாள் எடுத்தாலும் அவனுக்குக் கவலை இல்லை. சிறு பத்திரிகை எழுத்தாளனுக்கு மட்டுமே பிரசுரிக்கப்பட்ட கதைகளையும் மறுபடியும் எழுதிப் பார்க்கும் சுதந்திரம் இருக்கிறது. பிரசுரம் ஆகிவிட்டது என்றாலே அது முடிந்து விட்டது என்று அர்த்தமில்லை. பிரசுரம் ஆகி இருக்கலாம், தொகுப்பில் வந்திருக்கலாம். அதற்குப் பிறகுகூட உங்கள் கிரியேட்டிவிட்டி வேலை செய்யலாம். ஏனென்றால் ஓர் எழுத்தாளன் என்பவன் தொடர்ந்து படைப்புக்கு தான் இயங்கிக் கொண்டிருக்கிறான். அந்தப் படைப்பு என்பது பிரசுரம் ஆகிவிட்டவுடன் அணைந்து போவது

கிடையாது. தொடர்ந்து அவனுக்குள் ஒரு தணல் போல் எரிந்து கொண்டே இருக்கும். பிரசுரத்திற்கு வந்த பிறகுகூடத் தொகுப்பில் வந்த பிறகுகூட இந்தக் கதையை இப்படி எழுதிப் பார்க்கலாமே. இந்தக் கதையின் முடிவை இப்படி யோசித்துப் பார்க்கலாமே. இந்தக் கதையின் உரையாடலை இப்படி நீட்டித்துப் பார்க்கலாமே என்று எழுத்தாளனுக்குத் தோன்றும்போது அந்தக் கதையை மறுபடியும் அவன் எழுதலாம். நான் அப்படி எழுதியும் இருக்கிறேன்.

ஆகையால் கதை எழுத உட்காரும்பொழுது யாரையும் மனதில் நினைத்துக் கொண்டு உட்கார மாட்டேன். வெறுமையான மனதோடுதான் அமர்ந்து எழுதுவேன். உதாரணத்திற்கு நட்சத்திரங்கள் ஒளிந்துகொள்ளும் கருவறை என்று ஒரு கதை எழுதினேன். நான் யாரைப் பற்றி எழுத வேண்டும் என்று நினைத்தேன் என்றால் எங்கள் சாலூர் வீடுகளில் தெருக்களில் செக்கம் அப்படின்னு ஒருத்தர் இருந்தார். ஊமையன் என்று ஒருவர் இருந்தார். அனைவருமே பஜனை கோஸ்டியோடு வருபவர்கள். ஊமையன் என்பவரை பற்றிதான் கதை எழுத வேண்டும் என்று அந்தக் கதையை எழுதத் தொடங்கினேன். ஆனால் ஊமையன் காட்டு விலங்குபோல் அந்தக் கதையில் வந்து சென்று விடுவான். மேரி வில்லியம்ஸ் என்கிற பெண்ணின் கதையாக அந்தக் கதை மாறிவிட்டது.

நடைபாதை கடைகளில் புத்தகங்கள் வாங்கிய அனுபவம் உண்டா?

உண்மையைச் சொல்ல வேண்டுமென்றால் அப்படியான அனுபவம் எனக்கு இருந்ததே இல்லை. சென்னையிலேயே வசிக்கிறவர்களுக்கோ நகரங்களில் வசிப்பவர்களுக்கோ நடைபாதை கடையில் புத்தகங்கள் வாங்கின அனுபவம் இருக்கலாம். எஸ்.ராமகிருஷ்ணன் அப்படி நிறைய அனுபவங்கள் தனக்கு இருப்பதாகப் பதிவு செய்திருக்கிறார். திருவண்ணாமலையில் இருந்து எப்போதாவதுதான் சென்னைக்குச் செல்வேன். எனக்கு நடைபாதை கடைகளில் சுற்றி திரிந்து புத்தகம் வாங்கும் தேவை ஏற்படவில்லை. நான் தேடுகிற நவீன இலக்கியங்கள் சார்ந்த பழைய புத்தகங்கள் கிடைப்பது கொஞ்சம் கடினம். ஆங்கிலப்

புத்தகங்கள் கட்டு கட்டாகக் கிடைக்கும். ஆங்கிலத்தில் வாசிக்கக் கூடியவர்களுக்கு அது பொருந்தும். எனக்குப் பொருந்தவில்லை. ஆனால் புத்தகக் கடைகள் எங்கு இருக்கின்றன என்று எனக்குத் தெரியும். திலீப் குமார் மைலாப்பூரில் அவருடைய வீட்டிலேயே சின்னதாக ஒரு புத்தக ஸ்டால் வைத்திருந்தார். அப்படியான இடங்களுக்கு நான் தேடி தேடிச் சென்று புத்தகங்கள் வாங்குவது உண்டு. நிறையப் புத்தகக் கடைகளுக்குச் சென்று இருக்கிறேன். பிராண்டான புத்தகக் கடைகளைத் தவிர்த்து விட்டு, சில இடங்களுக்குப் போனால் சில புத்தகங்கள் கிடைக்கும் என்று யூகித்துச் செல்வேன். எங்கள் ஊர் அருகில் கள்ளக்குறிச்சி என்கிற ஊர் இருக்கிறது. அங்கே டீ.ம். நந்தலாலா என்கிற நண்பர் சைக்கிள் கடை வைத்திருக்கிறார். இப்பொழுதும் அந்தக் கடை இயங்கிக் கொண்டிருக்கிறது. அந்தக் கடையில் அவருக்குப் பிடித்த எழுத்தாளர்களின் புத்தகங்களை வைத்திருப்பார். அவரிடமிருந்து புத்தகங்களைப் பெறுவதற்காக நான் பஸ் ஏறி கள்ளக்குறிச்சி சென்று இருக்கிறேன்.

எப்படி உங்களால் நிறையப் புத்தகங்கள் வாசிக்க முடிகிறது? வேகமாகப் புத்தகங்களை வாசிப்பதற்கு ஏதேனும் வழி இருக்கிறதா?

நான் வேகமாக வாசிக்கிற ஆள் கிடையாது. எழுத்தாளர் ஜெயமோகன் பக்கங்களை அப்படியே தள்ளித் தள்ளி படித்துக் கொண்டு போவார். மிகவும் வேகமாக வாசிப்பவர். நான்கூட அவரிடம் எப்படிச் சார் இவ்ளோ வேகமா வாசிக்கிறீர்கள் என்று கேட்டு இருக்கிறேன். அதுக்கு அவர், எந்தப் பேஜ்ல எத பத்தி வேணாலும் கேளுங்க, நான் சொல்றேன் என்று கூறுவார். அது பிராக்டிஸ் தான். விவேகானந்தருக்கு இப்படிப் பயிற்சி உண்டு. சில நூறு பக்கங்களை அவரால் நிமிடங்களில் வாசித்துவிட முடியும் என்று கூறினார். அப்படி வாசிக்கக்கூடிய சக எழுத்தாளர்களைப் பார்த்து வியப்பிலும் ஆச்சிரியத்திலும் மூழ்கி போனவன் நான். எழுத்தாளர் சுந்தர ராமசாமியுடைய புத்தக வெளியீட்டு விழாவில் எழுத்தாளர் ஜெயகாந்தன் கூறினார், சங்கீதம் கேட்பதுபோல் வாசிக்க வேண்டும் என்று. அப்படி மென்மையாக, மெதுவாக எந்த அவசரமும் இல்லாமல் நிதானமாக வாசிக்கக் கூடிய நபர்

நான். எந்த நோக்கமும் எனக்குக் கிடையாது. எப்போது வேண்டுமானாலும் வாசிப்பேன். தீவிரமாக வாசிக்கிற ஆள் நான் கிடையாது. சிறிது நாள் நிலத்தில் வேலை பார்ப்பேன். சிறிது நாட்கள் படத்தில் நடிக்கச் செல்வேன். கொஞ்ச நாள் வீட்டு வேலைகளைப் பார்ப்பேன். இப்படி அனைத்து வேலைகளையும் செய்யும் கலவையான நபர் நான். ஆனால் கடந்த 40 வருடங்களாகத் தொடர்ந்து வாசித்துக்கொண்டே இருக்கிறேன். 20 வயதில் வாசிக்க ஆரம்பித்தேன். வாசிப்பு என்னை விட்டு இதுவரை அகலவே இல்லை. ஒருவகையில் நான் வாசிப்பை தக்க வைத்துக் கொண்டே இருக்கிறேன். சில காலங்களில் என்னுடைய வாசிப்பு கூடும். சில காலங்களில் குறையும். சில காலங்களில் அகலம் ஆகும். சில காலங்களில் ஆழமாக இருக்கும். ஆனால் வாசிப்பு என்பது என் உடனேயே இருக்கின்றது. சில பேர் நெடிய வாசிப்புக்கு பின்பு அதை விட்டு விடுவார்கள். தூக்கி எறிந்து விடுவார்கள். அட போடா எவ்வளவு நாள் வாசித்துக்கொண்டே இருக்கிறது என்று. இது சரிவரவில்லை நாம் வேறு வாழ்க்கைக்குச் செல்வோம் என்று முடிவு எடுப்பார்கள். என்றால், அவனோடு இருப்பவர்கள் எல்லாம் லவ்கீக வாழ்க்கையில் மிகவும் உப்பளோடு இருப்பார்கள். பொருளாதாரரீதியாகக் கணத்திருப்பார்கள். அதைப் பார்த்துச் சலித்துப் போய் வாசிப்பை தூக்கி எறிந்து விட்டு சென்று விடுவார்கள். அப்படி வாசிப்பை விட்டுச் சென்றவர்கள் தன்னுடன் இருப்பவர்கள்போல் பொருளாதாரரீதியாக வளர்ந்து விடவும் மாட்டார்கள். இரண்டும் கெட்டானாக இருந்து விடுவார்கள். எனக்கு அதுபோல் இருப்பதில் விருப்பமில்லை. நான் நிதானமாக வாசிக்க வேண்டும் என்று வாங்கி வைத்திருக்கிற புத்தகங்கள் சில ஆயிரம் இருக்கும். பல புத்தகங்களை என்னால் இன்னும் தொடக்கூட முடியவில்லை.

இந்தச் சமயத்தில் நான் இன்னொன்றையும் பதிவு செய்ய விரும்புகிறேன். பத்துப் புத்தகங்களுக்கு ஒரு புத்தகம் கவிதை புத்தகம் வாசிப்பேன் சிறுவயதிலிருந்தே அவ்வாறு பழகி விட்டேன். non fiction படிக்கவே மாட்டேன். வரலாறும் படிக்க மாட்டேன். இந்த விஷயங்களில் எனக்கு ஆர்வம்

குறைவு. எனக்கு நடைமுறை வாழ்க்கை, அதில் உள்ள சிக்கல்கள், அதில் உள்ள மனிதர்கள், அவற்றில் தான் ஆர்வம் அதிகம். இப்பொழுது என்னை நானே ரிவ்யூ .செய்து பார்க்கும்போது கவிதைகள் வாசிப்பது என்னிடம் குறைந்து விட்டதோ என்று தோன்றுகிறது.

இவை அனைத்துமே வாசிப்பவனின் இயல்பு. வாசகனுக்குக் கிடைக்கக் கூடிய பரிசுகள், வாசகனுக்குக் கிடைக்கக் கூடிய நிராசைகள் அனைத்துமே இதில் இருக்கும். கம்பல்சன் இன்றி, கான்ஷியஸ் இன்றி மறுபடியும் கவிதைகளை வாசிக்க வேண்டும் என்று தோன்றுகிறது. ஒரு காலத்தில் சுகுமாரன், சமயவேல், மனுஷ்யபுத்திரன், கல்யாண்ஜி, விக்ரமாதித்தன், கலாப்ரியா ஆகியோர்களின் கவிதைகளை வாசித்திருக்கிறேன். சமீப காலக் கவிதைகளையும் வாசிக்கிறேன். இசை, வெயில், சா.துரை, பூவிதழ் உமேஷ் இப்படியான இளைய கவிஞர்களின் கவிதைகளையும் நான் வாசிக்கிறேன். ஆனாலும்கூடக் கவிதை வாசித்தல் குறைந்து விட்டதோ என்று தோன்றுகிறது. ஆகையால் ஐந்தாறு புத்தகங்கள் fiction, இரண்டு மூன்று புத்தகங்கள் non fiction, நடுவில் அழகான ரோஜா பூ மாதிரி ஒரு கவிதை புத்தகம். இப்படியான வாசிப்பு அமைந்து விட்டால் இன்னும் கொஞ்சம் லவ்புல்லா வாசிப்பு மாறும் என்று நம்புகிறேன்.

குழந்தைகளுக்குக் கதை சொல்லுகிற வழக்கம் குறைந்து வருகிறது. அதைப் பற்றி என்ன நினைக்கிறீர்கள்?

கதை சொல்லுகிற வழக்கம் குறைந்துவிட்டது என்கிற கருத்தை முழுக்க முழுக்க ஏற்றுக்கொள்கிறேன். எல்லா வீடுகளிலும் தாத்தா இருந்தார். எல்லா வீடுகளிலும் பாட்டி இருந்தார். அனைவரும் தரையில் படுத்து உறங்கினோம். தனித்தனியான படுக்கையறைகள் அப்போது நமக்குக் கிடையாது. ஹாலில் படுத்து உறங்கினோம். அப்பொழுது தன்னுடைய பேத்தி பேரன்களுக்குத் தாத்தாவும் பாட்டியும் போட்டி போட்டுக்கொண்டு கதைகளைச் சொன்னார்கள். அப்படியே காலம் கொஞ்சம் மாறுகிறது. அம்மாக்கள் கதை சொல்ல தொடங்கினார்கள். என்னுடைய மனைவி என்னுடைய மகனுக்கு அவர் கல்லூரிக்கு சென்ற பிறகுகூடக் கதை சொன்னார். அப்படிக் கதை சொன்னால்தான் என்

மகன் தூங்குவார். அம்மாக்கள் கதை சொல்லுகிற காலம் ஆரம்பிக்கும் பொழுது தொலைகாட்சி வந்து விட்டது. அதற்கு முன்பு வரை அப்படிக் கிடையாது. அமைதியாகப் படித்த கதையை, கேட்ட கதையைக் குழந்தைகளுக்குச் சொல்லிக் கொண்டிருந்தோம். நான் எழுதி இருக்கிற பல கதைகள் என் அம்மாவிடம் கேட்ட கதைகள். பச்சை இருளன், சத்துரு ஆகிய கதைகளில் என் அம்மாவிடமிருந்து கேட்டதை நவீனமாக மாற்றி இருக்கிறேன். அம்மாக்களுக்குச் சொல்வதற்குக் கதைகள் வேண்டும். பாட்டி தாத்தாக்களுக்குக் கொட்டி கிடந்த வாழ்வியல் அனுபவங்கள், அம்மா அப்பாக்களுக்குக் குறைவு. அவர்கள் தங்களுடைய கதைகளை இரண்டு விதங்கள் மூலமாக அடையலாம். ஒன்று வாசிப்பு. இன்னொன்று அனுபவம். அனுபவ குறைவால் அவர்கள் தேங்கி கிடந்தபோது தொலைக்காட்சி நான் உனக்குச் சீரியல் தருகிறேன், சினிமா காமிக்கிறேன் என்று வந்துவிட்டது.

இந்தச் சீரியல் கதைகளையும் சினிமா கதைகளையும் சிறிது மாற்றித் தங்கள் குழந்தைகளிடம் வாந்தி எடுத்த பெற்றோர்களும் இருக்கத்தான் செய்தார்கள். இப்பொழுது தாத்தா பாட்டி கதை சொல்வது போய்விட்டது. அம்மா அப்பா கதை சொல்வது குறைந்து விட்டது. ஆகவே தொழில்ரீதியாகக் கதை சொல்லிகள் உருவாகி விட்டார்கள். தமிழ்நாட்டில் குறைந்தபட்சம் 100 பேரை என்னால் சொல்ல முடியும். அவர்கள் எல்லோரும் ப்ரொபஷனல் ஆகக் கதை சொல்கிறார்கள். அதில் ஒரு பத்து பேரை தவிர மீதி உள்ள 90 பேர் மிகவும் amteur-ஆகக் கதை சொல்லுகிறார்கள். குழந்தைகளுக்கு ஏற்புடைய கதைகளை அவர்கள் சொல்வதே இல்லை. விரைவில் அவர்கள் கதை சொல்லுதலிலிருந்து விடை பெற்றுக் கொள்வார்கள். குரங்கு, பூனை என்று நடித்துக் காண்பித்து ஏதோ மிமிக்ரி செய்வதுபோல் அதைச் சொல்லுகிறார்கள். என்னால் ஒரே ஒரு குழந்தைக்குக் கூடக் கதை சொல்ல இயலாது.

குழந்தைகளுக்குக் கதை சொல்வதற்கு மிகப்பெரிய திறமை தேவை. நீங்கள் நினைத்துக் கொள்வீர்கள், நான் குரங்கு போல் முகத்தைச் சுழித்தால் குழந்தைகளுக்குப் பிடிக்கும் என்று. குழந்தைகளுக்கு நிச்சயம் பிடிக்காது. குழந்தை

உங்களிடம் இருந்து தள்ளிப் போய்விடுவர். குழந்தைக்குக் கதை சொல்வது என்பது unconscious நிலையிலிருந்து நிகழ வேண்டும். consciuos நிலையிலிருந்து நிகழக் கூடாது. கான்ஷியஸ் ஆக நான் குழந்தைகளுக்குக் கதை சொல்ல போகிறேன் என்று ஒருவர் கிளம்பி வரக்கூடாது. நீங்கள் சொல்லுகிற கதைகள் குழந்தைகளுக்குப் பிடிக்கும் படியாக இருக்க வேண்டும். ஒரு கதையில் பைப்பூதும் நபர் பின்னே செல்வார்களே குழந்தைகள். அதைபோல் உங்கள் கதைகள் இருத்தல் வேண்டும்.

கு.அழகிரிசாமி அவர்களுடைய அன்பளிப்பு மாதிரியான கதைகளெல்லாம் இந்த வகைச் சார்ந்தவைதான். அது போன்ற கதைகளை என்னால்கூடக் குழந்தைகளுக்குச் சொல்ல முடியாது. பெரியவர்களுக்குத் தான் சொல்ல இயலும். குழந்தைகளுக்குக் கதை சொல்லுதல் என்பது மிகவும் கடினமான ஒரு விடயம். பல பேர் இந்தக் கான்செப்ட்டை தப்பாகப் புரிந்து கொண்டு குழந்தைகளின் முன்னே தோற்றுப் போய் விடுகிறார்கள்

கனவு தொழிற்சாலையில் இருக்கிறீர்கள். நிறைய அனுபவங்கள் இருக்கும். சினிமா சம்பந்தமான புத்தகங்கள் எழுதும் எண்ணம் எதுவும் உங்களுக்கு இருக்கிறதா?

கனவு தொழிற்சாலையில் எனக்குப் பெரிய அனுபவங்கள் வாய்க்கவில்லை அப்படிப் புத்தகங்கள் எழுதுகிற எண்ணமும் எனக்கு இப்போது இல்லை. விருப்பம் இல்லாமல் தான் கனவு தொழிற்சாலைக்குள் நுழைந்தேன். அதற்கு இரண்டு காரணங்கள். என்னுடைய பல நண்பர்கள் தற்காலச் சினிமாவில் இயக்குநர்களாக இருக்கிறார்கள். அவர்கள் நடிக்கக் கூப்பிடும்போது என்னால் மறுக்க இயலவில்லை. சில இயக்குநர்கள் உங்களை மனதில் வைத்து தான் இந்தக் கதாபாத்திரத்தை உருவாக்கினோம். ஆகையால் நீங்கள் வந்து நடிக்க வேண்டும் என்று கூறுகிறார்கள். ஒரே மாதிரியான வாழ்க்கை பயணத்தில் நாம் சென்றுகொண்டிருக்கும்போது சினிமாவில் நடிப்பது என்பது இளைப்பாறுதல் போன்றதானது. நான் தொடர்ந்து பத்து பதினைந்து நாட்கள் படப்பிடிப்பிற்குச் சென்றதில்லை. படப்பிடிப்பிற்குச் செல்லும்போது பல்வேறு நிலப்பரப்புகளை

நம்மால் பார்க்க இயலும். கொடைக்கானல் செல்லலாம். குழுமணாலி போயிருக்கிறேன். இப்படி அவர்களின் செலவில் நம் பல்வேறு இடங்களைப் பார்க்க இயலும். நாமாகச் சென்றால் அது டூர் போல் ஆகிவிடும். நண்பர்களோடு ரூம் போடுவது, குடிப்பது போன்று மாறிவிடும். அவர்களோடு செல்லும்போது வொர்க் பர்மீட்டோடு கட்டுக்கோப்பாகச் செல்ல வேண்டும். அதற்குமேல் சினிமா எனக்கு மண்டையில் ஏற மாட்டேன் என்கிறது. இந்த மாதமே நான் நடித்த மூன்று படங்கள் கோழிப் பண்ணை செல்லதுரை, சட்டம் என் கையில், பாராசூட் ஆகிய படங்கள் வெளியாகின்றன. மூன்று படங்களின் பிரிவ்யூக்கும் நான் செல்லவில்லை. எனக்கு அதில் பெரிய ஆர்வம் இருப்பதில்லை. தியேட்டரில் வெளியாகும்போது பார்த்துக் கொள்ளலாம் என்றே தோன்றுகிறது. என்னுடைய கதைகளில் எழுத்துகளில் வருகிற மனிதர்கள் இந்தச் சமூகத்தின் நிலப்பரப்பில் எல்லா இடங்களிலும் பரவி இருக்கிறார்கள். அவர்களில் சிலர் சினிமாவிலும் இருக்கிறார்கள். அவர்களைப் பற்றி எல்லாம் நான் எழுதி இருக்கிறேன். என்னுடைய எல்லா நாளும் கார்த்திகை புத்தகத்தில் பல கதாபாத்திரங்கள் சினிமா சார்ந்தவை.

உங்களின் தொடர் கேள்வியாக நானே என்னை ஒரு கேள்வி கேட்டுக்கொள்கிறேன். நான் நிறைய வெளிநாடுகளுக்குப் பயணப்பட்டுள்ளேன். எழுத்தாளர் ஜெயமோகனுக்கு அடுத்தபடியாக எழுத்தாளர்களுள் அதிகம் வெளிநாடு பயணம் சென்றவன் நான்தான். ஆனால் நான் இதுவரை ஒரு பயணக் கட்டுரைகூட எழுதவில்லை. நான் செப்டம்பர் 20ஆம் தேதி சரியாகப் பாரீஸில் போய் இறங்கியபொழுது என்று ஓர் எழுத்தை என்னால் ஆரம்பிக்கவே இயலாது. இந்த அனுபவங்கள் முழுமையும் நான் என் மனதில் தேக்கி வைத்துக்கொள்வேன். இந்த நாடுகளில் நான் பார்த்த மனிதர்களை மனிதர்களின் அன்பை மனிதர்களின் உணர்வுகளை எல்லாவற்றையும் என் மனதில் நான் தேக்கி வைத்துக் கொண்டே இருப்பேன். பிற்காலங்களில் என் எழுத்தில் இவர்களெல்லாம் உள்ளே வருவார்கள். சேர்த்து வைத்திருக்கும் அனுபவங்கள் அவ்வளவு இருக்கும். மூன்று

மாதங்களுக்கு முன்பும் நான் இங்கிலாந்து வந்து இருந்தேன். இங்கிலாந்தை பற்றி ஒரு வார்த்தைகூட எழுதக்கூடாது என்கிற மனநிலையோடுதான் நான் ஊருக்கு திரும்பிச் சென்றேன். இந்தமுறை பத்து பதினைந்து நாட்களாக உங்கள் அனைவருடனும் இங்கிலாந்தில் சுற்றி திரிந்து கொண்டிருக்கிறேன். இந்த முறை இங்கிலாந்தை பற்றி மட்டும் ஒரு புத்தகம் எழுதலாமா என்று தோன்றுகிறது. நான் அடைய வேண்டும் என்று நினைத்த அனுபவம் முழுமையாக எனக்கு இந்த முறை கிடைக்கும். நான் வழக்கமாகச் சொல்வதுபோல் ஒரு நாடு என்பது அந்த நாட்டின் நிலப்பரப்பை விடவும் அந்த நாட்டின் கட்டடங்களை விடவும் அந்த நாட்டில் உள்ள சாலைகளின் ஒழுங்கை விடவும் குடியிருப்புகளின் வசீகரத்தை விடவும் இது அனைத்தை விடவும் அந்த நாட்டில் இருக்கிற மனிதர்கள் அந்த நாட்டிற்குப் புலம்பெயர்ந்து சென்ற மனிதர்கள் அந்த நாட்டில் இருக்கவேகூடாது என்று நினைத்துக்கொண்டு அதே நாட்டில் வசித்துக் கொண்டிருக்கிற மனிதர்கள். இவர்கள்தான் என்னை மிகவும் வசீகரிக்கிறார்கள். இவர்கள்தான் என்னை எழுத தூண்டுகிறார்கள். நான் என்னுடைய பயணக் கட்டுரை எழுதும்போது இந்த நிலப்பரப்பு, அதனுடைய குடியிருப்பு, அதனுடைய பருவநிலை எல்லாம் பின்னாடி போய் அந்த மனிதர்கள் முன்னே வந்து விடுவார்கள். அப்படி நான் எழுதுகிற புத்தகம் சிறப்பான புத்தகமாக அமையும் என்று நம்புகிறேன்.

தமிழ்நாடு சிறைகளுக்குப் போய், சிறை கைதிகளைப் பார்த்த அனுபவம் உண்டா? அங்குப் பெற்ற அனுபவம், கற்ற அனுபவம் குறித்து?

நல்ல கேள்வி இது. எனக்குப் பாஸ்கரன் என்று ஒரு சைக்காட்ரிஸ்ட் நண்பர் இருக்கிறார். அவர்தான் என்னையும் என் மனைவி சைலஜாவையும் புழல் சிறைக்கு ஒரு முறை அழைத்துச் சென்றார். பெரிய அனுபவம்தான் அது. பல்வேறு சோதனைகளுக்கு உட்படுத்தப்பட்டுப் பிறகுதான் எங்களை உள்ளே அனுமதித்தார்கள். அங்கு ஒருவர் எங்களை அழைத்துச் சென்றார். அவர் பெயர் செல்வம் என்று நினைக்கிறேன். அவர்கள் அனைவரும் தூக்குச் செல்வம் என்றுதான்

அழைக்கிறார்கள். தூக்குத் தண்டனை கைதியான அவர் கடைசி நேரத்தில் தூக்குத் தண்டனை இருந்து தப்பி உள்ளார். புழல் சிறையிலேயேதான் இருக்கிறார். 11 வருடங்கள் சிறை வாழ்க்கை. இடையில் பரோலில் வெளியே சென்று திருமணம் செய்துகொண்டு வந்து விட்டார். பெரிய வாழ்வியல் அனுபவங்களோடு ஒரு புத்தகத்தையும் எழுதி உள்ளார். நான் கணித்த வரையில் 60 சதவீத ஆட்கள் உண்மையாகவே குற்றம் செய்து சிறையில் அடைக்கப்பட்டுள்ளார்கள். 20, 25 சதவீத ஆட்கள் தற்செயலாகக் குற்றம் செய்துவிட்டு உள்ளே இருக்கிறார்கள். குற்றத்தை பிளான் செய்து செய்யாமல் எதிர்ச்சையாகச் செய்துள்ளார்கள். ஒருவர் தனது மனைவியைச் சாதாரணமாகத் தள்ளிவிட்டு இருக்கிறார். அவர் மண்டையில் அடிபட்டு இறந்திருக்கிறார். இப்படியான சம்பவங்கள். இன்னும் 20, 25 சதவீதம் நபர்கள் நிரபராதிகள். கலவையான மனிதர்கள் தான் புழல் சிறையில் இருக்கிறார்கள். மிகப்பெரிய சோகத்தை மறைத்த அவர்கள் அந்தச் சிறைக்குள்ளே கொண்டாட்டங்களை நிகழ்த்தி சந்தோஷமாக இருக்க முயற்சி செய்து கொண்டிருக்கிறார்கள். ஆனால் அவர்களால் இயல்பாக இருக்க இயலவில்லை. ஏனென்றால் வெளி உலகம் அங்கே அவர்களுக்குக் கிடைத்த அனுபவம் அனைத்தும் அவர்களை ஏங்க செய்கிறது.

ஆனாலும் இது தான் தங்களுக்கு விதிக்கப்பட்டது என்று சிறையில் இருக்கிறார்கள். சிறைத்துறை தமிழ்நாடு அரசு எல்லாம் சேர்ந்து புத்தங்கள் கொடுப்பது எழுத்தாளர்களை உள்ளே அழைத்துச் சிறையில் பேச வைப்பது, அவர்களோடு கலந்துரையாட வைப்பது என்று இழந்து போன வாழ்க்கையின் துயரத்தில் இருந்து அவர்களைக் குறைந்தபட்சம் மீட்டெடுக்க முடியுமா என்று முயற்சி செய்கிறார்கள்.

பிறகு நானும் என் மனைவியும் வேலூர் சிறைக்குச் சென்றோம். வேலூர் சிறை மிகப்பெரிய சிறை. வேலூர் சிறையிலும் எங்களுக்கு இதைப் போன்ற அனுபவம் இருந்தது. வேலூர் சிறையிலேயே பெண்கள் சிறைச்சாலைக்குச் சென்றோம். அங்கு நாங்கள் பார்த்த பெண் கைதிகள், அவர்களுடைய துயரம், அவர்களுடைய வாழ்க்கை, அவர்களுடைய அனுபவம், அவர்களுடைய கிரைம் இவை அனைத்துமே படைப்பாளியாக என்னை மிகவும் பாதித்தது.

தற்காலத்தில் பத்து வருடங்களுக்கு முன்னால் இருந்த இறுக்கமான சூழல் சிறைச்சாலைகளில் இப்போது இல்லை. ஏனென்றால் கைதிகளை இப்போது கொஞ்சம் flexible-ஆகப் படிக்க, வாசிக்க, பெர்பாமிங் ஆர்ட்ஸ் எனப் பறை வாசிப்பது, தோட்டம் செய்வது இப்படிப் பல்வேறு வகையில் டைவர்ட் செய்து கைதிகளை மகிழ்ச்சியாக்க முயற்சிக்கிறார்கள். இப்படியான முயற்சிகள் அந்தந்த சிறை அதிகாரிகளின் மனநிலையைப் பொறுத்து ஒவ்வொரு இடத்திலும் மாறுபடுகிறது. உதாரணத்திற்குப் புழல் சிறையில் எக்காலஜிக்கல் ஆர்வத்தோடு ஓர் அதிகாரி இருக்கிறார் என்றால் புழல் சிறை வளாகமே பச்சையாக மாறிவிடும். அதிகாரிக்கு ஆர்ட் அண்ட் லிட்ரேச்சர் மீது ஆர்வம் இருந்தால் தன்னுடைய ஆளுமைக்கு உட்பட்ட இக்கைதிகளைப் புத்தகங்கள் வாங்க வைப்பது வாசிக்க வைப்பது, அவர்களுக்குள்ளே விவாதம் செய்வது என அமையும். இது முழுக்க முழுக்க அதிகாரம் எங்கே இருக்கிறது, அங்கு இருக்கிற அதிகாரிகளுக்கு எதில் ஆர்வம் இருக்கிறதோ அந்த ஆர்வம் சார்ந்து அவர்களுக்குக் கீழே இருக்கும் கைதிகளை அந்த ஆர்வத்தில் மேம்படுத்தி விடுகிறார்கள்.

இந்த இரண்டு சிறை அனுபவங்களுமே எனக்கு மகத்தான அனுபவங்கள் ஆகும். நான் சிறுவயதில் இடதுசாரி இயக்கங்களில் இணைந்து பணியாற்றிக் கொண்டிருந்தபோது கல்லூரியின் முதல் ஆண்டில் கைதாகி வேலூர் சிறையில் பத்து நாட்கள் இருந்தேன். அந்த அனுபவமே எனக்கு மகத்தான அனுபவமாக இருந்தது. என்னோடு இருந்தவர்கள் அனைவருமே அரசியல் கைதிகள்தான். நேரத்திலேயே குற்றம் செய்த கைதிகளை எல்லாம் பார்க்கும் வாய்ப்பு எங்களுக்குக் கிட்டியது. அதே சிறைச்சாலைக்குள் டி.ஐ.ஜி, ஐ.ஜி போன்றவர்கள் முன்னிலையில் அவர்களுடைய வரவேற்பில் கைதிகள் எல்லாம் நின்று எங்களை வரவேற்று கூட்டிக் கொண்டு போய் உங்களுடைய அனுபவங்களை எங்களிடம் பகிர்ந்து கொள்ளுங்கள் பாவா சார் என்று சொல்லுகிற அந்த விஷயம் மிகவும் மகத்தானது. வேறு எந்தக் காலகட்டத்திலும் ஓர் எழுத்தாளனுக்கு இப்படியான அனுபவங்கள் கிடைத்தது கிடையாது. இந்தக் காலகட்டத்தில் தான் கிடைக்கிறது. உண்மையாகவே தமிழ்நாடு அரசுக்கு அங்கு இருக்கக்கூடிய

தொகுப்பு : பேரா. சு.பிரேம் குமார்

சிறை அதிகாரிகளுக்கு நன்றியுடையவர்களாக இருக்க வேண்டும் என்று தோன்றுகிறது.

தங்களுடைய எழுத்துலக வாரிசு என்று யாரை குறிப்பிடுவீர்கள்?

இது என்ன? அரசியல் வாரிசு, எழுத்து உலக வாரிசு? அப்படியெல்லாம் உலகத்தில் ஒன்றுமே கிடையாது. இலக்கிய உலகத்தைப் பொறுத்தவரையில் இவையெல்லாம் கெட்ட வார்த்தைகள். நம்முடைய எழுத்துகளின் மூலம் இன்ஸ்பயர் ஆகி, சில பேர் எழுத ஆரம்பிக்கலாம். கொஞ்சம் பேர் இயங்க ஆரம்பிக்கலாம். கொஞ்சம் பேர் என்னைப் போல் கதை சொல்ல ஆரம்பிக்கலாம். இதையெல்லாம் செய்வதால், அவர்களின் வாரிசு கிடையாது. எழுத்து உலகத் தொடர்ச்சி என்று வேண்டுமானால் சொல்லலாம். நீங்கள் யாருடைய தொடர்ச்சி என்று என்னை யாராவது கேட்டால், நான் பிரபஞ் சனுடைய தொடர்ச்சி என்று கூறுவேன். அதேபோல் புதிதாக எழுத வரக்கூடிய பையனோ பொண்ணோ பவாவுடய தொடர்ச்சி என்று வேண்டுமானால் சொல்லலாம். வாரிசு அரசியல் என்பதெல்லாம் இலக்கியத்திற்கு மிகவும் அன்னியமானது. இதை அரசியலில் இருந்தும் அப்புறப்படுத்த வேண்டும் என்றுதான் இலக்கியவாதிகள் எல்லாம் பேசுகிறார்கள்.

தமிழில் சிறந்த ஐந்து நாவல்களை வரிசைப்படுத்துங்கள்.

ஒவ்வொரு முறை சொல்லும் பொழுதும் அந்த நாவலின் வரிசை வேறுபடும் ஒவ்வொரு எழுத்தாளனுக்கும் வேறுபடும். இதே கேள்வியை 5 வருடங்களுக்கு முன்னால் முன் கேட்டிருந்தால், நான் வேறு ஐந்து நாவல்களைக் குறிப்பிட்டிருப்பேன். மூன்று வருடங்களுக்கு முன்பு கேட்டிருந்தால் நான் வேறு ஐந்து நாவல்களைச் சொல்லியிருப்பேன். இப்போது வேறு ஐந்து நாவல்களை நான் கூறலாம். அப்படிச் சொல்லலாமா என்றால் சொல்லலாம். ஏனென்றால் அப்படிச் சொல்லும்போது இந்தப் பேட்டியை படித்துக் கொண்டிருக்கிற யாரோ ஒரு வாசகனுக்கு அந்த ஐந்து நாவல்களைத் தேடி கண்டுபிடித்துப் படிக்கும் ஆர்வம் உண்டாகும். வெவ்வேறு காலகட்டங்களில் வெவ்வேறு ஐந்து ஐந்து சிறந்த நாவல்களைப் பற்றிச் சொல்லுகிறேன் என்று வைத்துக்கொண்டால் வாசகனுக்கு அது ஒரு கிப்ட் தான்.

வெறும் ஐந்து நாவல்கள் என்று இல்லாமல் அவனுக்கு மொத்தம் 15 நாவல்களைப் பற்றிய பரிட்சையம் ஏற்படும்.

தி.ஜானகிராமனின் மோகமுள், ஜெயகாந்தனின் பாரிசுக்கு போ, ஜெயமோகனின் வெள்ளையாணை, அசோகமித்திரனின் கரைந்த நிழல்கள், ஜீ.நாகராஜனின் நாளை மற்றும் ஒரு நாளே ஆகியவற்றைச் சொல்லலாம். இப்படி இதே விஷயத்தை வேறொரு எழுத்தாளரிடம் கேட்டால் அவர் வேறு ஐந்து நாவல்களைச் சொல்லுவார்.

உங்களை நான் கேட்கக்கூடாத கேள்வி எது?

அப்படியல்ல எது வேண்டுமானாலும் கேட்கலாம். ஆனால் நிறையப் பேர் என்ன நினைத்துக்கொண்டிருக்கிறார்கள் என்றால் ஓர் எழுத்தாளனுக்கு, ஒரு கதை சொல்லிக்கு அனைத்தையும் பற்றிய அறிவு இருக்கும் என்று நினைக்கிறார்கள். எனக்கு அப்படி அல்ல. நான் நிறைய விஷயங்களில் ஜீரோ. குறிப்பா பாலிடிக்ஸ். நான் இடதுசாரி அரசியலை சார்ந்தவன் அதை மனதுக்குள் தான் வைத்துக் கொள்வேன். என் எழுத்துகளில் அது வெளிப்படும். இடதுசாரி என்று டிக்ளர் செய்து கொள்ள மாட்டேன். அப்படி டிக்ளர் செய்து கொள்பவர்களை நான் தவறாகவும் சொல்லவில்லை.

கடந்த தேர்தலில் நான் எஸ்.ராமகிருஷ்ணனுக்குப் போன் செய்து இடதுசாரிகள் திமுகவிற்கு ஆதரவு தெரிவித்துள்ளார்கள். நாம் எழுத்தாளர்கள் அனைவரும் சேர்ந்து திமுகவிற்கு ஆதரவாக அறிக்கை வெளியிடுவோம் என்று கூறினேன். அதற்கு அவர் நான் அப்படியெல்லாம் அறிக்கை கொடுக்க மாட்டேன் என்று கூறினார். அவர் அப்படிச் சொல்வதன் மூலம் அவர் வலதுசாரி அல்ல. அவர் ஒரு தீவிரமான இடதுசாரி. ஏன் அப்படிச் சொல்றீங்க சார் என்று நான் கேட்டதற்கு, ஒன்றுமில்லை பவா, நான் என்னுடைய எழுத்துகளில் எங்கேயாவது வலதுசாரி கல்லூரிகளை ஆதரித்து எழுதியிருக்கிறேனா? அல்லது அதற்கு ஆதரவாக ஒரு விஷயமாவது எங்கேயாவது பேசியிருக்கிறேனா என்று யோசித்துப் பாருங்கள்? எழுத்தாளனின் எழுத்துகளின் மூலமாகவே அவனுடைய அரசியல் தீர்மானிக்கப்படுகிறது. அதை விட்டுவிட்டு நான் ஒவ்வொரு நிமிடமும் நான்

இந்தக் கட்சி தான் என்று டிக்ளர் செய்பவர்கள் மாதிரி பொலிட்டிக்கலான அரசியல் கட்சிகளின் கொள்கைகளைப் பிரபகண்டா செய்கின்ற கொள்கை பரப்புச் செயலாளர்களாக மாறிவிடக்கூடாது. எழுத்தாளன் அப்படி இருக்கக் கூடாது. அவன் பொதுவான ஆள். அவன் எதைச் சார்ந்தும் இயங்கக் கூடாது என்று கூறினார்.

நான் இப்போது இடதுசாரி கட்சியில் இருக்கிறேன் அவர்கள் ஏதாவது தவறு செய்தால் என் பார்வைக்கு அது தவறாகப்பட்டால் உடனே அதை எதிர்த்துக் கேள்வி கேட்க வேண்டும். அப்படி நேர்மையானவனாக எழுத்தாளன் இருக்க வேண்டும். ஆகையால் என்னிடம் கேட்கக் கூடாத கேள்வி என்று எல்லாம் ஒன்றும் இல்லை.

ஒரு ஊரில் என்று கதை சொல்லுகிற முறை இப்போது இல்லையே?

எது இந்தச் சமூகத்தில் மாறாமல் இருக்கிறது.. 100 வருடமாக இது இப்படியே தான் இருக்கிறது என்கிற ஒரு விஷயத்தை நம்மால் சொல்ல முடியுமா. ஆகவே மாற்றம் என்கிற சொல் மட்டுமே மாறாதது என்று மார்க்சியம் சொல்கிறது. அதைபோல் எல்லாமே மாற்றத்துக்கு உட்பட்டது. ஒரு ஊர்ல என்று கதை ஆரம்பிக்காமல் வேண்டுமானால் இருக்கலாம். ஆனால் நான் அறிந்து முன்பு எப்போதையும்விட நாம் பேசிக் கொண்டிருக்கிற இந்தக் காலகட்டத்தில் கதை சொல்லிகள் அதிகமாக உருவாகி இருக்கிறார்கள். கதை சொல்கின்ற முறைகள் வேண்டுமானால் மாறி இருக்கலாம். பிறகு ராமாயணம் மகாபாரதம் போன்ற நம்முடைய இதிகாசங்களை மூன்று நாட்கள் நான்கு நாட்கள் அமர்ந்து கேட்கும் முறைகள் எல்லாம் மாறி இப்போது யூ டியூப்பில் கதைகள் சொல்ல தொடங்கி விட்டார்கள். மகாபாரதக் கதைகளும் யூ டியூப்பில் சொல்லப்படுகின்றன. ஆனால் தற்கால எழுத்தாளர்களுடைய கதைகளும் சொல்லப்படுகின்றன. புதுமைப்பித்தனில் ஆரம்பித்து இன்று எழுதிக் கொண்டிருக்கிற கூடிய நரனுடைய கதை வரை யூ டியூப்பில் சொல்லப்படுகிறது. ஏராளமான நபர்கள் ஏராளமான கதைகளை அவர்களுடைய பாணியில் சொல்லிக் கொண்டிருக்கிறார்கள். அப்படியான கதை

சொல்லிகளில் நானும் ஒருவன். அதனால் ஒரு ஊரில் ஒரு ராஜா இருந்தார் என்று ஆரம்பிக்கிற கதைகள் இன்று தேவையற்றுப் போய்விட்டது.

இன்று தொழில்நுட்பம் வேகமாக வளர்ந்து கொண்டிருக்கிறது. இன்னும் 20 வருடங்கள் கழித்து நாம் பிறந்திருக்கலாம் என்கிற எண்ணம் உங்களுக்குத் தோன்றியிருக்கிறதா?

இல்லவே இல்லை. நான் பிறந்தது, வளர்ந்தது, வாழ்ந்தது, கதை சொன்னது, கொஞ்சம் இலக்கியத்தில் இயங்கியது, சாதி மதம் இவற்றையெல்லாம் நிராகரித்துத் திருமணம் செய்து கொண்டது, குழந்தைகளை எங்களைப் போன்றே வளர்த்தது அனைத்துமே இந்த வாழ்க்கையில் எனக்கு நிறைவு தருவதாக இருக்கின்றன. ஐயய்யோ நாம் இப்படி இருந்திருக்கலாமே, அய்யய்யோ நாம் இதையெல்லாம் இழந்து விட்டோமே என்கிற எண்ணம் எனக்கு எப்போதும் வந்ததே இல்லை. 20 வருடத்திற்குப் பிறகு நாம் பிறந்திருந்தால் இந்த நவீன டெக்னாலஜி எல்லாம் பயன்படுத்தி இருக்கலாமே என்கிற எண்ணம் எனக்கு இருக்கவில்லை.

இசைஞானி இளையராஜாவின் இசை குறித்து.

இளையராஜா மிகப்பெரிய மேதை என்பதில் யாருக்கும் கருத்து முரண்பாடு கிடையாது. சில விஷயங்களுக்காகக் கடுமையாக இளையராஜாவை விமர்சிப்பவர்கள்கூட அவரை மிகப் பெரிய மேதை என்று தான் கூறுவார்கள். ஒரு நூற்றாண்டிற்கு ஒரு முறை ஒரு பெரும் கலைஞன் பிறப்பான். பெரிய விவாதங்களுக்குள் நான் போக விரும்பவில்லை. மொசார்ட் போன்று, பீதோவன் போன்று, இளையராஜா போன்று எங்கோ ஒரு மகத்தான கலைஞன் தோன்றுவான். அவனுடைய இசை இல்லை என்றால் பலபேர் பைத்தியக்கார நிலைமைக்குச் சென்று இருப்பார்கள். ஏதோ ஒரு விதத்தில் இந்த மகா கலைஞருடைய இசைதான் அவர்களை ஆற்றுப்படுத்துகிறது. அவர்களை அழ வைக்கிறது. அவர்களைப் பால்யத்தை நோக்கி நகர வைக்கிறது. இரவில் தன்னுடைய சினேகிதிகளை எண்ணி அழ வைக்கிறது. இப்படி எவ்வளவோ விஷயங்களைச் சொல்லிக் கொண்டே போகலாம். இளையராஜாவுடைய அரசியலில் துளியும் எனக்கு உவப்பானது இல்லை.

சினிமாவில் நடிக்கிறீர்கள். தொலைக்காட்சி மெகா தொடர்களில் நடிக்கும் ஆசை உண்டா?

சினிமாவில் நடித்ததே ஒரு விபத்து தான். பல மெகா சீரியல்களில் என்னை நடிக்கச் சொல்லி கேட்டார்கள். நான் முதல் வார்த்தையிலேயே நிராகரித்து விடுவேன். நான் சரியாக ஆலோசிக்காமல் செய்த மிகப்பெரிய தப்பு, பிக்பாஸில் கலந்து கொண்டது தான். சில நண்பர்களிடம் கேட்டேன். அவர்கள் யாரும் என்னைச் சரியாக டைரெக்ட் செய்யவில்லை. எல்லோரும் பிக் பாஸில் கலந்து கொள்ளுங்கள் என்றுதான் சொன்னார்கள். திருவண்ணாமலை என்கிற அழகான ஊரில் இருக்கிறேன். அது எனக்கு மிகவும் பிடித்திருக்கிறது. என்னுடைய நண்பர்களைத் தினமும் சந்திக்கிறேன். ஒரு மெகா சீரியலில் நடித்து டெய்லி அவர்கள் தரக்கூடிய 20000, 25000 ரூபாய்க்கு என்னுடைய சுயத்தை நான் விற்க விரும்பவில்லை. என்றுமே சீரியல்களில் நடிக்க மாட்டேன்.

ஜெயகாந்தன் சமகாலத்து எழுத்தாளர்களை வாசிக்காதீர்கள் என்று புதிய எழுத்தாளர்களுக்கு அறிவுரை வழங்கினார். அதைப் பற்றி உங்கள் கருத்து என்ன?

அவர் எதற்காக அப்படிச் சொன்னார் என்று எனக்குத் தெரியவில்லை. அப்படி வாசித்தால் அவர்களுடைய பாதிப்பு உங்கள் எழுத்துகளில் பிரதிபலிக்கலாம் என்று அவர் கூறியிருக்கலாம். ஆனால் ஒரு தவறான கருத்து ஜெயகாந்தன் சொல்லிவிட்டார் என்பதற்காக நாம் அப்படியே அதை ஏற்றுக் கொள்ள முடியாது. ஜெயகாந்தன் தன்னுடைய கடைசி 10 வருடங்களில் வாசிப்பிலிருந்தே விலகி இருந்தார். அவரால் தன்னுடைய கடைசிக் காலங்களில் படைப்பூக்கத்தோடு எழுத முடியவே இல்லை. நேர் எதிராகச் சுந்தர ராமசாமி, அசோகமித்திரன் போன்ற எழுத்தாளர்கள் தங்களுடைய கடைசிக் காலம் வரை வாசிப்பையும் எழுத்தையும் நிறுத்தாமலேயே இருந்தார்கள். ஜெயகாந்தனுக்குத் தன்னுடைய எழுத்தின் மூலமாகக் கிடைத்த புகழ், தன்னுடைய எழுத்தின் மூலமாகக் கிடைத்த நண்பர்கள், சுகபோகங்கள் அனைத்தையும் வைத்துக்கொண்டு தான் அடைந்த உச்சத்திற்காகக் கடைசி 20 வருடங்கள் வாழ்ந்தவர் என்று வேண்டுமானால் சொல்லலாம். 20 வருடங்கள் அவர்

எதையுமே செய்யவில்லை. அவர் எழுதாமல் இருந்தது மிகச்சிறந்தது என்று இப்போது தோன்றுகிறது. ஏனென்றால் ஜெய ஜெய சங்கர மாதிரியான குப்பையான நாவல்களை எழுத ஆரம்பித்தார். இன்னும் ஒரு சில நாவல்கள் அவ்வாறு வந்திருந்தால் அவருடைய பெயர் கெட்டுப் போயிருக்கும். வாசகர்களைவிட அவருக்கு அது நன்றாகவே தெரிந்திருந்தது. அதனால் தான் நான் எழுதி அடைந்த இந்த நல்ல பெயரை நான் மறுபடியும் எழுதி கெடுத்துக் கொள்ள விரும்பவில்லை என்று சொன்னார். ஆகவே சமகால எழுத்தாளர்கள் இன்று புதிதாக எழுத ஆரம்பிக்கக் கூடிய இளைஞர்கள் மூத்த எழுத்தாளர்களின் படைப்பை படிக்க வேண்டும். வாசிக்க வாசிக்கத் தான் இந்த மொத்த இலக்கிய உலகத்தில் என்ன நடந்து கொண்டிருக்கிறது என்பதை அவர்களால் புரிந்து கொள்ள முடியும். அதேபோல் இந்த இலக்கிய உலகத்தில் தங்களுடைய இடத்தை உணர்வதற்குப் புதிய எழுத்தாளர்கள் நிறைய வாசிக்க வேண்டும். மூத்த எழுத்தாளர்கள் வயது குறைந்த எழுத்தாளர்கள் நவீன எழுத்தாளர்கள் அப்படி எல்லாம் ஒன்றும் கிடையாது.

இலக்கியவாதியாக, கதை சொல்லியாகக் கதை சொல்லிக் கொண்டிருக்கிறீர்கள். ஏற்கனவே திரை உலகில் இருக்கிறீர்கள். திரையுலகக் கலைஞனாக, கதை சொல்லுகிற எண்ணம் ஏதும் உண்டா. அதாவது இயக்குநராகப் பரிணாமம் எடுக்க, ஒரு தயாரிப்பாளர் இடம் கதை சொல்ல ஆசை ஏதும் உண்டா?

இருபது வருடங்களாக இந்த வாய்ப்புகள் எனக்கு நிறைய வந்தது. ஆனால் ஒருபோதும் எனக்கு அந்தச் சாய்வு வரவில்லை. சாய்வு வராததால் முயற்சிக்கவில்லையா என்றால் எனக்கு அதைப் பற்றித் தெரியாது. திரைக்கதை எழுதுவதற்கான வாய்ப்பு மட்டுமே நான்கு, ஐந்து படங்களுக்கு மேல் வந்தது. ஆனால் என்னால் அப்படிப்பட்ட பரபரப்பான சூழலில் திரைகதையை எழுதி முடிக்க இயலாது. இன்னொன்று நான் என்னுடைய ஊர் சார்ந்த எழுத்தாளனாகவே இருக்க விரும்புகிறேன். உங்களுக்கு ஐந்து கோடி ரூபாய் சம்பளம் கொடுக்கிறோம். நீங்கள் ஒரே ஒரு படத்தை இயக்குங்கள் என்று கூறினால்கூட எனக்குச் சத்தியமாக இயக்கத் தெரியாது. எனக்கு எது தெரியுமோ அதைத்தான் என்னால் செய்ய

முடியும். எனக்குத் தெரியாததைச் செய்து என்னுடைய பின் தொடர்பாளர்களையும் என்னைச் சார்ந்த நண்பர்களையும் மக்களையும் இந்த வாழ்வு எனக்குக் கொடுத்துள்ள இந்தச் சிறிய வெளிச்சத்தையும் இழக்க நான் விரும்பவில்லை.

இழப்பிலிருந்தே படைப்பு பீறிட்டுக் கிளம்புகிறது!

இலங்கை வீரகேசரி நாளிதழுக்காக
மா.உஷாநந்தினி

கதைகளை சொல்ல உங்களை தூண்டியது எது?

கதை சொல்வது என் இயல்பு. ஒவ்வொரு மனிதனுக்கும் ஒவ்வோர் இயல்புண்டு. அதுபோல என்னுடைய இயல்பு... நான் வாசித்ததை எல்லோரிடமும் பகிர்ந்துகொள்ள நினைப்பேன். அப்படி நான் வாசித்த கதைகளை நண்பர்களிடமும் குடும்பத்தினரிடமும் வாசிக்கும் ஆர்வம் உள்ளவர்களிடமும், கல்யாண வீடுகள் அல்லது வேறு எங்கென்றாலும் பிறரிடம் பகிர்ந்துகொள்வேன்.

நான் கதை சொல்லும்போது எதிரில் இருப்பவர்கள் ஈர்க்கப்பட்டார்கள். நான் சொல்வதை காது கொடுத்துக் கேட்டார்கள். நல்ல வரவேற்பு கிடைத்தது. அது தெரியத் தெரிய நான் உற்சாகமடைந்துகொண்டே வந்தேன்.

ஒரு கட்டத்தில் நண்பரொருவர் 'கதை சொல்ல வாங்க' என்கிற நிகழ்ச்சியை ஆரம்பித்து, 'மைக்' முன்னால் கதை சொல்ல என்னை அழைத்தார்.

ஒருவேளை, மைக்கே இல்லாவிட்டாலும், நான் தெருவிலும் ஹோட்டல்களிலும் டீக்கடைகளிலும் நின்று கதை சொல்லிக்கொண்டேதான் இருந்திருப்பேன்.

என்னவொன்று, நவீன தொழில்நுட்ப வளர்ச்சியினால் நான் கதை சொல்வது இணையத்தில் பகிரப்பட்டதால் யூடியூப்பில் வருகிறது. அவ்வளவுதான். கதை சொல்ல இதை விட ஒரு பிரத்தியேக காரணம் இல்லை.

இம்முறை இலங்கை பயணத்தில் உங்கள் கவனத்தை ஈர்த்த ஏதேனும் ஒன்றை, குட்டிக் கதையாக சொல்ல முடியுமா?

இது எனது இரண்டாவது பயணம். ஒரு தேசத்தின் பயணத்தில் அதன் இயற்கை சூழல்கள், வானுயர்ந்த கட்டடங்கள், அங்கிருக்கும் மனிதர்கள்தான் எப்போதும் எனக்கு முக்கியமாக தெரிகிறார்கள். இம்முறை இலங்கை பயணத்திலும் நான் அதைத்தான் பார்த்தேன்.

குறிப்பாக, எழுத்தாளர் எஸ்.எல்.எம். ஹனீஃபாவை இவ்வளவு காலம் சந்திக்கத் தவறிவிட்டோமே என்று நினைத்தேன். அவரது 'மக்கத்து சால்வை" தொகுப்பு சமீபத்தில் வெளிவந்தது.

எதிரில் இருப்பவர் போலியான வாசகரா, நல்ல வாசகரா என்று இலகுவாக அடையாளம் கண்டுவிடலாம். நான் பார்த்ததில் அவர் மிக முக்கியமான வாசகர். அவருக்கு பேச்சிலேயே எழுத்து மொழி வந்துவிடுகிறது. அவருடைய துள்ளல், கூர்மையான ஆற்றல், மொழி வளம், உரையாடல் அவருக்கு மிக இலாவகமாக கைகொடுத்துவிடுகின்றன.

இந்த இலங்கை பயணத்தில் கூட்டிக் கழித்துப் பார்த்ததில் அவர்தான் எனக்கு ஆச்சரியமூட்டும் மனிதர். அவரை பற்றி வாசிக்க ஆரம்பித்திருக்கிறேன். விரைவில் ஒரு கட்டுரையும் எழுதவிருக்கிறேன்.

பவா என்கிற எழுத்தாளனுக்குள் ஒரு ‘கதை சொல்லி’யும், இந்த கதை சொல்லிக்குள் ஓர் எழுத்தாளனும் இருப்பதில் உள்ள சாதக, பாதகம் என்ன?

எல்லா எழுத்தாளர்களுமே கதை சொல்லிகள்தான். சிலர் கைகளால் கதை சொல்கிறார்கள். சிலர் வாயால் கதை சொல்கிறார்கள்.

என்னால் எழுத மட்டுமே முடியும், கதைகளை பற்றி பேசத் தெரியாது என்றால் அசோகமித்திரன், திலிப் குமார்

போன்றவர்களை வரிசைப்படுத்தலாம். ஆனால், இவர்களில் யார் யார் உயர்ந்தவர்கள், யார் யார் அடுத்த படியில் இருப்பவர்கள் என்றெல்லாம் பிரிக்க வேண்டாமெனத் தோன்றுகிறது.

மௌனியின் கதைகளை தமிழில் மட்டுமல்ல, உலகில் வேறெந்த மொழியிலும் மொழிபெயர்த்து சொல்லவே முடியாது. ஆனால், மௌனி அடைந்த இடமென்ன?

ஜெயகாந்தன் சொல்வது போல் மௌனி எழுத்தாளர்களுக்கெல்லாம் எழுத்தாளராக இருந்திருக்கலாம். ஆனால், தமிழில் அவரை இருநூறு முந்நூறு பேர் வாசித்திருந்தால், பிரபஞ்சன், ஜெயகாந்தன், கி.ரா. போன்றவர்கள் சில லட்சம் பேரை அடைந்துவிட்டார்கள். அப்படியிருக்க, இவர்களுக்கு முதலாமிடம், மௌனிக்கு இரண்டாமிடம் என்று நம்மால் சொல்லிவிட முடியாது. ஒவ்வொருவரும் ஒவ்வொரு விதத்தில் ஆளுமை. ஒவ்வொரு விதத்தில் கதை சொல்லிகள்.

அதனால் பவா என்ற எழுத்தாளனுக்குள் ஒரு கதை சொல்லியும் இந்த கதை சொல்லிக்குள் ஒரு எழுத்தாளனும் எப்போதும் இருந்துகொண்டேதான் இருக்கிறான்.

எனது 'நட்சத்திரங்கள் ஒளிந்துகொள்ளும் கருவறை" என்ற தொகுப்பில் ஐந்து கதைகள் உண்டு. 'ஓணான் கொடி சுற்றிய ராஜாம்பாள் நினைவுகள்', 'பச்சை இருளன்', 'வேட்டை', 'சத்ரு' ஆகிய கதைகளை உலகத்தில் என்னால் மட்டுமே எழுத முடியும். என்னைத் தவிர யாராலும் எழுத முடியாது. இது பெருமிதமோ இறுமாப்போ அல்ல. ஏனென்றால், எனது நிலப்பரப்பின் தனித்துவமான கதைகள் இவை. அத்தனை கவித்துவமான மொழியிலோ அந்த வாழ்க்கை சித்திரத்தை எழுத்திலோ என்னால் மட்டுமே கொண்டுவர முடியும்.

ஒரு துரதிர்ஷ்டம் என்னவென்றால், நிகழ்ச்சிகளில் கலந்துகொண்டு பலவிதமான கதைகளை சொல்லிச் சொல்லி, நான் எழுதிய அந்தக் கதைகளின் படைப்பூக்கமான நாட்களில் எனக்குள் கூடிய கவித்துவமான மொழி இப்போது மறுபடியும் கூடுமா என்பது சந்தேகமே.

தொகுப்பு : பேரா. சு.பிரேம் குமார்

ஆனால், சிறு வயதிலேயே நீச்சல் தெரிந்த ஒருவன், பல வருடங்கள் நீந்தாமல் இருந்தாலும், திடீரென அவன் கிணற்றில் தள்ளிவிடப்பட்டால், மறுபடியும் நீந்தக் கற்றுக்கொள்வான். அதைப்போல, நான் மறுபடியும் நாவல் எழுத ஆரம்பித்திருக்கிறேன். ஐந்து பகுதிகள் முடிந்து ஆறாவது பகுதிக்கும் வந்துவிட்டேன். இப்போதும் அதே மொழிநடை வருவதில் எனக்கு சந்தோஷம்.

சக எழுத்தாளர்களின் கதைகளை அதிகமாக சொல்கிற பவா, சொந்த கதைகளை (சுய படைப்பு) சொல்வதில் அத்தனை அக்கறை காட்டுவதில்லையே, ஏன்?

நம் கதைகளை மற்றவர்கள் சொல்ல வேண்டும்... நாமே சொல்லிக்கொள்ளக் கூடாது என்றொரு தன்னடக்கத்தில் இருப்பதாக வைத்துக்கொள்ளுங்களேன்.

ஆனால், 'வேட்டை', 'சத்ரு', 'ஓணான் கொடி சுற்றிய இராஜம்மாள் நினைவுகள்', 'ஏழுமலை ஜமா' என என்னுடைய சில கதைகளையும் நான் சொல்லியிருக்கிறேன். அவற்றை வாசித்து, என்னை போன்ற ஒரு 'கதை சொல்லி' சொல்லவேண்டும் என்றே நான் நினைக்கிறேன்.

அது மட்டுமல்ல, நான் எந்த கதையையும், இது என் கதை, இது இவர் கதை, இந்த சார்புள்ள கதை, இடது சாரி கதை... என்றெல்லாம் பிரித்துப் பார்ப்பதில்லை.

வாசிக்கும்போது என்னை வசீகரிக்கிற, என்னை ஆதர்சிக்கிற, எந்த மொழியில் எழுதப்பட்ட கதையாயினும், அதைச் சொல்ல நினைப்பேன்.

வெறும் பொழுதுபோக்குக்காக அல்லாமல், எனது கதைகளை கூர்ந்து கவனிக்கக்கூடிய நுட்பமான ஒரு வாசகனின் கணிப்பில் நிற்பது என்னுடைய கதைத் தெரிவே. நான் தேர்ந்தெடுக்கும் கதைகள் மிகச் சிறந்தவையாக இருக்கும்.

'இந்த கதையை சொல்லுங்க, அந்த கதையை சொல்லுங்க' என்று எவ்வளவோ நிர்ப்பந்தங்கள் எனக்கு வந்தபோதும் அவற்றை நிர்தாட்சண்யமாக நான் மறுத்திருக்கிறேன்.

அப்படி நான் மறுத்ததால் அவை நல்ல கதைகள் அல்ல என்று அர்த்தமல்ல. அவை சொல்வதற்கான கதைகளாக இல்லாதிருக்கலாம் அல்லது அந்த கதைகளின் நுட்பங்களை என்னால் கொண்டுவர முடியாமல் இருக்கலாம்.

எழுத்தின்போது ஒரு எழுத்தாளன் எவ்வளவு போராட்டங்களை மனதோடும் எழுத்தோடும் எதிர்கொள்ள வேண்டியிருக்கிறதோ, அதற்கு நிகராக, கதை சொல்வதிலும் ஒரு கதை சொல்லி போராட வேண்டியிருக்கிறது. என்னை ஆதர்சிக்காத எந்த கதையையும் எந்த நிர்ப்பந்தத்தினாலும் நான் சொன்னதில்லை.

கதைகளை சொல்கிறபோது, நீங்கள் அவற்றின் கதைக்களங்களை தேடிச் சென்று, அதிலிருந்து ஒரு கதை, இன்னொரு கதையென எடுத்து உங்கள் பாணியில் புதிதாக ஒரு படைப்பை உருவாக்கிச் சொல்ல முயற்சித்ததுண்டா?

ஒருபோதும் முயற்சித்ததில்லை.

கதை சொல்வது, கிட்டதட்ட ஒரு நிகழ்த்துக் கலைக்கு ஈடானது. அதற்கு முன் நிமிடம் வரை அதற்கான தீர்மானங்கள் ஏதுமின்றி ஒரு காற்றடைத்த பலூன் தன்னந்தனியாக மேடையில் அலைமோதுவது மாதிரிதான் ஒரு கதை சொல்லி மேடையில் அலைமோதுகிறான். நான் அப்படித்தான் ஒவ்வொரு மேடையிலும் அலைமோதுகிறேன்.

இதையெல்லாம் சொல்லிவிடவேண்டும் என்றோ இதை தவிர்த்துவிட வேண்டும் என்றோ இந்த தருணத்தில் இந்த கதையிலிருந்து இன்னொரு கதைக்கு சென்றுவிட வேண்டும் என்றோ ஒருபோதும் நான் தீர்மானித்ததில்லை.

அப்படி நான் கதை சொல்வது பல மேடைகளில் நிகழ்ந்திருக்கிறது. எல்லாமே அந்த மேடைகளில் எந்த தீர்மானமும் இல்லாமல் நிகழ்ந்தவை தான்.

நினைவில் நான் தேக்கி வைத்திருக்கிற நூற்றுக்கணக்கான கதை வரிசையில், மொழியின் லாவகத்தில் நான் சொல்கிற கதையே, இன்னொரு கதைக்கு இந்தக் கதை சொல்லியை சுலபமாக கொண்டு போய் சேர்த்துவிடுகிறது. அதிலிருந்து சொல்லப்படுவதுதான், இன்னொரு கதை.

ஆனால், இதிலிருந்து நாம் ஒரு படைப்பை உருவாக்கிவிட வேண்டும் என்றோ இந்த மாதிரி இந்த கதையை சொல்லிவிட வேண்டும் என்றோ நான் நினைத்ததில்லை.

உதாரணமாக, ஒரு கதையை சொல்ல ஆரம்பிக்கிறபோது கதை சொல்வதற்கு முன்னரே அலை வந்து அடித்து அடித்து திரும்புவது போல் வேறு ஏதோ ஒரு கதையை பேசிவிட்டு மேடையிலிருந்து இறங்கிய அனுபவமும் எனக்குண்டு.

ஆக, ஒரு கதை சொல்லியை ஒரு பட்டிமன்ற பேச்சாளருடனோ ஒரு தொழில்முறை பேச்சாளருடனோ ஒப்பிடக்கூடாது. இது முழுக்க முழுக்க படைப்புக்கு நிகரான இன்னொரு நிகழ்த்துக் கலை.

பிற மொழி இலக்கியங்களை கதைகளை மொழிபெயர்த்து தமிழில் 'எழுதுவது' 'கதையாக சொல்வது'... இந்த இரண்டில் எது சிரமமான விடயம்?

இரண்டுமே சிரமமல்ல. பிற மொழி படைப்பில் ஒரு மொழிபெயர்ப்பாளருக்கு எவ்வளவு ஈடுபாடு இருக்கிறதோ அதேயளவு ஈடுபாடு ஒரு கதை சொல்லிக்கும் இருக்கும் பட்சத்தில் பிற மொழி இலக்கியங்களை இன்னொரு படைப்பாகவே மாற்றிவிட முடியும்.

ஒரே கதையை மூன்று பேரின் மொழிபெயர்ப்பில் நான் சிறு பத்திரிகைகளில் படித்திருக்கிறேன். ஆனால், ஒரு மொழிபெயர்ப்பாளர் ஒரு கதையை மொழிபெயர்ப்பதற்கும், ஒரு வாசகன் ஒரு கதையை மொழிபெயர்ப்பதற்கும், இன்னொரு படைப்பாளி அதே கதையை மொழிபெயர்ப்பதற்கும் நிறைய வித்தியாசங்கள் இருக்கின்றன. 'ஒரு செவ்வாய்க்கிழமையின் பகல் தூக்கம்... அதை எப்படி நான் மறக்க முடியும்' என்கிற கதையை வண்ணநிலவன், அமரந்தா, பிரம்மராஜ் போன்றவர்கள் மொழிபெயர்த்தனர். இவர்களில் வண்ணநிலவனின் மொழிபெயர்ப்பு எனக்கு மிகவும் பிடிக்கும்.

ஆக, மொழிபெயர்ப்புக் கதையில் உங்களுக்குள்ள ஈடுபாடு, அதை மொழிபெயர்க்கும்போது நீங்கள் அடைகிற அதே உத்வேகம், அதே படைப்பு மனநிலை ஒரு கதை சொல்லிக்கும் ஏற்படுகிறபோது, அந்த மூல ஆசிரியன் மூல படைப்பாளி எந்தளவுக்கு அந்த கதையை படைத்தானோ

அதேயளவு அந்த கதையை மொழிபெயர்த்துச் சொல்லவும் எழுதவும் முடியும்.

நீங்கள் இலங்கை எழுத்தாளர்களின் நூல்களை வாசித்திருக்கிறீர்களா? ஈழத்து இலக்கியங்கள் பற்றி என்ன நினைக்கிறீர்கள்?

நான் முதல் முதலாக சொன்ன கதையே ஷோபா சக்தியின் 'விலங்குப் பண்ணை" கதைதான். ஷோபா சக்தி, ஆ.முத்துலிங்கம், சயந்தன், தீபச்செல்வன், அகர முதல்வன் என நான் வாசித்த இலங்கை எழுத்தாளர்களின் எண்ணிக்கை கூடிக்கொண்டே போகிறது.

***

ஒரு போர் நிகழ்ந்தபோதும் போர் முடிவுற்ற போதும் அந்த மக்களின் வாழ்நிலையை, மனநிலையை திரும்பத் திரும்ப அவர்கள் எழுதிக்கொண்டே இருக்கிறார்கள். தொடர்ச்சியாக அந்த சூழலில் இல்லாமல் வேறு ஒரு நிலப்பரப்பில் உட்கார்ந்துகொண்டு அந்த கதைகளை படிக்கிற ஒரு வாசகனுக்கு, அவை ஒருவித சளிப்பை கூடத் தரலாம். ஆனால், அவர்கள் தம் வாழ்வை, நிலத்தை, வீட்டை, உறவினர்களை, நேசித்த பனைமரத்தை, ஆசையோடு வளர்த்த நாயை... எல்லாவற்றையும் இழந்து நிற்கிறார்கள்.

அந்த இழப்பிலிருந்தே அவர்களுக்கு படைப்பு பீறிட்டுக் கிளம்புகிறது. அந்த படைப்பு ஒரு வாசகருக்கு சளிப்பை தருமென்றால், அவர் அதை வாழ்க்கையாக பார்க்காமல் வெறும் எழுத்தாக மட்டுமே பார்க்கிறார் என்று அர்த்தம். ஆனால், நான் அப்படிப் பார்க்கவில்லை.

இது ஈழத்து இலக்கியம், இது தலித் இலக்கியம், இது நல்ல இலக்கியம் என்று பிரித்துப் பார்ப்பவன் அல்ல, நான். எனக்கு எல்லாமே இலக்கியம்தான்.

இந்த நேர்காணலை உங்களுக்கு வழங்கிக் கொண்டிருக்கிறபோதும் கூட முத்துலிங்கத்தின் 'வேட்டை நாய்' புத்தகத்தை படித்துக்கொண்டிருக்கிறேன். அது ஈழத்து இலக்கியம் என்பதற்காக இல்லை. நல்ல இலக்கியங்கள் எந்த மொழியில் எழுதப்பட்டாலும் எந்த மொழிபெயர்ப்பில்

வந்தாலும் அதை உடனடியாக வாசிக்க வேண்டும் என்றே ஆசைப்படுவேன்.

இருந்தாலும், ஈழத்தின் பேரிலக்கியங்கள், மிக முக்கியமான நாவல்கள் பலவற்றை நான் தவறவிட்டிருக்கிறேன். இந்த காலங்களில் நான் அவற்றை வாசிக்கக்கூடும்.

அது மட்டுமல்ல, ஈழத்திலிருந்து எழுதப்பட்ட மிகப் பெரியதொரு நாவலை கொக்குவில்லிலோ அக்கறைப்பற்றிலோ யாழ்ப்பாணத்திலோ திருகோணமலையிலோ வைத்து பெருந்திரளான வாசகர்கள் மத்தியில் அவர்களுடைய வாழ்வை கண்ணீரும் கம்பலையுமாக பகிர்ந்துகொள்ள வேண்டும் என்ற பேராசை எனக்கிருக்கிறது. இது பேராசையுமல்ல. இது கனவின் ஆற்றில் ஒதுங்குகிற கனவல்ல.

இதை நிறைவேற்ற இலங்கையில் நூற்றுக்கணக்கான நண்பர்கள் இருக்கிறார்கள். அவர்கள் அதை நிறைவேற்றித் தருவார்கள். விரைவில் இது நிகழும்.

எழுத்துச் சுதந்திரம் என்பதை இன்றைய எழுத்தாளர்கள் எப்படி அணுகுகிறார்கள்?

எழுத்து சுதந்திரத்தை இன்றைய எழுத்தாளர்கள் மிக நன்றாகவே புரிந்துவைத்திருக்கிறார்கள். பெரும்பாலும் அந்த சுதந்திரத்தின் எல்லைக்கோடுகளை தாண்டாமல் பார்த்துக்கொள்கிறார்கள். அப்படி தாண்டினாலும் கூட தவறில்லை என்றே ஒரு படைப்பாளியாக நான் நினைக்கிறேன்.

ஏனென்றால், இந்த எழுத்து சுதந்திரம் என்பதை எல்லாருக்கும் ஒரே மாதிரியாக ஒரே அளவோடு புரிந்துகொள்ள வேண்டிய அவசியம் இல்லை. அது ஒவ்வொருவரிலும் வேறுபடும்.

நான் எழுத்து சுதந்திரத்தை புரிந்துகொண்டு எழுதுவதற்கும், சாரு தன் எழுத்து சுதந்திரத்தை புரிந்துகொண்டு, இதை மீறுவதற்கும் எல்லா உரிமைகளும் உண்டு.

இந்த எழுத்து சுதந்திரத்தின் வரையறைகள் அரசாங்கம் விதிக்கும் சட்டமல்ல. இது ஒவ்வொரு எழுத்தாளனுக்கும் மாறுபடும். படைப்பு என்பது அளவில்லா சுதந்திரத்தை கோருவது. அதை ஒவ்வொருவரும் அவர்களுக்கு தகுந்தபடியே அணுக முடியும்.

எழுத்தாளர்கள் அதிகம் பேசக்கூடாது; பேச்சு எழுத்தை குறைத்துவிடுகிறது அல்லது இல்லாமல் செய்துவிடுகிறது என்றும் சொல்கிறார்களே... இந்த கூற்றில் ஏதேனும் உண்மையை நீங்கள் உணர்ந்திருக்கிறீர்களா?

எனது நீண்ட அனுபவத்தினூடாக சொல்வதானால், இந்த கூற்றில் எந்த உண்மையும் இல்லை.

பேசுபவர்களால் நன்றாக எழுத முடியாது என்று சொன்னால் ஜீவா, ஜெயகாந்தன் என்று ஆரம்பித்து பிரபஞ்சன், எஸ்.ராமகிருஷ்ணன், ஜெயமோகன், நான் என்று ஒரு பெரிய பட்டியலில் இருப்பவர்கள் பேச்சாளர்கள் என்கிற பட்டியலில் வந்துவிடுவோம். இவர்கள் பேச்சு லாகிரியில் எழுத்துக்களை தவறவிட்டவர்கள் என்று நீங்கள் எடுத்துக்கொண்டால், பேசாமல் எழுத்தை மட்டுமே சுவீகரித்துக்கொண்ட அசோகமித்திரன், மௌனி மாதிரியான ஓரிரு எழுத்தாளர்களை தவிர மற்றவர்களை உங்களால் அடையாளம் காட்டவே முடியாது.

அசோகமித்திரன், மௌனி ஆகியோருக்கு மேடையில் மட்டுமல்ல, சக நண்பர்களிடம் இயல்பாக பேசுவது கூட கைவரவில்லை. அது ஒன்றும் பலகீனமான விடயமுமல்ல.

படைப்பு மனநிலை என்பது பேசுகிறவனுக்கும் பொருந்தும். ஒரு மணிநேரத்துக்குள் உங்கள் மனதில் திட்டமிட்டு ஒரு Text-ஐ உருவாக்கிக்கொள்கிறீர்கள். அது கிட்டத்தட்ட இருபது பக்க Text என்றால் அதை எதிரில் இருப்பவர்களிடம் ஒரு மணிநேரம் பேசியாக வேண்டும்.

அதை நீங்கள் எவ்வளவு லாவகமாக, சுவாரஸ்யமாக கவித்துவமான மொழியில் பேசுகிறீர்கள், மேடைப்பேச்சிலிருந்து விலகி நின்று படைப்பு மொழியையே பேச்சு மொழியாக மாற்றுகிறீர்கள் என்பதெல்லாம் வெளிப்படும்.

ஆக, ஒரு எழுத்தாளனின் பேச்சு அவனுடைய எழுத்தை பழிவாங்கிவிடும் என்பதை நான் ஏற்றுக்கொள்ள மாட்டேன். சுந்தர ராமசாமி திரும்ப திரும்ப இதை பற்றி சொல்லிக்கொண்டே இருந்தார். அதை நானே பல முறை சொல்லியிருக்கிறேன்.

ஆக, உங்களது கூற்று எனக்குப் பொருந்தாது. அதை என்னால் ஏற்றுக்கொள்ள முடியாது.

நூல் வாசிப்பு குறைய 'கதை சொல்லி'யும் ஒரு வகையில் காரணமாகிவிடுகிறார் என்றொரு கருத்து உலாவுகிறது... இதை ஏற்றுக்கொள்கிறீர்களா?

வாசகர்களை நாம் இரண்டு வகையினராக பிரித்துக் கொள்ளலாம்.

ஒரு வகையினருக்கு சிலவேளை கதை சொல்லிகள் தேவைப்படாமல் இருக்கலாம். என் அனுபவத்தில் இவர்களும் கதைகளை கேட்கிறார்கள். காரணம், தாம் வாசித்த கதையை செவி வழியாக கேட்கிறபோது அந்தக் கதை சரியாக சொல்லப்படுகிறதா என ஒரு திறனாய்வாளராக கதைகளை கேட்கக்கூடும்.

ஆனால், எல்லோரும் தீவிரமான வாசிப்புக்கு தங்களை ஆட்படுத்திக்கொள்வதில்லை.

காலங்கள் மாறிக்கொண்டே இருக்கின்றன. காலந்தோறும் மனிதர்கள், புத்தகங்கள், எழுத்துக்கள், வாசிப்புகள் எல்லாமே மாறுகின்றன. இந்த பரபரப்பான உலகத்தில் பொருள் தேடுவதற்காக மனிதர்கள் தமது வாழ்நாளில் எப்போதும் இல்லாத அளவுக்கு இடம்பெயர்வுகளை இந்த காலகட்டத்தில் சந்தித்திருக்கிறார்கள். பல்வேறு நாடுகளுக்கு குடும்பம் குடும்பமாகவோ தனித்தோ சென்று தற்காலிகமாக வசித்து குடும்ப நினைவுகளோடும் ஊரின் ஞாபகத்தோடும் தவறவிட்ட நிலப்பரப்பின் வசீகரத்தோடும் ஏதோ ஒரு இடத்தில் வாழ்ந்துகொண்டிருப்பவர்களுக்கு கதை சொல்பவன் கதை எழுதுபவனை விட முக்கியமானவன் என்றே கருதுகின்றேன்.

ஏனென்றால், இவர்கள் அலுவலகத்துக்கு காரிலோ ஹெட்போனை போட்டுக்கொண்டு பேருந்திலோ செல்கிறபோதும் அல்லது வேலை பார்த்துக்கொண்டே காதுகளுக்கு மட்டுமே கதைகளை உள்வாங்கிக்கொண்டு ஒருவன் தன் நினைவுகளை மீட்டெடுக்கிறான் என்றால் அது சாதாரணமான விடயமல்ல.

நாம் எல்லாவற்றுக்கும் ஒருசில கற்பிதங்களை வைத்துக்கொள்கிறோம். இந்த உலக மக்கள் தொகையில்

எழுதுபவர்கள் எத்தனை சதவீதம், வாசிப்பவர்கள் எத்தனை சதவீதம், கதை கேட்பவர்கள் எத்தனை சதவீதம், இலக்கியத்தில் ஆர்வம் உள்ளவர்கள் எத்தனை சதவீதம் என்று கணக்கு போட்டால், இந்த பிரிவுகளில் மொத்த மனித எண்ணிக்கையில் 2 சதவீதம் பேர் கூட இருக்க மாட்டார்கள். ஆனால், இந்த இரண்டு சதவீதத்துக்குள் எத்தனை கருத்து மோதல்கள், எத்தனை காழ்ப்புகள்! அதுதான் படைப்பு, அதுதான் மனித மனம்.

ஆக, கதை சொல்லிகள் என்போர் மனித ஜீவிதத்தில் எல்லா காலங்களிலும் தேவைப்படுவார்கள். எழுத்தாளர்கள் எல்லா காலங்களிலும் தேவைப்படுவார்கள். இதை தனித்தனியாக பிரிப்பது அபத்தம்.

கதை சொல்லிகள் எழுத்தாளனை மக்களுக்கு நெருக்கமாக கொண்டுசெல்கிறார்கள். எழுத்தாளனின் பெயரை வாசகரிடத்தில் விதைக்கிறார்கள். 'இந்த எழுத்தாளனை கண்டடைந்துகொள், சென்றடைந்துகொள்" என்று அவர்களுக்கு திசைகாட்டுகிறார்கள். அப்படி திசை காட்டுகிற கதை சொல்லிகளை, இப்படி நீங்கள் எதையாவது சொல்லி அவர்களையும் இல்லாமல் செய்துவிடாதீர்கள் என்று சொல்லத் தோன்றுகிறது.

ஒரு வாசகனாக கூறுங்கள் பவா.... ஒரு பூரண வாசிப்பு எப்படிப்பட்டதாக இருக்க வேண்டும்?

ஒரே வரியில் இதற்கு பதில் சொல்ல வேண்டுமென்றால், சுந்தர ராமசாமியின் 'குழந்தைகள் பெண்கள் ஆண்கள்" புத்தக வெளியீட்டு விழாவில் ஜெயகாந்தன் சொன்ன ஒரு வரி ஞாபகத்துக்கு வருகிறது. "ஒரு நல்ல வாசகன் என்பவன் சங்கீதம் கேட்பது மாதிரி வாசிக்க வேண்டும்."

துரதிர்ஷ்டவசமாக மிக மிக நல்ல வாசகர்கள் மிக குறைந்த சதவிகிதத்திலேயே எஞ்சியிருக்கிறார்கள். மற்ற எல்லோருக்கும் வாசிக்கிறபோதே ஒரு சார்பு வந்துவிடுகிறது. இது யாருடைய புத்தகம்? அந்த எழுத்தாளர் என்ன வகையான அரசியலில் இருக்கிறார்? அவருடைய அரசியல் என்ன? மேடைகளில், நேர்காணல்களில் அவரது உளறல்கள் எப்படி இருக்கின்றன? இந்த எழுத்தாளனை எனக்கு நேரடியாக

தெரியும்; இவன் தனது சொந்த வாழ்க்கையில் எவ்வளவு கீழ்மையானவனாக இருக்கிறான்; இந்த புத்தகத்தை வாசித்து ஒரு முகநூலில் பதிவிட்டால் அதற்கான எதிர்வினை என்னவாக இருக்கும்? இதற்கு யார் யாரெல்லாம் பின்னூட்டல் இடுவார்கள்? இப்படியான பல வித நெருக்கடிகள் மனதில் மோத மோதத்தான் ஒரு எழுத்தாளனை வாசிக்கவேண்டிய கட்டாயம் இன்றுள்ளது. அவ்வாறன்றி, ஒரு தெளிந்த ஆற்றில் ஒரு கை நீர் அள்ளி பருகிவிட்டு அந்த ஆற்றங்கரை குளிர்ச்சியில் விரிந்திருக்கிற ஒரு நாகமரத்தின் கீழே அமர்ந்துகொண்டு ஒரு புத்தகத்தை, சங்கீதம் கேட்பது போல் ஒரு வாசகன் வாசிக்க ஆரம்பித்துவிட்டால், அவன் ஒரு முழுமையான வாசகன் என்றே நான் நினைக்கிறேன்.

இது என்னுடைய பார்வை மட்டுமே. இந்த பார்வையிலிருந்து இன்னொரு எழுத்தாளனோ இன்னொரு படைப்பாளியோ இன்னொரு கதை சொல்லியோ இன்னொரு வாசகனோ மாறுபடலாம். அதற்கான முழு உரிமையும் அவர்களுக்குண்டு.

ஆர்வம் இருந்தால்தானே நூல்களை வாசிக்க முடியும் என்று சொல்லக்கூடிய இளம் தலைமுறையினருக்குள் வாசிக்கும் ஆர்வத்தை தூண்ட ஏதாவது வழியுண்டா?

இது ஒரு முக்கியமான கேள்வி. ஆனால், இதற்கு எந்த எழுத்தாளனிடமும் எந்த ஆய்வாளனிடமும் எந்த மானுட ஆய்வாளனிடமும் கூட ஒற்றை வரியில் பதில் இல்லை.

மனித சமுத்திரத்தில் எந்த காலத்திலும் பெரும்பான்மையான மனிதர்கள் வாசித்ததே இல்லை. எழுத்தின் மீது ஆர்வம் கொண்டதேயில்லை. ஆனால், தனித்தனியே ஒவ்வொரு தேசத்திலும் ஒவ்வொரு நிலப்பரப்பிலும் வாசிப்பு ஆர்வம் அதிகரித்திருக்கிறது.

இலங்கையை எடுத்துக்கொண்டால், போருக்கு முன், முப்பது நாற்பது வருடங்களுக்கு முன் வாசித்தவர்களின் எண்ணிக்கையை விட போருக்குப் பின் வாசிப்பவர்களின் எண்ணிக்கை அதிகம்.

வாழ்க்கை அவர்களை எவ்வளவு சூறையாடியபோதும் மனிதர்களை கொத்து கொத்தாக அழித்தபோதும், இதெல்லாம் ஏன் நடந்தது, எப்படி நடந்தது என்பதை

அறிந்துகொள்வதற்காக அடுத்த தலைமுறையினர் மிகுந்த ஆர்வத்தோடு வாசிக்க ஆரம்பித்திருக்கிறார்கள்.

இன்று பலருக்கு, ஒரு வேளை சோறு என்பதே மிகப் பெரிய கனவாக மாறிவிட்ட சூழலும் இருக்கிறது. இந்த சூழலில் அவன் வாசிப்பின் மீது கவனமே செலுத்த முடியாதபடி பசி அவனை வாட்டி வதைக்கிறது. அதற்காக அவன் உழைத்தாக வேண்டியிருக்கிறது. இப்படி பல்வேறு மனிதர்களும் சிக்கல்களில் இருக்கிறபோது ஒரு சிலர் மட்டுமே வாசிப்பை நோக்கி நகர முடியும். அதனால் வாசிப்பில் ஆர்வம் கொள்ள ஓர் இளைஞனுக்கு எழுத்தாளன் வழி சொல்லவோ புத்தி சொல்லவோ கூடாது.

ஆனால், ஒவ்வொரு அரசாங்கமும் தன்னுடைய மக்களை வாசிப்பாளர்களாக மாற்ற நிறைய வேலைகளை செய்தாக வேண்டும்.

ஒரு படைப்பாளனாக நான் சொல்கிறேன்... இன்றைக்கும் தமிழக அரசு கடந்த மூன்று ஆண்டுகளில் அதன் குடிமக்களை வாசிப்பதற்கு பல்வேறு விதங்களில் நடவடிக்கை எடுத்து வருகிறது.

ஒவ்வொரு ஊரிலும் புத்தக கண்காட்சி நடத்துவது, புத்தக கண்காட்சிக்கு நிதி ஒதுக்குவது, புத்தக கண்காட்சிகளில் எழுத்தாளர்கள், பட்டிமன்ற பேச்சாளர்களை அழைத்துப் பேச வைப்பது, எழுத்தாளர்களோடு கலந்துரையாட வைப்பது, இலக்கிய மன்றங்கள் மற்றும் இலக்கிய திருவிழாக்களை நடத்துவது, சர்வதேச புத்தக கண்காட்சிகளை நடத்தி தமிழிலிருந்து வேறு மொழிக்கும் வேறு மொழிகளிலிருந்த பல நூல்களை தமிழுக்கும் மொழிபெயர்க்க வைப்பது.... என பல்வேறு பணிகளை தமிழக அரசு செய்கிறது.

இந்த பணிகள் ஒரு சராசரி இளைஞனை, அதுவரை வாசிக்கும் ஆர்வமற்றிருக்கும் இளைஞனை வாசிப்பின் பக்கம் திருப்பிவிடுமா அல்லது திருப்பிவிட்டதா என்ற கேள்விக்கும் என்னிடம் பதில் இல்லை.

ஆனால், இந்த பதில் அவ்வளவு நேரடியானதும் உடனடியானதும் அல்ல. காலம் இதற்கான பதிலை சொல்ல காத்திருக்கிறது.

தொகுப்பு : பேரா. சு.பிரேம் குமார்

எங்கள் ஊரில் புத்தக கண்காட்சி நடந்தபோதுதான், எங்கள் ஊரில் முதல் முதலில் இந்த எழுத்தாளர் வந்து பேசியபோதுதான், எங்கள் இலக்கிய திருவிழாவுக்கு நான் முதல் முதலாக போனபோதுதான் நான் ஒரு வாசிப்பாளராக மாறினேன் என்று வாசகர்கள் சொல்லக்கூடிய, இன்னொரு எழுத்தாளன் சொல்லக்கூடிய, இன்னொரு படைப்பாளி சொல்லக்கூடிய காலம் மிக விரைவில் இருக்கிறது. அதுதான் இதன் விளைச்சல். இப்போது விதைக்கப்படுவதெல்லாம் விதைநெற்கள்.

மற்ற எழுத்தாளர்களின் கதைகளை சொல்கிறபோது சுவையை கூட்டுவதற்காக உங்கள் தனிப்பட்ட கருத்துக்கள், உதாரணங்களையும் புகுத்திக்கொள்கிறீர்கள்... இது அந்த கதையாசிரியர்களில் அல்லது அந்த கதைகளில் பாதிப்பை ஏற்படுத்திவிடாதா?

இதுவரை நான் சொன்ன எந்தவொரு கதையிலும் இப்படியான பாதிப்பு ஏற்பட்டதில்லை.

ஒரு கதையை சொல்கிறபோது என் நினைவின் அடுக்குகளிலிருந்து என் வாழ்க்கை அனுபவத்திலிருந்து அல்லது நான் வாசித்த இன்னொரு கதையிலிருந்து நான் வாசித்த இன்னொரு ஜேஸீ கவீஉவழைஸீஇலிருந்து எனக்கு நினைவுக்கு வருகிற இன்னொரு நினைவை நான் கூட்டிக்கொள்கிறேன். இது எந்த வகையிலும் அந்த எழுத்தாளனுக்கு பாதிப்பை ஏற்படுத்தாது. ஒருவேளை அந்த எழுத்தாளனின் கதையை புரிந்துகொள்வதற்கு படைப்பை மிக சுலபமாக அணுகுவதற்கு இது வழிகோலும் என்று நினைக்கிறேன். ஒருபோதும் இதை நான் தீர்மானித்துச் சொல்வதில்லை.

வண்ணநிலவனின் 'பலாபழம்" கதையை சொல்கிறேன். அதை சொல்கிறபோது எனக்குத் தெரிந்த ஒரு காதல் ஜோடி திருமணம் செய்துகொண்டு வாழ்க்கையை எப்படி எதிர்கொண்டார்கள் என்பதை நேரடியாக நான் பார்த்த அனுபவத்தை சேர்த்துக்கொள்கிறேன். இது சுவையை கூட்டுவதற்காக என்ற வார்த்தையை கூட நான் மறுக்கிறேன்.

இது நினைவின் அடுக்குகளிலிருந்து எடுக்கப்படுகிற இன்னொரு படைப்பு அவ்வளவுதான்.

எழுத்தாளர், கதை சொல்லி, நடிகர், பேச்சாளர்.... இப்படி பல அடையாளங்கள் உங்களுக்குண்டு பவா... இவர்களில் யாராக உங்களை அடுத்த தலைமுறையிடம் காலம் கொண்டுசேர்க்க வேண்டும் என விரும்புகிறீர்கள்?

எதிர்காலத்தில் பவா செல்லத்துரை என்கிற ஓர் எளிய விவசாயி திருவண்ணாமலையில் இத்தனை ஆண்டுகள் வாழ்ந்து மறைந்திருக்கிறான் என்றும் அந்த விவசாயி எப்போதாவது கதைகளும் எழுதியிருக்கிறான் என்றும் அந்த எழுத்தாளன் எப்போதாவது கதைகளை சொல்லியும் இருக்கிறான் என்றும் அந்த கதைசொல்லி எப்போதாவது விருப்பமில்லாமலேயே திரைப்படங்களிலும் நடித்திருக்கிறான் என்றும் காலம் நினைவுகூரப்படலாம்.

இந்த சொற்றொடர்கள் சிறப்பதற்கு காலத்துக்கு அதிக அவகாசம் தேவைப்பட்டால், காலத்துக்கு அவ்வளவு பொறுமை இல்லை என்றால் பவா செல்லத்துரை என்கிற ஓர் எளிய விவசாயி திருவண்ணாமலையில் வாழ்ந்து முடிந்தான் என்று மட்டும் இதை சுருக்கிக்கொள்ளலாம். எழுத்தாளன், கதை சொல்லி, திரைப்பட கலைஞன்... என எந்த அடையாளமும் தேவையில்லை.

கருணையும் அறமும் சொல்லியோ எழுதியோ தீராது!

குமுதம் வார இதழுக்காக
மானா பாஸ்கரன்

பிக் பாஸ் நிகழ்ச்சியில் கமல்ஹாசன் உங்களின் 'நட்சத்திரங்கள் ஒளிந்துகொள்ளும் கருவறை' புத்தகத்தை பரிந்துரை செய்திருந்தாரே..?

"கமல்ஹாசனுக்கு எனது நன்றி. முன்பு டி.வி நிகழ்ச்சி ஒன்றில் ஜெயமோகனின் 'அறம்' புத்தகத்தை அவர் பரிந்துரை செய்திருந்தார். அதன் பிறகு அப்புத்தகம் நிறைய விற்பனையானது. நல்ல படைப்புகள் தமது தொடர் பயணத்தை தானே ஏற்படுத்திக்கொள்ளும் என்பதற்கு இதுபோன்ற பரிந்துரைகளே உதாரணம். 13 பதிப்புகளைக் கண்டிருக்கிற 'நட்சத்திரங்கள் ஒளிந்துகொள்ளும் கருவறை'யைப் பற்றி யாராவது ஒருவர் பேசிக்கொண்டேதான் இருக்கிறார்கள்!"

எழுத்தாளர் கதைசொல்லி இதில் எந்த அடையாளத்தை நீங்கள் விரும்புகிறீர்கள்?

"என்னை ஓர் எழுத்தாளனாகத்தான் உணர்கிறேன். கதைசொல்லி என்பதை அதன் தொடர்ச்சியாகச் சொல்லலாம். படைப்பூக்கத்தின் ஒரு தருணத்தில் எழுதுவதைப் போலவே நான் விருப்பப்படும்போதுதான் கதை சொல்கிறேன். எந்த நிபந்தனைகளுக்கும் உட்பட்டுக் கதை சொல்வதில்லை.

பல தொழில்முறை மேடை பேச்சாளர்களைப் போல புரொஃபசனலாக என்னால் பேசவோ, கதை சொல்லவோ முடியாது.''

கேட்பவர்கள் உணர்வெழுச்சி கொள்ளும் வகையில் கதை சொல்ல வேண்டும் என்பதற்கான உங்கள் ஹோம் ஒர்க் என்ன?

"புரிசை சம்பந்தன்... புகழ்பெற்ற தெருக்கூத்துக் கலைஞன். இவர் வேஷம் கட்டுவதற்கு முன்பு வெறும் சம்பந்தனாக மேடைக்கருகில் நின்று பீடி பிடித்துக்கொண்டிருப்பார். வேஷம் கட்டிக்கொண்டு வந்து நின்றால் துரியோதனனாகவே மாறிவிடுவார். எல்லா கலைஞர்களுக்கும் இது நேர்வதுதான். நான் ஒரு படைப்பை எழுதி முடிக்கிறபோது, அல்லது ஒரு கதையைச் சொல்லி முடிக்கிறபோது வேறு ஒரு ஆளாகப் பரிணமிக்கிறேன். கதை சொல்கிறபோதும் மேடைகளில் பேசும்போதும் எனக்கு எந்த திட்டமிடலும் இல்லை. குறிப்புகள், திட்டமிடல்கள், ஹோம் ஒர்க் செய்தல் என்று எதுவும் கிடையாது.

என் வாசிப்பு அனுபவத்தில் என்னுள் தேங்கியிருக்கிற வாழ்வனுபங்களும் நான் சொல்கிற கதைகளோடு சேர்ந்துகொள்கின்றன."

நீங்கள் எந்தக் கதையைச் சொன்னாலும் வார்த்தைகளில் உங்கள் வட்டார மண்ணின் மணமும் சேர்ந்து வீசுகிறதே..?

"என் நிலப்பரப்பில் நின்று கதை சொல்கிறபோது, நான் கரிசல் தமிழையோ, கொங்கு தமிழையோ, நாஞ்சில் தமிழையோ எப்படி உச்சரிக்க முடியும்?

கதை சொல்லும்போது எனக்கும் கதை கேட்பவர்களுக்கும் இடையில் நிறைய இடைவெளி இருக்கக் கூடாது என்று நினைப்பேன். உயரமாக அமைக்கப்பட்ட மேடையில் நின்று, தூரமாகத் தள்ளி நவீன இருக்கைகளில் அமர்ந்துகொண்டு கதை கேட்பவர்களுக்கு என்னால் கதை சொல்ல முடியாது. எனக்கு மிக நெருக்கமாக வாசகர்கள் இருக்க வேண்டும் என்று நினைப்பேன். அப்படி அமையும்போது, அவர்களோடு என்னை கனெக்ட் செய்துகொள்ள இயல்பான என் மண்ணின் மொழி எனக்குக் கை கொடுக் கிறது. எந்தப் பயிற்சியும்

இல்லாமல் என் உள்ளங்கையில் வந்து குந்திக் கொண்ட மொழி அது. ஐந்து பேருக்கு என்ன பேசுகிறேனோ, அதைத்தான் ஐநூறு பேருக்கும் பேசுகிறேன். ஐயாயிரம் பேருக்கும் அதைத்தான் பேசுகிறேன் இதுதான் என் இயல்பு.''

ஒரு கதையை நீங்கள் சொல்வதனால், இங்கே என்ன நிகழ்ந்து விடப் போகிறது?

''எதனாலும் எதுவும் நடந்துவிடவில்லை இங்கு. எதனாலும் எல்லாமும் நடக்கிறது இங்கு. சமீபத்தில் ஜூம் மீட்டிங் ஒன்றில் வந்த ஒரு பெண் 'நான் இதய அறுவை சிகிச்சை செய்துகொண்டு, இப்போதுதான் மீண்டிருக்கிறேன். மருத்துவ சிகிச்சையின்போதெல்லாம் உங்கள் கதைகளையே கேட்டுக்கொண்டிருந்தேன். வாழ்வின் மீது பிடிப்பும், புதிய தெம்பும் சேர்ந்து கிடைத்தது. என் ஆயுளை நீட்டிக்க முடியுமானால் என் ஆயுளையும் சேர்த்து உங்களுக்குக் கொடுக்க நினைக்கிறேன்' என்று சொன்னார். அக்கூட்டத்துக்கு வந்திருந்த எல்லோரும் கண்ணீரோடு விடைபெற்றார்கள். இதைவிட மேலான ஒன்றை சமூகத்திடம் இருந்து ஒரு கதை சொல்லி பெற்றுவிட முடியுமா என்ன!

நான் சொல்கிற கதைகளில் தன் மனதைப் பறிகொடுத்ததாலேயே தன் தற்கொலை தடுக்கப்பட்டதாக, இளம் வயதுப் பெண் ஒருத்தி, பல ஆயிரம் மைல்களுக்கு அப்பால் இருந்து கதறினார். பிரபஞ்சனின் 'அபஸ்வரம்' கதையைக் கேட்ட தொழிலதிபர் ஒருவர், தன் குடும்ப உறுப்பினர்கள் மீது தொடுத்திருந்த எட்டு வழக்குகளைத் ஒரே நேரத்தில் திரும்பப் பெற்றிருக்கிறார்.

நான் சொல்லும் கதையைக் கேட்பதனால் இன்னும் நிறைய அழுகைகள், ஏக்கங்கள், மன்னிப்புகள், கை குவிப்புகள், நன்றிகள் என தினம் தினம் என்னை வந்து அடைந்துகொண்டே இருக்கின்றன.''

'எஸ்தரும் எஸ்தர் டீச்சரும்' என்கிற கவிதைத் தொகுப்பைக் கொடுத்தவர் நீங்கள். உங்களுக்குள் இருந்த கவிஞன் என்னவானார்?

''அவை கவிதைகள்தானா என்கிற சந்தேகம் தொகுப்பு வந்து 30 ஆண்டுகளாக எனக்கு நீடிக்கிறது. ஒருவேளை அதை

கவிதைகள் எனில் அதை எழுதிய கவிஞன் செத்துவிட்டான். எல்லா எழுத்தாளர்களுக்கும் கவிதைகளில் இருந்தே தனது அட்சரத்தை ஆரம்பிக்கிறார்கள். 'பிரபஞ்ச கவி' என்கிற பெயரில் ஆரம்பத்தில் கவிதைகள்தான் எழுத ஆரம்பித்தார் எழுத்தாளர் பிரபஞ்சன். பின் உரைநடைக்கு மாறி உச்சம் தொட்டார். பிரமிள், கல்யாண்ஜி, ஆத்மாநாம், பசுவய்யா, கலாப்ரியா போன்றவர்களின் கவிதைகளைப் படித்த பிறகு, எனக்குள் இருந்த கவிஞன் செத்துப்போனது நல்லதுதான் என்கிற என் நினைப்பு சரியானதாகவே தோன்றியது. நான் கவிஞன் இல்லை என எனக்குத் தெரிந்தபோதுதான் நான் சிறுகதை எழுத்தாளனாக ஆகியிருந்தேன்!"

இன்றைக்கு பொன்னியின் செல்வன், வேள்பாரி போன்ற சரித்திர படைப்புகள் கவனம் பெறுகின்றன. உங்களுக்கு வரலாற்றுப் புனைவு எழுதும் விருப்பம் இருக்கிறதா?

"முற்றிலும் இல்லை. சரித்திரங்களின்மீது எப்போதும் மனச்சாய்வற்றவனாகவே நான் இருக்கிறேன். ஒவ்வொரு காலகட்டத்திலும் சரித்திரப் புனைவுகளை அவரவர் விருப்பத்தின் அடிப்படையில் ஒரு சார்பு நிலையுடன்தான் எழுதுகிறார்கள். ஆஷ் துரையைப் பற்றி நாம் தெரிந்து வைத்திருப்பது வேறு. ஆ.இரா.வேங்கடாஜலபதியின் ஆய்வுக்குப் பிறகு வேறு ஒரு கருத்தியல் நமக்குள் படிகிறது. சரித்திரங்களை விட சமகால மனிதர்களின் வாழ்க்கையும், அவர்கள் வாழ்வதற்கான மல்லுக்கட்டும் பெரும்பாடும் முக்கியமானதாக எனக்குத் தோன்றுகிறது. தரவுகளை வாசித்த புத்தகங்களில் இருந்து எடுத்து குறிப்புகளாக வைத்துக்கொண்டு, அந்தக் கால வாழ்க்கையை, படைப்பாக மாற்றும் வல்லமை எனக்கு எப்போதும் கைவரப்பெறவில்லை. அதற்கு நான் முயற்சித்ததும் இல்லை. அப்படி கைவரப்பெற்றவர்கள் பாக்கியவான்கள்."

வைக்கம் முகம்மது பஷீரின் கதையைக் கேட்பவர்கள் மீண்டும் மீண்டும் ஏன் கண்கலங்குகிறார்கள்?

''அதற்கு ஒருபோதும் நான் காரணமில்லை. பஷீரின் வாழ்க்கைமுறைதான் காரணம். ஒரு நாள், திருடன் ஒருவனை போலீஸ்காரர் உரக்கத் திட்டியபடி தெருவில் இழுத்துச் செல்வதை பஷீர் பார்க்கிறார். அந்தத் திருடனுக்கு

தொகுப்பு : பேரா. சு.பிரேம் குமார் ● 167

சலாம் வைக்கிறார் பஷீர். அவனுக்கு ஏன் சலாம் வைத்தேன் என பஷீர் எழுதுவதை கண் கலங்காமல் படிக்கவே முடியாது. ஒரு சமயம் பசியில் மயங்கி விழும் பஷீர், மயக்கம் தெளிந்து பார்த்தபோது ஒருவரின் மடியில் தலை வைத்துப் படுத்திருக்கிறார். அவர் கண் விழித்ததும் தின்பதற்கு பொறையும் குடிக்க சாயாவும் ரெடியாக அருகில் இருக்கின்றன. பஷீர் தலைசாய மடி கொடுத்தவனைத்தான், இப்போது அந்த போலீஸ்காரர் திட்டியபடி இழுத்துச் செல்கிறார். இதை நான் சொல்கிறபோது அழுத நூற்றுக்கணக்கான கண்களை நான் பார்த்திருக்கிறேன். பஷீரின் வாழ்வியல் கதைகளைத் திரும்பத் திரும்ப பல இடங்களில் நான் சொல்லிவருகிறேன். ரிப்பிடேஷன் என அதை நான் நினைப்பதில்லை. எத்தனைத் தடவை சொன்னாலும், அந்தக் கருணையும், அந்த அறமும் சொல்லித் தீராது. எழுதியும் தீராது''

நடிக்கவும் வந்துவிட்டாரே பவா?

''நடிப்பது என் வாழ்வில் நான் விரும்பாமலும் முயற்சிக்காமலும் என்னைத் தேடி வந்தது. முதன்முதலாக டைரக்டர் ராஜுமுருகன் என்னை நடிக்க வைத்தார். ராம், ராஜுமுருகன், மிஷ்கின், கவுதம் வாசுதேவ் மேனன் போன்ற டைரக்டர்கள் என்னைப் பற்றி முழுவதும் தெரிந்தவர்கள். இவர்கள் என்னை விரும்பி அழைக்கிறபோது மறுக்க முடியவில்லை. எனக்கு நடிக்க அழைப்பு வந்த பத்துக்கும் மேற்பட்ட படங்களை கடந்த மூன்று மாதங்களில் நான் நிராகரித்துள்ளேன். நான் விரும்பிச் செயலாற்றும் களமாக சினிமாவை எப்போதும் கருதவில்லை. என்னை நானாகவே இருக்க அனுமதிக்கிற சிலரது படங்களை மட்டுமே ஒப்புகொள்கிறேன். இப்போது மலையாள இயக்குநர் இயக்கும் 'ரெஜினா' எனும் படத்தில் முன்னாள் நக்சலைட் ஆக நடித்து முடித்திருக்கிறேன். ராஜுமுருகனின் 'ஜப்பான்', பிஜு நம்பியார் இயக்கும் பெயரிடப்படாத படங்களில் எனது இயல்புக்கு ஏற்ற பாத்திரங்களில் நடித்து வருகிறேன். இதற்கு மேல் சொல்வதற்கு எதுவும் என்னிடமில்லை. சொற்கள்தான் ததும்புகின்றன.

நான் ஏன் கதை சொல்லியானேன்?

தாய் இணைய இதழுக்காக
மனா

நானும் கதை எழுதுபவன் தான், கதை சொல்லி என்பது என் வாழ்வில் அதுவே தன்னிச்சையாக நிகழ்ந்த ஒன்று.

நண்பர்களுடனான உரையாடல், நிகழ்வுகளில் பேசுவது என எதிலும் கதைகள் இல்லாமல் என்னால் பேச முடியாது என நண்பர்கள் சொன்ன போதுதான், நான் வாசித்ததை சக நண்பர்களிடம் பகிர்ந்து கொள்வதென்பது தன்னிச்சையாக நடக்கிறது என்பதை உணர்ந்தேன்.

இக்கதைகளைத் தனியே சொன்னால் என்ன? என்ற என் நண்பனின் யோசனையை நிறைவேற்றுவதின் முன்னெடுப்பில்தான் முதன்முதலாகக் கதை சொல்ல ஆரம்பித்தது.

திருவண்ணாமலையில் பல இலக்கிய முன்மாதிரிகள் கடந்த நாற்பது வருடங்களாக நிகழ்ந்துகொண்டேதான் இருக்கின்றன. கலை இலக்கிய இரவு, முற்றம் அதன் தொடர்ச்சியே இந்தக் 'கதை கேட்க வாங்க' என்ற மகிழ்வானதொரு உந்துதலில் கதை சொல்லத் துவங்கினேன்.

நாங்கள் எதிர்பார்த்த மாதிரியே நாற்பது, ஐம்பது பேர் வந்திருந்தார்கள். ஆனால் கதை நிகழிடத் தேர்வுக்கென மிகவும் மெனக்கெட்டோம்.

அழகானதொரு வளாகம் வேண்டும், மரச்செறிவினூடே செடிகளும், பூக்களும் நிறைந்திருக்கும் சூழல் வேண்டும். மனிதனின் புற வயமான சுழற்சி, சலிப்பு இவைகள் மட்டுமின்றி, அகவயமாக, அவனை ஆசுவாசப்படுத்துகிற மாதிரியான இடமாக அது இருக்கவேண்டுமென ஆசைப்பட்டோம். அது அவ்விதமே அமைந்தது.

உண்மையான, அக்கறையான ஆத்மார்த்தமான தேடலின் முடிவு என்பது நீங்கள் தேடினதைக் கண்டடைவீர்கள் என்பது மீண்டுமொருமுறை சாத்தியமானது.

பார்வையாளர்களை எனக்கு மிக நெருக்கமாக உட்காரச் சொன்னோம். இடைவெளிகளைப் படைப்பு எப்போதும் நிராகரிக்கிறது. கதை சொல்லலின் போது அவர்களை நுட்பமாகக் கவனித்தேன். அவர்களின் பரவசம், துக்கம், சந்தோஷம், கண்ணீர் எல்லாவற்றையும் நான் அள்ளிப் பருகினேன்.

என் ஞாபகம் பிழையானதில்லை எனில் ஷோபா சக்தியின் 'விலங்குப் பண்ணை' தான் என் முதல் கதை சொல்லலில்.

ஒருவாய் சோத்துக்காக தன் வாழ்நாளெல்லாம் அல்லாடும் ஒரு சிறுவனில் தொடங்கி, அவன் போராளி ஆன பின்பும் ஒரு ஜீப்பில், ஒரு வாய்ச் சோற்றை அள்ளி அவன் வாய்க்குக் கொண்டுப்போகும் தருணத்தில் சுட்டுக்கொல்லப்பட்ட அந்தோணியைப் பற்றிச் சொல்லும் போது, நான் உடைந்தழுதேன்.

என்னோடு பார்வையாளர்களும் அழுதார்கள். எல்லோர் மனதிலும் கசிவிருந்தது.

நிகழ்ச்சி முடிந்த பின்பும் இருக்கைகளை விட்டு யாரும் எழுந்திருக்கவில்லை. பேரமைதி. அது, ஒரு படைப்பாளி கோரும் அமைதி அதுதான். அது ஷோபா சக்தி என்ற ஒரு படைப்பாளியின் மகத்தானதொரு படைப்பிற்கும், எனக்கும் சேர்ந்து கிடைத்தது.

கண்ணெதிரே கிடைக்கும் வெற்றி உங்களை அதை நோக்கி இன்னும் நெருக்கமாக நகரச் செய்யும்தானே! நாங்கள் அப்படி இன்னும் கதை சொல்லலை நோக்கி நகர்ந்தோம்.

வெவ்வேறு படைப்பாளிகளின்றி, ஒரே படைப்பாளியின் மூன்று கதைகளைத் தேர்வு செய்தேன். கூடுமானவரை அப்படைப்பாளியின் எல்லாப் புத்தகங்களையும் வரவழைத்துக் காட்சிப்படுத்தினோம்.

ஆக நான் சொல்லும் கதைகள் ஒரு வாசகனுக்கான நுழைவாயில்தான். நான் அங்கு நின்றுகொண்டிருக்கிற ஒரு செக்கியூரிட்டி கார்டு, அவ்வளவுதான்.

நான் அந்த நுழைவாயிலுக்கு வரும் ஒரு பார்வையாளனுக்கு, அது எத்தனை அபூர்வமானதொரு அனுபவம் என்றும், அதனுள்ளே பிரவேசிக்கிறவன் வாழ்வில் எத்தகையதொரு அனுபவத்தை அடைய முடியுமென்றும் சொன்னேன்.

நாம் வாழ முடியாததொரு வாழ்வை வாழ்ந்து பார்ப்பதுதானே வாசிப்பு. அதை எப்படியாவது அடையுங்கள், நான் உங்கள் கைப்பிடித்து அழைத்துப் போகிறேனென ஒவ்வொருவராக கைப்பிடித்து அழைத்துப்போனேன்.

வாசலில் நின்று உள்ளே உள்ள உலகத்தில் எத்தனை அற்புதங்கள் நிறைந்திருக்கிறது என சொல்லுவேன். என் சொற்களை நம்பி உள்ளேப் பிரவேசிப்பவர்களுக்கு வேறோரு உலகம் காத்திருக்கிறது.

ஒரு மணி நேரம் கதா நிகழ்வு தொடர்ந்து அக்கதைகளின் மீதான பார்வையாளர்களின் மனப் பதிவுகள். அரங்கில் அந்த எழுத்தாளனின் எல்லா புத்தகங்களும் காட்சிப்படுத்தப்பட்டிருக்கும். வாசகர்கள் வாங்கிக் கொள்ளலாம் என நிகழ்வுகளைத் திட்டமிட்டோம்.

அது புத்தகங்களாகி, சொற்களாலானதொரு உலகு. அப்படி ஆயிரக்கணக்கான வாசகர்கள் அதனுள் நுழைந்தார்கள். சிலர் வாசற்படியிலேயே நின்றுவிட்டார்கள். அவர்கள் வாசிப்பின் மீது அக்கறையற்று, கதை கேட்டுவிட்டுப் போகிறவர்கள் அவ்வளவுதான். இப்பரந்த உலகில் எல்லாமும் நிகழும்தானே!

கதை கேட்பது என்பது காட்டின் தீ மாதிரி மளமளவென திசைகள் தோறும் பற்றியது. நான் முன்னிலும் எச்சரிக்கையடைந்தேன். சமூகம் நம்மைக் கவனிக்கிறது என்றபோது ஒரு படைப்பாளிக்குக் கூட வேண்டிய எச்சரிக்கை அது.

கதைத் தேர்வுகளில் கொஞ்சமும் சமரசம் செய்து கொள்ளாமல் தமிழின் ஆகசிறந்த எழுத்தாளர்களின் மாஸ்டர் பீஸ் கதைகளைத் தேர்ந்தெடுத்தேன். உதாரணத்திற்கு. சா.கந்தசாமியின் மிகச்சிறந்த படைப்பு விசாரணைக் கமிஷன் அல்ல, சாயாவனமும் தக்கையின் மீது நான்கு கண்களும்தான்.

கதை சொல்வது என்பதைக் கேளிக்கையாகவோ, என்னை முன்னிறுத்திக் கொள்ளவோயில்லை. அது ஒரு வேள்வி. சமூக முன்னெடுப்பு. நாற்பதாண்டு காலமாக நான் வாசித்துப் பெற்ற அனுபவத்தை என் சக மனிதனுக்குக் கடத்துவது. அது மனித உடலுறவைப் போல வலியும், சந்தோஷமும் கலந்ததொரு லயிப்பு.

நான் கதைகளைச் சொல்லிக்கொண்டேயிருந்தேன். பக்கத்து மாநிலமான கேரளாவிலிருந்து பஷீர், சக்காரியா, பாலச்சந்திரன் சுள்ளிக்காடு, கே.ஆர். மீரா, என்.எஸ். மாதவன் என பல எழுத்தாளர்களின் வாழ்வியல் கதைகளைத் தொடர்ந்து தமிழுக்கு அறிமுகப்படுத்த வேண்டுமென இயங்கினேன்.

அது அப்படைப்பாளிகளுக்கு மிகப்பெரிய வாசகப்பரப்பைத் தமிழ் இலக்கியச் சூழலில் உருவாக்கிக் கொடுத்தது.

தமிழ் வாசகனுக்கு பிரபஞ்சனைத் தெரியுமளவிற்கு, சக்கரியாவையும் தெரியும் என்பது எத்தனை பெரிய வரம்.

கதைகள் சொல்லும் போது, கதைகள் மட்டும் சொல்லக்கூடாது என முடிவெடுத்தேன். அது நகலெடுத்து ஒப்பிப்பது.

நான் வானொலியில் ஒலிச் சித்திரம் வாசிப்பவன் அல்ல. ஒன்றை மையப்படுத்தி இன்னொன்றை கிரியேட் பண்ணுவது.

சில நேரங்களில் எழுதின எழுத்தாளனை விடவும் நீங்கள் சொல்வது இன்னும் மேலே என வாசகர்கள் குறிப்பிடுவது அதைத்தான்.

எல்லா எழுத்தாளர்களின் கதைகளும் சொல்லக் கூடியவைகள் அல்ல. மௌனி, லா.ச.ரா, திலீப்குமார் என என் கதை சொல்லும் சவாலுக்கு எதிரே நின்று என்னைப் பார்த்து என் கதைளைச் சொல்லிவிடுவாயா? என பரிகசித்த கணங்களைத் தமிழின் பெருமிதமென நினைக்கிறேன்.

ஆனாலும் நான் அவர்களையும் என்னுள் கொண்டுவர முயன்றுத் தோற்றேன். லா.சா.ராவின் பச்சைக் கனவைச் சொல்லமுடியாமல் வாசித்தேன். போகன் சங்கரின் 'மீட்பு' கதைக்குள் என் அந்த ரங்கத்தைப் பறிகொடுத்து மேடையில் அழுதேன்.

திலீப்குமாரின் கதையைச் சொல்லி, எனக்கும் அவருக்கும் திருப்தி ஏற்படாமல் மீண்டும் வாசித்தேன்.

இந்த வீழ்தல் எழுவதற்கான சந்தர்ப்பங்களெனப் பார்க்கிறேன்.

பெரிய தொழிற்நுட்ப அறிவில்லாதவன் நான். என் பைக் எண் கூட நினைவில் தங்காது. பட்டப் படிப்பில் நான் ட்ராப் அவுட்.

ஆனால் எனக்குப் படைப்பாளிகளின் கதாபாத்திரங்கள் அப்படியே நினைவில் தங்கிவிடுவார்கள். ஒரு வகையில் நான் அவர்களோடுதான் குடும்பம் நடத்துகிறேன்.

யமுனாவும், அம்மணியும், அலங்காரத்தம்மாளும் என் மானசீகக் காதலிகளும் கூட. கங்காவும், சுமதியும், சசியும், சுசீலாவும் அலைபாயும் என்னுள் ஜெயகாந்தனையும், பிரபஞ்சனையும், கலாப்ரியாவையும் நகுலனையும் நினைவிலிருந்து அகன்று விடாமல் ஒரு தீபத்தை இரு கைகளாலும் காற்றின் அசைவிற்குப் பாதுகாப்பது போலே பாதுகாத்துக் கொள்வார்கள்.

ஒருவகையில் நான் ஆசிர்வதிக்கப்பட்டவன்தான். எத்தனை அப்பா, அம்மாக்களை, சகோதரிகளை, தம்பிகளை, அண்ணன்களை, காதலிகளை, தோழமைகளை

தொகுப்பு : பேரா. சு.பிரேம் குமார்

உள்ளடக்கியதாக இக்கதை சொல்லல் என்னை மாற்றியமைத்திருக்கிறது.

நானறிந்து கி.ரா., ஜெயகாந்தன், பிரபஞ்சன், வேல. ராமமூர்த்தி, தனுஷ்கோடி ராமசாமி போன்ற எழுத்தாளர்கள் ஆகச் சிறந்த கதைசொல்லிகள்தான்.

எழுத்தாளர் சங்க மாநாட்டில் தனுஷ்கோடி ராமசாமி சொன்ன சிங்கிஸ் ஐஸ்மாத்தாவின் 'அன்னை வயல்' கதை இன்னும் என் காதுகளில் ஒலித்துக் கொண்டேயிருக்கிறது.

செய்யாறு கலை இரவில் வேலராமமூர்த்தி சொன்ன 'கோட்டைக் கிணறு' கதையின் மீட்டுருவாக்கம்தான் நான் சொன்ன கோட்டைக்கிணறு.

அஸ்வகோஷ் ஆவணப் படத்திற்காக பாண்டிச்சேரிக்குப் போய் கி.ரா.வை பதிவுசெய்ய விரும்பினான்.

அவரை சந்தித்து நான் பவாவின் மகன் என்றபோது அவனைப் பரிவோடு கட்டியணைத்து, "நான் பேசுவது இருக்கட்டும். உங்கப்பா கதைகளைக் கேட்டிருக்கிறாயா?" என கேட்டிருக்கிறார்.

"நான்தான் பதிவு செய்வேன் தாத்தா" என பதிலளித்து இருக்கிறான்.

கி.ரா. அவன் கண்களையே உற்றுப்பார்த்து, 'உங்கப்பாவை ஒவ்வொரு அரசாங்க ஆஸ்பத்திரி பிரசவ வார்டுலயும் கதை சொல்லச் சொல்லணும், தமிழ்நாட்ல சிசேரியன் கேசே வராது' என சிரித்திருக்கிறார்.

இது எத்தனைப் பெரியதொரு அங்கீகாரம். ஒரு மூத்த படைப்பாளியின் ஆசிர்வாதம். நான் எப்போதும் கொடுப்பவனாக அல்ல, பெற்றுக்கொள்பவனாகவே இருக்க விரும்புகிறேன்.

என் கதை சொல்லலில் எதிர் விமர்சனங்களே இல்லையா? அப்படி உலகில் ஏதாவது இருக்க முடியுமா என்ன?

சில வார்த்தைகளை நான் மீண்டும் மீண்டும் உச்சரிக்கிறேன். பெண் எழுத்தாளர்களின் கதைகளைக் கூடுமானவரைத் தவிர்க்கிறேன். இப்படி நிறைய.

இவைகளை நான் என்னைச் செதுக்கிக் கொள்ளும் உளியின் ஓசைகளாகவே எடுத்துக்கொள்கிறேன்.

கதை சொல்லும் போதே நான் என்னை இழக்கிறேன். நான் என்பது கரைந்து என்னிலிருந்து வழிந்துவிடுகிறது.

ஜி. நாகராஜனின் கதையைப் பற்றிப் பேசும் போது, நான் தங்கம் என்ற வேசியாகவே என்னை உணருகிறேன். ஒரு ஆணின் படர்தல் என் மீது நிகழ்கிறது. நான் எப்படி பவாவாக இருக்க முடியும்?

அம்பை சொல்வது போல இலக்கியத்தில் ஆண் எழுத்தாளர்கள், பெண் எழுத்தாளர்கள், பிராமண எழுத்தாளர்கள், சைவப்பிள்ளை எழுத்தாளர்கள், தலித் எழுத்தாளர்கள் என ஒரு சௌகரியத்திற்கு வாசகன் வகைப்படுத்திக் கொள்ளலாமேயொழிய, அப்படியெல்லாம் ஒன்றுமில்லை.

ஒரு பெண்ணின் பிரசவத்தை, பிரசவத்திற்குப் பின் அவள் வயிற்றில் விழும் வெண்கோடுகளை ஒரு பெண் எழுத்தாளரை விட சுந்தர ராமசாமியும், சு.வேணுகோபாலும் சிறப்பாக எழுதியிருக்கிறார்கள்.

ஒரு தலித்தின் வாழ்க்கைப் பாட்டை ஒரு தலித் எழுத்தாளனை விட, தலித் அல்லாத எழுத்தாளன் இன்னும் நெருக்கமாக எழுதிவிடுகிறான்.

ஆக ஒரு கதை சொல்லியை, அவன் எதைப் பேசவேண்டும் என நீங்கள் நிர்பந்தித்து, அவனைக் கேளிக்கையாளனாக மாற்றி விடாதீர்கள்.

அவன் ஒரு காட்டாற்றைப் போல மலைகளிலும், குன்றுகளிலும், வனத்திலும், மதிலிலும் நிறைந்து கடலை நோக்கிப் போகவேண்டியவன்.

நீங்கள் அரசாங்கத்தைப் போல அணைகட்டாதிருங்கள். எனக்கென்று பெருங்கனவுகள் உண்டு. அதன் எல்லைகள் பூமியின் விளிம்புக்கும் அப்பால்.

என் பெருங்கதையாடலில் டால்ஸ்டாயும், தாஸ்தாயொவ்வேஸ்கியும், ஓரான் பாமுக்கும், கார்சியா

காப்ரேல் மார்க்குவிசும் தமிழ் வாசகர்களுக்குச் சொல்லப்படவேண்டும்.

இவைகளைக் கேட்கும் காதுகள், அவர்களை நோக்கிப் பயணித்து அவர்களை அடைய வேண்டும். என் மானுட ஜீவிதம் இதற்கு எனக்கு அனுமதியளித்தால் நான் இயற்கைக்கு மிகுந்த நன்றியுள்ளவனாக இருப்பேன்.

இத்தருணத்தில் என் உருவத்தையும், குரலையும் பதிவு செய்து உலகமெல்லாம் கொண்டுபோன மகன் வம்சியை, சுருதி டி.வி. கபிலன், சுரேஷ், இன்னும் என்னுடனிருந்து என்னைப் பல்வேறு சந்தர்ப்பங்களில் ஒரு கேமராவுக்குள் கொண்டுவந்த பல நண்பர்களை மானசீகமாக கட்டியணைக்கிறேன்.

என் இந்த எளிய பயணம் இவர்களின்றி சாத்தியமில்லை. இனியும் சாத்தியப்படப் போவதுமில்லை.